INSIGHT PUBLICA®

INSIGHT PUBLICA
Nadakkavu, Kozhikode, Kerala
Tel:0495 4020666
www.insightpublica.com | bookat.in
e-mail: insightpublica@gmail.com
Moonu Varsham
(Malayalam Novel)
Anton Chekhov
Translation: Gopalakrishnan
First Insight Edition: March 2020

ISBN 978-93-89804-20-1
Published by
Insightinpublica Publishers Pvt. Ltd.
Printed at Repro India Limited, India

മൂന്നു വർഷം

അന്തോൻ ചേക്കൊവ്

വിവർത്തനം: ഗോപാലകൃഷ്ണൻ

INSIGHT PUBLICA®

അന്തോൻ ചേക്കൊവ്

അന്തോൻ ചേക്കൊാവ് 1860 ജനുവരി 17-ന്ന തഗൻറോഗ് നഗരത്തിൽ ജനിച്ചു. 1879-ൽ സ്കൂൾ വിദ്യാഭ്യാസം പൂർത്തിയാക്കിയതിനെത്തുടർന്ന് അദ്ദേഹം മോസ്കോയിൽ പോയി. മോസ്കോ സർവ്വകലാശാലയിലെ വൈദ്യവിഭാഗത്തിൽ ചേർന്നു. 1884-ൽ "ജില്ലാ ഡോക്ടർ "എന്ന ബിരുദമെടുത്തശേഷം വൈദ്യവൃത്തി ആരംഭിച്ചു. 1884-85-ൽ അദ്ദേഹം "റഷ്യയിലെ വൈദ്യവൃത്തി" എന്നൊരു പ്രബന്ധം എഴുതി.

ചേക്കൊാവിന്റെ സാഹിത്യപ്രവർത്തനം ആരംഭിക്കുന്നത് 1870'കളുടെ അവസാനത്തിലാണ്. വിദ്യാർത്ഥിയായിരുന്ന കാലത്ത് അദ്ദേഹം "അന്തോഷ ചെഹൊൻതേ" എന്ന തൂലികാനാമത്തിൽ വിനോദമാസികകളിലും പത്രങ്ങളിലും പല കഥകളുമെഴുതി. സർക്കാരുദ്യോഗസ്ഥന്മാരുടെ മന്ദബുദ്ധിയും അജ്ഞതയും മുഖസ്തുതി പറച്ചിലുമെല്ലാം അദ്ദേഹത്തിന്റെ പരിഹാസത്തിനു ശരവ്യമായി. "ക്ലാർക്കിന്റെ മരണം"(1883), "ഉൻതെർ പ്രിശിബേയെവ്"(1885), "മെലിഞ്ഞവനും തടിച്ചവനും" (1883), "ഓന്ത്"(1884) - ഇവ ആ കഥകളിൽ ചിലതാണ്.

ചേക്കൊാവ് ഒരു പേരെടുത്ത എഴുത്തുകാരനായിക്കഴിഞ്ഞിരുന്നെങ്കിലും താൻ ഇനിയുമൊരു പൂർണ്ണസാഹിത്യകാരനായിത്തീർന്നിട്ടില്ലെന്നായിരുന്നു അദ്ദേഹത്തിന്റെ വിശ്വാസം. 1886-ലെ വസന്തത്തിൽ ചേക്കൊാവിന് പത്തൊമ്പതാം നൂറ്റാണ്ടിലെ ഒരു പ്രശസ്ത റഷ്യൻ സാഹിത്യകാരനായിരുന്ന ദ്മീത്രി ഗ്രിഗോറിവിച്ചിന്റെ ഒരു കത്തു കിട്ടി. ചേക്കൊാവ് ശരിക്കും ഒരു പ്രതിഭാധനനാണെന്ന വസ്തുത ചൂണ്ടിക്കാട്ടുകയും അദ്ദേഹത്തിന്റെ ചിന്താനുഭവങ്ങൾ "സുചിന്തിത പ്രയത്നത്തിനുവേണ്ടി കാത്തുസൂക്ഷിക്കണെ"മെന്ന് അദ്ദേഹത്തെ ഉൽബോധിപ്പിക്കുകയും ചെയ്തു കൊണ്ടുള്ള ആ കത്ത് അദ്ദേഹത്തിന്റെ ജീവിതത്തിലെ ഒരു അവിസ്മരണീയ സംഭവമായിരുന്നു. 1885-87 കാലത്ത് ചേക്കൊാവ് "ഗഹനമായ മണ്ഡല"ത്തിലേക്കു കടന്നു. "സ്റ്റെപ്പി", "ജന്മദിനം" (1888), "ബോധക്ഷയം", "വിരസകഥ"(1889) തുടങ്ങിയ കഥകൾ അക്കാലത്തെഴുതിയവയാണ്.

നാട്ടും ജീവിതവും കുറേക്കൂടി അടുത്തറിയണമെന്ന ലക്ഷ്യത്തോടെ ചേക്കൊാവ് 1890-ൽ സഹലീൻ ദ്വീപിലേക്കൊരു പര്യടനം നടത്തി. 1893-94-ൽ എഴുതിയ "സഹലീൻ ദ്വീപ്" എന്ന പുസ്തകം ആ യാത്രയിലെ അനുഭവങ്ങൾ വിവരിക്കുന്നു. "നാട്ടുകടത്തൽ" (1892),

"കൊലപാതകം" (1895), "6-ാം നമ്പർ വാർഡ്" (1892) എന്നീ കഥകളും സഹലീൻ യാത്രാനുഭവങ്ങളിൽനിന്ന് ഉരുത്തിരിഞ്ഞവയാണ്.

1892 ൽ ചേക്കൊവ് സേർപ്പഹൊവ് ജില്ലയിലെ മേലിഹവോ എസ്റ്റേറ്റ് വിലയ്ക്കു വാങ്ങി. അദ്ദേഹം അവിടുത്തെ കൃഷിക്കാരെ ചികിത്സിച്ചു. മേലിഹവോയിലേയും സമീപഗ്രാമങ്ങളിലേയും കുട്ടികൾക്കുവേണ്ടി സ്കൂളുകൾ പണിയിച്ചു. ക്ഷാമബാധിത പ്രദേശങ്ങൾ സന്ദർശിച്ചു. 1892-93 കാലത്ത് കോളറയുടെ ബാധയുണ്ടായപ്പോൾ ജില്ലാഡോക്ടറായി സേവനമനുഷ്ഠിച്ചു. 1897-ൽ കാനേഷുമാരി കണക്കെടുപ്പിൽ പങ്കെടുത്തു.

1896-ലാണ് "കടൽക്കാക്ക" എന്ന നാടകം ഇറങ്ങിയത്. "ഗ്രാമീണർ" എന്ന നോവലിലും 1897-ലെഴുതിയ കഥകളിലും ജീവിതയാഥാർത്ഥ്യത്തെ മോടിപിടിപ്പിക്കാതെ അതിന്റെ നഗ്നരൂപത്തിൽത്തന്നെ ചേക്കൊവ് വരച്ചു കാട്ടിയിരിക്കുന്നു.

നാടകരചനയിലാണ് ചേക്കൊവിന്റെ പ്രതിഭാവിലാസം അതിന്റെ പാരമ്യത്തിലെത്തിയിട്ടുള്ളത്. "കടൽക്കാക്ക"യ്ക്കു ശേഷം അദ്ദേഹം "വാന്യ അമ്മാവൻ" (1896), "മൂന്നു സഹോദരികൾ"(1900-01), "ചെറിത്തോപ്പ്"(1903-04) എന്നീ നാടകങ്ങളെഴുതി. 1898- ൽ സ്ഥാപിതമായ മോസ്കോ ആർട്ട് തിയേറ്ററിലാണ് ഈ നാലു നാടകങ്ങളും അരങ്ങേറിയത്.

ക്ഷയരോഗം പിടിപ്പെട്ട ചേക്കൊവിന് 1898-ൽ യാൾട്ടയിലേക്കു താമസം മാറ്റേണ്ടി വന്നു. അദ്ദേഹം അവിടെ ഒരു വീടും പണിതു. 1901-ൽ അദ്ദേഹം മോസ്കോ ആർട്ട് തിയേറ്ററിലെ നടി ഓൽഗക്നിപ്പെറെ വിവാഹം കഴിച്ചു.

1902-ൽ ചേക്കൊവിനെ "ഓണററി അക്കാഡമിഷ്യ"നായി തിരഞ്ഞെടുത്തു. എന്നാൽ അതേ ബഹുമതി മാക്സിം ഗോർക്കിക്കു നൽകുന്നതു സാർചക്രവർത്തി നിക്കൊലാസ് രണ്ടാമൻ തടഞ്ഞപ്പോൾ, ചേക്കൊവ് പ്രതിഷേധസൂചകമായി തന്റെ ബഹുമതി നിരാകരിച്ചു.

രോഗം മൂർഛിച്ചതിനെത്തുടർന്ന് ചേക്കൊവ് 1904 ജൂണാരംഭത്തിൽ ചികിത്സയ്ക്കുവേണ്ടി ജർമ്മനിയിലെ ബദൻവെയ്ലർ എന്ന സുഖവാസകേന്ദ്രത്തിലേക്കു പോയി. 1904 ജൂലൈ 2-ാം നു അദ്ദേഹം

അന്തരിച്ചു. മോസ്കോയിലെ നോവൊദേവിച്ച്യെ സെമിത്തേരിയിലാണ് അദ്ദേഹത്തെ അടക്കം ചെയ്തിട്ടുള്ളത്.

ഗദ്യരചനയേയും നാടകരചനയേയും സംബന്ധിച്ചിടത്തോളം ചേക്കൊവിന്റെ സ്വാധീനം റഷ്യൻ സാഹിത്യത്തിൽ മാത്രമല്ല വിശ്വസാഹിത്യത്തിൽത്തന്നെ ഗോചരമാണ്. അദ്ദേഹത്തിന്റെ പല കൃതികളും സിനിമയ്ക്കും ടെലിവിഷനും വേണ്ടി ഉപയോഗപ്പെടുത്തിയിട്ടുണ്ട്. സോവിയറ്റ് യൂണിയനകത്തും പുറത്തും ഇന്ന് ഏറ്റവുമധികം ജനപ്രീതി നേടിയിട്ടുള്ള നാടകകൃത്തുക്കളിലൊരാളാണ് ചേക്കൊവ്.

I

അവിടവിടെ ജനാലകളിലൂടെ പുറത്തുവന്ന വിളക്കുകളുടെ വെളിച്ചവും തെരുവിന്റെ അങ്ങേയറ്റത്ത് സ്ഥിതി ചെയ്തിരുന്ന ബാരക്കുകളുടെ പിന്നിലുയർന്ന ചന്ദ്രന്റെ വിളറിയ പ്രകാശവുമൊഴിച്ചാൽ അവിടെ അപ്പോഴും ഇരുട്ടു മൂടിയിരുന്നു. പീറ്റർ-പോൾ ദേവാലയത്തിലെ സായാഹ്നക്കുർബാന കഴിയുന്നതും കാത്ത് ലാപ്തെവ് തന്റെ വീട്ടിനു പുറത്തുള്ള ബഞ്ചിലിരുന്നു. യൂലിയ സെർഗേവ്ന പള്ളിയിൽനിന്നു വീട്ടിലേക്കു മടങ്ങും വഴി അതിലെ വരുമെന്ന് അയാളാശിച്ചു. താൻ അവളോടു സംസാരിക്കും; ഒരു പക്ഷേ, ആ സായാഹ്നം മുഴുവൻ അവളോടൊത്തു ചെലവഴിക്കും.

അയാളവിടെ കാത്തിരിക്കാൻ തുടങ്ങിയിട്ട് ഒരു മണിക്കൂറിലേറെയായി. മോസ്കോയിലുള്ള തന്റെ വസതി, മോസ്കോയിലെ തന്റെ സ്നേഹിതന്മാർ, തന്റെ ഭൃത്യനായ പ്യോത്തർ, തന്റെ പഠനമുറിയിലെ മേശ- ഇവയിലേക്കെല്ലാം അയാളുടെ ചിന്തകൾ പാറിപ്പറന്നു. സൊക്കോൽനിക്കിയിലെ ഗ്രാമീണവസതിയിൽ താമസിക്കുന്നതിനു പകരം, കുഴലൂത്തിന്റെ അകമ്പടിയോടെ കന്നുകാലികൾ രാവിലെയും വൈകിട്ടും പൊടിപടലമുയർത്തിക്കൊണ്ടു കടന്നുപോകുന്ന ഈ ഉൾനാടൻ പട്ടണത്തിൽ താൻ വന്നു പാർക്കുന്നതിലുള്ള വൈചിത്ര്യത്തെക്കുറിച്ച് ആലോചിച്ചുകൊണ്ട് അയാൾ ഇരുണ്ടു നിശ്ചലമായി നിന്നിരുന്ന വൃക്ഷങ്ങളിലേക്ക് ഉറ്റുനോക്കിയിരുന്നു. പ്രേമമില്ലാതെ ജീവിതം തികച്ചും സാദ്ധ്യമാണെന്നും പ്രേമജ്വരമെന്നത് ഒരു

മാനസികവിഭ്രാന്തിയാണെന്നും പ്രേമമെന്നൊന്നേയില്ല, സ്ത്രീപുരുഷന്മാർ തമ്മിലുള്ള ശാരീരികമായ പരസ്പരാകർഷണം മാത്രമേയുള്ളുവെന്നും പറഞ്ഞുകൊണ്ട് മോസ്ക്കോയിലെ സ്നേഹിതന്മാരുമായി നടത്തിയിരുന്ന അന്തമില്ലാത്ത വാഗ്വാദങ്ങളിലേക്ക് അയാളുടെ ചിന്തകൾ തിരിഞ്ഞു. ഇന്നു തന്നോട് ആരെങ്കിലും പ്രേമത്തെക്കുറിച്ചു ചോദിക്കുകയാണെങ്കിൽ എന്താണു പറയേണ്ടതെന്നു തനിക്കറിഞ്ഞുകൂടെന്ന് അയാൾ വിഷാദത്തോടെ ഓർത്തു.

കുർബാന കഴിഞ്ഞ് ആൾക്കൂട്ടം പള്ളിയിൽനിന്നു പ്രവഹിച്ചു തുടങ്ങി. തെരുവിലൂടെ നീങ്ങിയ ഇരുണ്ട രൂപങ്ങളെ ലാപ്തെവ് സൂക്ഷിച്ചു നോക്കി. മെത്രാൻ തന്റെ കുതിരവണ്ടിയിൽ കയറി പൊയ്ക്കഴിഞ്ഞിരുന്നു. മണിയടി നിലച്ചു. പള്ളിയിലെ പെരുന്നാൾ പ്രമാണിച്ച് മണിമേടയിൽ കൊളുത്തിയിരുന്ന ചുവപ്പും പച്ചയും വിളക്കുകൾ ഓരോന്നായി അണഞ്ഞു. എന്നിട്ടും തെരുവു നിറയെ ആളായിരുന്നു. അവർ അവിടെ ഉലാത്തുകയോ വീടുകളുടെ ജനാലകൾക്കു കീഴിൽനിന്നു സംസാരിക്കുകയോ ചെയ്തുകൊണ്ടിരുന്നു. അവസാനം ലാപ്തെവ് സുപരിചിതമായ ഒരു ശബ്ദം കേട്ടു. അയാളുടെ ഹൃദയം ഊക്കോടെ മിടിച്ചു. പക്ഷേ, യൂലിയ സെർഗേയെവ്ന ഒറ്റയ്ക്കായിരുന്നില്ല. മറ്റു രണ്ടു സ്ത്രീകൾ അവളോടൊപ്പമുണ്ടായിരുന്നു.

“ഹാ ! കഷ്ടം!” അയാൾ നിരാശനായി മന്ത്രിച്ചു. “ഇതു വലിയ കഷ്ടം തന്നെ!”

തെരുവിന്റെ തിരിവിൽവെച്ച് അവൾ തന്റെ കൂടെയുള്ളവരോടു യാത്ര പറഞ്ഞു. തലയുയർത്തി നോക്കിയപ്പോൾ അവൾ ലാപ്തെവിനെ കണ്ടു.

“ഞാൻ നിന്റെ അച്ഛനെ കാണാൻ വേണ്ടി അങ്ങോട്ടു വരാൻ തുടങ്ങുകയായിരുന്നു.” അയാൾ പറഞ്ഞു. “അദ്ദേഹം വീട്ടിലുണ്ടോ?”

“ഉണ്ടെന്നാണു തോന്നുന്നത്.” അവൾ പറഞ്ഞു. “അച്ഛൻ ക്ലബ്ബിൽ പോകാനുള്ള സമയമാകുന്നതേയുള്ളു.”

തെരുവിന്റെ ഇരുവശവും പൂന്തോട്ടങ്ങളാൽ അലംകൃതമായിരുന്നു. വേലിയോടു ചേർന്നു നിന്നിരുന്ന ഉയരം കൂടിയ ലിൻഡൻ വൃക്ഷങ്ങൾ ഒരു വശത്തെ വേലിയിലും പടികളിലും കരിനിഴൽ വീശി. സ്ത്രീകളുടെ അടക്കിപ്പിടിച്ച സംസാരവും ചിരിയും ബലലായ്ക്ക[1]യുടെ നേരിയ

1 *ബലാലയ്ക്ക- മൂന്നു കമ്പി കെട്ടിയ ഒരു നാടൻ സംഗീതോപകരണം.- എഡിറ്റർ

നാദവും ആ ഇരുട്ടിൽ നിന്ന് കേൾക്കാമായിരുന്നു. ഈ ശബ്ദങ്ങളും ലിൻഡൻപൂക്കളുടേയും വയ്ക്കോലിന്റേയും മണവും അയാളുടെ ഹൃദയത്തിൽ ചലനമുണ്ടാക്കി; അവളെ വാരിപ്പുണർന്ന് അവളുടെ മുഖത്തും കരങ്ങളിലും ചുമലിലും ചുംബനങ്ങൾ വർഷിക്കാൻ, താൻ അവൾക്കുവേണ്ടി കാത്തിരിക്കാൻ തുടങ്ങിയിട്ട് എത്രയോ നേരമായെന്ന് അവളുടെ കാൽക്കൽ വീണ് കരഞ്ഞു പറയാൻ അയാൾ കൊതിച്ചു. കുന്തിരിക്കത്തിന്റെ നേരിയ പരിമളം അവളുടെ ശരീരത്തിൽ തങ്ങിനിന്നിരുന്നു. താനും ദൈവത്തിൽ വിശ്വസിക്കുകയും പള്ളിയിൽ പോവുകയും പരിശുദ്ധപ്രേമത്തിനു വേണ്ടി കാംക്ഷിക്കുകയും ചെയ്തിരുന്ന കാലത്തെപ്പറ്റി അതയാളെ ഓർമ്മിപ്പിച്ചു. അവൾ തന്നെ പ്രേമിക്കുന്നില്ലെന്ന് അറിയാമായിരുന്നതിനാൽ താൻ സ്വപ്നം കണ്ടിരുന്ന ആനന്ദം ഒരു കാലത്തും കരഗതമാവുകയില്ലെന്ന് അയാൾക്കു തോന്നി.

അയാളുടെ സഹോദരി നീന ഫ്യോദൊറൊവ്നയുടെ രോഗത്തെക്കുറിച്ച് അവൾ സഹതാപപൂർവ്വം സംസാരിച്ചു. നീനയെ ക്യാൻസറിനുള്ള ശസ്ത്രക്രിയയ്ക്കു വിധേയയാക്കിയതു രണ്ടു മാസം മുമ്പാണ്. അതിന്റെ ആക്രമണം വീണ്ടും ഉണ്ടാകുമെന്ന് എല്ലാവരും ഭയന്നു.

"ഞാൻ ഇന്നു രാവിലെ അവരെ കാണാൻ പോയിരുന്നു," യൂലിയ സെർഗേയെവ്ന പറഞ്ഞു. "അവർക്കെന്തോ ഒരു വ്യത്യാസം വന്നിട്ടുണ്ടെന്ന് എനിക്കു തോന്നി. കഴിഞ്ഞ ആഴ്ചയെ അപേക്ഷിച്ച് അവർ ക്ഷീണിച്ചിട്ടൊന്നുമില്ല. പക്ഷേ, ഒരു വാട്ടമുണ്ട്."

"ശരിയാണ്." ലാപ്തെവ് പറഞ്ഞു.

"രോഗത്തിന്റെ ആക്രമണം വീണ്ടും ഉണ്ടായിട്ടില്ല. പക്ഷേ, അവർ ഓരോ ദിവസം കഴിയും തോറും ക്ഷീണിച്ചു വരികയാണ്. നോക്കിനില്ക്കെ അവരുടെ ശക്തി ക്ഷയിച്ചു വരികയാണ്. അവർക്കെന്തു പറ്റിയെന്നറിഞ്ഞുകൂടാ."

"അവരെത്ര ആരോഗ്യവതിയായായിരുന്നു.! കൊഴുത്ത ദേഹവും തുടുത്ത കവിളും!" ഒരു നിമിഷത്തെ മൗനത്തിനുശേഷം യൂലിയ സെർഗേയെവ്ന പറഞ്ഞു, "മോസ്കോക്കാരി' എന്നാണ് ഇവിടെയുള്ള സകലരും അവരെ വിളിച്ചിരുന്നത്. അവരെങ്ങിനെ ചിരിക്കുമായിരുന്നു! വിശേഷദിവസങ്ങളിൽ അവർ അണിയാറുണ്ടായിരുന്ന നാടൻ പെണ്ണിന്റെ വേഷം അവർക്ക് എന്തു ചേർച്ചയായിരുന്നു!"

ഡോക്ടർ സെർഗേയ് ബൊറീസിച്ച് വീട്ടിലുണ്ടായിരുന്നു. കൊഴുത്തശരീരവും ചുവന്ന മുഖവുമുള്ള അദ്ദേഹം മുട്ടിനു താഴെവരെയെത്തുന്ന ഒരു നീണ്ട കോട്ടാണ് ധരിച്ചിരുന്നത്. അതു കാരണം അദ്ദേഹത്തിന്റെ കാലുകൾ കുറിയതാണെന്ന് ഒറ്റ നോട്ടത്തിൽ തോന്നുമായിരുന്നു. പോക്കറ്റിൽ കൈ തിരുകി പതിവുപോലെ മൂളിപ്പാട്ടും പാടിക്കൊണ്ട് അദ്ദേഹം പഠനമുറിയിൽ അങ്ങോട്ടുമിങ്ങോട്ടും ഉലാത്തിക്കൊണ്ടിരുന്നു. ഇരുവശത്തുമുള്ള നരച്ച കൃതാവ് ചീകിയൊതുക്കിവച്ചിരുന്നില്ല. തലമുടി അലങ്കോലമായി കിടന്നിരുന്നു. കണ്ടാൽത്തോന്നും അപ്പോൾ ഉറക്കമുണർന്നേയുള്ളുവെന്ന്. സോഫയിലെ കുഷനുകളും മൂലയിൽ കുന്നുകൂടിക്കിടന്നിരുന്ന പഴയ പത്രങ്ങളും മേശയ്ക്കടിയിൽ ചുരുണ്ടുകൂടി കിടന്നിരുന്ന ആരോഗ്യം നശിച്ച വയസ്സൻ നായയും എല്ലാംകൂടി ആ മുറിക്കും ഡോക്ടറെപ്പോലെ തന്നെ വൃത്തിഹീനമായ ഒരു ഭാവവമാണു നൽകിയത്.

“മൊസ്യെ ലാപ്തെവ് അങ്ങയെ കാണാൻ വന്നിട്ടുണ്ട്. “പഠനമുറിയിൽ പ്രവേശിച്ചുകൊണ്ട് അദ്ദേഹത്തിന്റെ പുത്രി പറഞ്ഞു.

കൂടുതൽ ഉച്ചത്തിൽ മൂളിപ്പാട്ടു പാടിക്കൊണ്ട് ഡോക്ടർ വിരുന്നുമുറിയിലേക്കു കടന്നു. “എന്തെല്ലാമാണു വിശേഷം? “ലാപ്തെവിനു കൈകൊടുത്തുകൊണ്ട് അദ്ദേഹം ചോദിച്ചു.

വിരുന്നുമുറിയിൽ ഇരുട്ടായിരുന്നു. കയ്യിൽ തൊപ്പിയുമായി നിന്നിരുന്ന ലാപ്തെവ് തന്റെ ഈ സമയത്തെ വരവിന് മാപ്പു ചോദിച്ചു. തന്റെ സഹോദരിക്ക് രാത്രി ഉറക്കം വരാൻവേണ്ടി എന്താണു ചെയ്യേണ്ടതെന്നും അവരെന്തുകൊണ്ടാണ് ഇങ്ങനെ ക്ഷീണിച്ചുവരുന്നതെന്നും അയാൾ ചോദിച്ചു. ഡോക്ടർ അന്നു രാവിലെ വീട്ടിൽ വന്നപ്പോൾ താൻ ഇതേ ചോദ്യങ്ങൾ ചോദിച്ചതാണല്ലോ എന്നൊരു അസുഖകരമായ തോന്നൽ അയാൾക്ക് അപ്പോൾത്തന്നെയുണ്ടായി.

“ഒരുപക്ഷേ, ഒരു വിദഗ്ധനെ മോസ്കോയിൽനിന്നു വരുത്തുകയായിരിക്കും നല്ലത്, “അയാൾ പറഞ്ഞു. “നിങ്ങൾക്കെന്തു തോന്നുന്നു?”

ഡോക്ടർ നെടുവീർപ്പിട്ടു. തോൾ രണ്ടും ഇളക്കി കൈ മലർത്തി.

അദ്ദേഹത്തിന് അപ്പറഞ്ഞതു തീരെ പിടിച്ചില്ലെന്നു സ്പഷ്ടമായിരുന്നു. പൊതുവിൽ പെട്ടെന്നു മനസ്സിനു വിഷമം തട്ടുന്ന പ്രകൃതമായിരുന്നു അദ്ദേഹത്തിന്റേത്. തന്നെ ആർക്കും വിശ്വാസമില്ലെന്നും ആരും വേണ്ടത്ര വിലമതിക്കുകയോ ബഹുമാനിക്കുകയോ ചെയ്യുന്നില്ലെന്നും

രോഗികൾ തന്നെ ചൂഷണം ചെയ്യുകയാണെന്നും സഹപ്രവർത്തകർക്ക് തന്നോട് ഈർഷ്യയുണ്ടെന്നും അദ്ദേഹത്തിന് എപ്പോഴും തോന്നിയിരുന്നു. തന്നെപ്പോലുള്ള വിഡ്ഢികൾ പൊതുജനങ്ങൾക്കു കുതിരകയറാൻ വേണ്ടി മാത്രം സൃഷ്ടിക്കപ്പെട്ടവരാണെന്നു പറഞ്ഞുകൊണ്ട് അദ്ദേഹം തന്നെത്തന്നെ ആക്ഷേപിച്ചു ചിരിക്കാറുണ്ടായിരുന്നു.

യൂലിയ സെർഗേയെവ്ന വിളക്കു കൊളുത്തി. പള്ളിയിലെ കുർബാന കഴിഞ്ഞ് അവൾ ക്ഷീണിച്ചിരിക്കയാണെന്നും ഒറ്റയ്ക്കിരിക്കാനാണ് അവൾ ആഗ്രഹിക്കുന്നതെന്നും ലാപ്തെവിന് അവളുടെ വിളറി ക്ഷീണിച്ച മുഖത്തിൽനിന്നും വിരസമായ അംഗചലനങ്ങളിൽനിന്നും കാണാൻ കഴിഞ്ഞു. അവൾ കൈ മടിയിൽ വച്ചുകൊണ്ട് ചിന്താമഗ്നയായി സോഫയിലിരുന്നു. താൻ സുമുഖനല്ലെന്ന് ലാപ്തെവിന് അറിയാമായിരുന്നു. ഇപ്പോൾ അയാൾക്കതു നേരിട്ട് അനുഭവപ്പെടുന്നതുപോലെ തോന്നി. ചടച്ച് ഉയരം കുറഞ്ഞ ശരീരമായിരുന്നു അയാളുടേത്. കവിളുകൾക്ക് ഇളം ചുവപ്പു നിറമായിരുന്നു. തലയുടെ മധ്യത്തിൽ മുടി കൊഴിഞ്ഞുപോയിരുന്നതുകൊണ്ട് ചിലപ്പോൾ അയാളുടെ തലയ്ക്ക് തണുപ്പ് അനുഭവപ്പെടുമായിരുന്നു. വെറും സാധാരണ മുഖങ്ങൾക്കുപോലും ഇമ്പം നൽകുന്ന അകൃത്രിമമായ ആകർഷണീയതയൊന്നും അയാളുടെ മുഖത്തിനില്ല. സ്ത്രീകളോടുള്ള അയാളുടെ പെരുമാറ്റം തീരെ ചാതുര്യമില്ലാത്തതായിരുന്നു. അയാൾ ആവശ്യത്തിലേറെ സംസാരിക്കുകയും സ്വാഭാവികത വെടിഞ്ഞു പെരുമാറുകയും ചെയ്തു. അതോർത്തപ്പോൾ അയാൾക്കിപ്പോൾ തന്നോടുതന്നെ വെറുപ്പു തോന്നി. തന്റെ സാമീപ്യം കൊണ്ട് യൂലിയ സെർഗേയെവ്ന മുഷിയാതിരിക്കണമെങ്കിൽ താൻ സംഭാഷണത്തിലേർപ്പെടേണ്ടതാണെന്ന് അയാൾക്കറിയാമായിരുന്നു. പക്ഷേ, എന്തിനെപ്പറ്റിയാണു സംസാരിക്കേണ്ടത്? വീണ്ടും സഹോദരിയുടെ രോഗത്തെക്കുറിച്ചോ?

അയാൾ വൈദ്യശാസ്ത്രത്തെക്കുറിച്ചു സംസാരിച്ചു തുടങ്ങി. അതേപ്പറ്റി സാധാരണ പറയാറുള്ള കാര്യങ്ങൾ അയാളും പറഞ്ഞു. ആരോഗ്യശാസ്ത്രത്തെ പുകഴ്ത്തിപ്പറഞ്ഞു. മോസ്കോയിൽ ഒരു ലോഡ്ജ് തുറക്കണമെന്ന് താൻ ഏറെ നാളായി പ്ലാനിടുന്നുവെന്നും അതിന്റെ എസ്റ്റിമേറ്റ് തയ്യാറായിക്കഴിഞ്ഞെന്നും അയാൾ അറിയിച്ചു. ഒരു രാത്രി ചെലവഴിക്കാൻവേണ്ടി ആ വസതിയിൽ വരുന്ന ഒരു തൊഴിലാളിക്ക് റൊട്ടിയും ഒരു പിഞ്ഞാണി നിറയെ ചൂടുള്ള മുട്ടക്കൂസ്

സൂപ്പും, കിടക്കാനൊരു ചൂടുള്ള മെത്തയും പുതപ്പും, വസ്ത്രവും ചെരിപ്പും ഉണക്കാൻ ഒരിടവും ലഭിക്കുന്നതാണ്. ഇതിനെല്ലാം കൂടി അയാൾ അഞ്ചോ ആറോ കോപ്പെക്ക് മുടക്കിയാൽ മതിയാകും.

യൂലിയ സെർഗേയെവ്ന അയാളുടെ സാന്നിദ്ധ്യത്തിൽ നിശ്ശബ്ദയായി ഇരിക്കുകയാണ് പതിവ്. എങ്ങിനെയോ- ഒരുപക്ഷേ, ഒരു കാമുകന്റെ അന്തർദൃഷ്ടികൊണ്ടായിരിക്കാം- അയാൾ അവളുടെ ചിന്തകളും ഉദ്ദേശങ്ങളുമെന്തെന്ന് ഊഹിച്ചറിഞ്ഞു. ഇപ്പോഴും അയാൾ ചിന്തിക്കുകയായിരുന്നു; കുർബാന കഴിഞ്ഞു വന്നതിനു ശേഷം വസ്ത്രം മാറാൻ മുറിയിൽ പോവുകയോ ചായ കുടിക്കുകയോ ചെയ്യാത്തതു കൊണ്ട് അവൾ വീണ്ടും പുറത്തിറങ്ങും.

'പക്ഷേ ലോഡ്ജുണ്ടാക്കാൻ എനിക്കു തിടുക്കമൊന്നുമില്ല." ഡോക്ടറുടെ നേരെ തിരിഞ്ഞ് അയാൾ നീരസത്തോടെ പറഞ്ഞു. ഡോക്ടറാണെങ്കിൽ, അയാൾ വൈദ്യവും ആരോഗ്യശാസ്ത്രവും സംസാരവിഷയമായി എടുത്തിടാൻ കാരണമെന്തെന്ന് അത്ഭുതപ്പെട്ടുകൊണ്ട് അയാളെ തുറിച്ചു നോക്കുകയാണു ചെയ്തത്. ലാപ്തെവ് തുടർന്നു: "മിക്കവാറും കുറേ നാളത്തേയ്ക്ക് എനിക്ക് ആ എസ്റ്റിമേറ്റുകളുടെ ആവശ്യം വരില്ല. കപടഭക്തന്മാരായ സന്യാസിമാരുടേയോ എല്ലാ നല്ല സംരംഭങ്ങളേയും വെള്ളത്തിലാക്കുന്ന പൊതുജനോപകാരികളായ മഹിളകളുടേയോ കയ്യിൽ ലോഡ്ജ് ചെന്നുപെടുമോ എന്നാണെന്റെ ഭയം."

യൂലിയ സെർഗേയെവ്ന എഴുന്നേറ്റ് അയാളുടെ നേരെ കൈ നീട്ടി.

"ക്ഷമിക്കണം," അവർ പറഞ്ഞു. "ഞാൻ പോകുന്നു. നിങ്ങളുടെ സഹോദരിയെ എന്റെ അന്വേഷണങ്ങളറിയിക്കു."

ഡോക്ടർ മൂളിപ്പാട്ടു തുടർന്നു.

യൂലിയ സെർഗേയെവ്ന പുറത്തിറങ്ങി അധികം കഴിയുന്നതിനു മുമ്പ് ലാപ്തെവും ഡോക്ടറോട് വിട വാങ്ങി വീട്ടിലേക്കു തിരിച്ചു. വഴിക്കു കണ്ട ലിൻഡൻ വൃക്ഷങ്ങളും നിഴലുകളും മേഘങ്ങളുമും സംതൃപ്തമായ ഉദാസീനഭാവത്തിൽ അവിടെക്കണ്ട പ്രകൃതിയുടെ മറ്റെല്ലാ രമണീയതകളും അയാൾക്കു നിസ്സാരമായിത്തോന്നി. അസംതൃപ്തനും വിഷണ്ണനുമായ ഒരാൾക്ക് എപ്പോഴും അങ്ങിനെയാണല്ലോ തോന്നാറുള്ളത്. ആകാശത്തിൽ അതിവേഗം പാഞ്ഞുപൊയ്ക്കൊണ്ടിരുന്ന മേഘങ്ങൾക്കു മുകളിലായി ചന്ദ്രബിംബം നീങ്ങിക്കൊണ്ടിരുന്നു.

“ഈ ഉൾനാട്ടിലെ ചന്ദ്രന് എന്തൊരു ശുദ്ധഗതിയാണ്! ഈ മേഘശകലങ്ങൾ എത്ര പരിതാപാർഹമായിരിക്കുന്നു!” അയാൾ വിചാരിച്ചു. വൈദ്യത്തെക്കുറിച്ചും ലോഡ്ജിനെക്കുറിച്ചും സംസാരിച്ചതിൽ അയാൾക്കു സ്വയം ലജ്ജ തോന്നി. നാളെ വീണ്ടും അവളെ കണ്ട് സംസാരിക്കാനുള്ള മോഹത്തെ ചെറുത്തുനില്ക്കാൻ തന്നെക്കൊണ്ടാവില്ലെന്നും അവൾക്കു തന്നിൽ യാതൊരു താല്പര്യവുമില്ലെന്ന കാര്യം വീണ്ടും ബോദ്ധ്യപ്പെടുമെന്നും ഓർത്തപ്പോൾ അയാൾക്ക് എന്തെന്നില്ലാത്ത വിഷമം തോന്നി. അതിന്റെ പിറ്റേന്നും അതു തന്നെ സംഭവിക്കും. ഇതെല്ലാം എപ്പോൾ, എവിടെച്ചെന്ന് അവസാനിക്കും?

വീട്ടിലെത്തിയ ഉടനെ അയാൾ സഹോദരിയുടെ മുറിയിലേക്ക് പോയി. നീന ഫ്യോദൊറൊവ്ന കാഴ്ചയ്ക്ക് ഇപ്പോഴും നല്ല ആരോഗ്യവതിയായിരുന്നു. മുഖത്തെ ഭയങ്കരമായ വിളർച്ചയൊഴിച്ചാൽ അവർക്കെന്തെങ്കിലും രോഗമുണ്ടെന്നുപോലും തോന്നുകയില്ലായിരുന്നു. പക്ഷേ, അവർ കണ്ണുമടച്ച് മലർന്നു കിടന്നപ്പോൾ ആ വിളറിയ മുഖം ഒരു പ്രേതത്തിന്റെ മുഖം പോലെയാണിരുന്നിരുന്നത്.

പത്തുവയസ്സുള്ള അവരുടെ മൂത്ത മകൾ സാഷ ഒരു പാഠപുസ്തകം ഉറക്കെ വായിച്ചുകൊണ്ട് അവരുടെ അടുത്തിരിപ്പുണ്ടായിരുന്നു.

“അലക്സേയ് വന്നു. “രോഗിണി മന്ത്രിച്ചു.

രോഗശയ്യയ്ക്കു സമീപം മാറി മാറി ഇരുന്നു കൊള്ളാമെന്ന് സാഷയും അവളുടെ അമ്മാവനും തമ്മിൽ പണ്ടു മുതല്ക്കേ ഒരു കരാറുണ്ടായിരുന്നു. സാഷ പുസ്തകമടച്ച് ഒന്നും മിണ്ടാതെ പുറത്തിറങ്ങിപ്പോയി. ലാപ്തെവ് മേശപ്പുറത്തുനിന്ന് ഒരു ചരിത്രാഖ്യായികയെടുത്ത് വേണ്ട പേജ് കണ്ടുപിടിച്ച് ഉറക്കെ വായിക്കാൻ തുടങ്ങി.

നീന ഫ്യോദൊറൊവ്ന മോസ്കോയിലാണ് ജനിച്ചു വളർന്നത്. ഒരു വ്യാപാരിയായിരുന്ന അച്ഛന്റെ പ്യാത്നിത്സ്കയ തെരുവിലുള്ള ഗൃഹത്തിലാണ് അവരും രണ്ടു സഹോദരന്മാരും ബാല്യവും കൗമാരവും ചെലവഴിച്ചത്. വിരസമായ ഒരു നീണ്ട ബാല്യകാലം ആയിരുന്നു അത്. അച്ഛൻ വലിയ കണിശക്കാരനായിരുന്നു. ഒന്നിലധികം തവണ അവളെ വടികൊണ്ട് അടിക്കുകപോലും ചെയ്തിട്ടുണ്ട്. അവളുടെ അമ്മ ദീർഘകാലത്തെ രോഗത്തിനുശേഷം മരിച്ചുപോയി. വീട്ടുവേലക്കാർ വെടിപ്പും മെനയുമില്ലാത്തവരും മോശമായി സംസാരിക്കുന്നവരുമായിരുന്നു. പോരെങ്കിൽ തട്ടിപ്പുകാരും. അവിടെ വന്ന

സന്ന്യാസിമാരും പാതിരിമാരും അത്രതന്നെ ചീത്ത നാവുള്ളവരും തട്ടിപ്പുകാരുമായിരുന്നു. അവർ മൂക്കറ്റം കുടിക്കുകയും തിന്നുകയും തങ്ങൾ ഉള്ളാലെ വെറുത്തിരുന്ന നീനയുടെ അച്ഛനെ നിർലജ്ജം സ്തുതിക്കുകയും ചെയ്തു. അവളുടെ സഹോദരന്മാർക്ക് ഹൈസ്കൂളിൽ പോകാനുള്ള ഭാഗ്യം സിദ്ധിച്ചു. പക്ഷേ, നീന വിദ്യാവിഹീനയായിക്കഴിഞ്ഞു. അവൾ കഷ്ടിച്ച് എഴുതാനും വായിക്കാനും പഠിച്ചു. അവളാകെക്കൂടി വായിച്ചിരുന്നത് ചരിത്രാഖ്യായികകളാണ്. ഇരുപത്തിരണ്ടാമത്തെ വയസ്സിൽ- അതായത് പതിനേഴുവർഷങ്ങൾക്കു മുമ്പ്- ഒരു വേനൽക്കാലത്ത് ഗ്രാമീണവസതിയിലേക്കു പോയപ്പോൾ അവൾ ഹിംകിയിൽവച്ച് തന്റെ ഭാവി ഭർത്താവായ പനൗറൊവിനെ കണ്ടുമുട്ടി. അവൾ അയാളിൽ അനുരക്തയാവുകയും പിതാവിന്റെ ഇംഗിതത്തിനെതിരായി രഹസ്യമായി അയാളെ വിവാഹം കഴിക്കുകയും ചെയ്തു. ചൂളമടിക്കുകയും വിശുദ്ധരൂപത്തിനു മുമ്പിലുള്ള വിളക്കിൽനിന്നു സിഗററ്റു കൊളുത്തുകയും ചെയ്തിരുന്ന സുമുഖനും ഗർവ്വിഷ്ഠനുമായ ആ ഭ്രവുടമയെ വെറും നിസ്സാരനായിട്ടാണ് അവളുടെ പിതാവ് ഗണിച്ചത്. സ്ത്രീധനം ആവശ്യപ്പെട്ടുകൊണ്ട് മരുമകന്റെ കത്തുകൾ വന്നുതുടങ്ങിയപ്പേൾ അദ്ദേഹം മകൾക്കെഴുതി അവളുടെ അമ്മയുടെ വകയായിരുന്ന ഫർക്കോട്ടുകൾ, വെള്ളിപ്പാത്രങ്ങൾ തുടങ്ങിയ സാധനങ്ങളും കൂടാതെ 30,000 റൂബിളും അവൾക്കയയ്ക്കുന്നുണ്ടെന്ന്. പക്ഷേ, അവളെ ആശീർവദിക്കാൻ അദ്ദേഹം വിസമ്മതിച്ചു. കുറേക്കഴിഞ്ഞ് 20,000 റൂബിൾ കൂടി അദ്ദേഹം അവൾക്കയച്ചുകൊടുത്തു. അധികം കഴിയുന്നതിനുമുമ്പ് പണവും സ്ത്രീധനവുമെല്ലാം തീർന്ന്, ഗ്രാമീണവസതി വിറ്റ്, പനൗറൊവ് കുടുംബസമേതം പട്ടണത്തിലേക്കു താമസം മാറ്റുകയും ഗുബേർനിയാ[2] ആഫീസിൽ ഒരു ജോലി സ്വീകരിക്കുകയും ചെയ്തു.

അവിടെ അയാൾ മറ്റൊരു കുടുംബം സമ്പാദിച്ചു. അക്കാര്യം മറച്ചുവെയ്ക്കാൻ അയാൾ ശ്രമിക്കാത്തതുകൊണ്ട് അതു വളരെയേറെ ജനസംസാരത്തിന് ഇട നൽകി.

നീന ഫ്യോദൊറൊവ്ന ഭർത്താവിനെ പൂജിച്ചു. ചരിത്രാഖ്യായികവായിക്കുന്നതു കേട്ടുകൊണ്ടു കിടക്കുമ്പോൾ അവരാലോചിക്കുകയായിരുന്നു. ഈ കഴിഞ്ഞ കാലത്ത് എന്തെല്ലാം താൻ അനുഭവിക്കേണ്ടിവന്നുവെന്ന്. ആരെങ്കിലും തന്റെ ജീവിതകഥ എഴുതുകയാണെങ്കിൽ

2 റഷ്യയിൽ മുമ്പുണ്ടായിരുന്ന ഭരണജില്ല.-എഡിറ്റർ.

അത് എത്ര ശോകപൂർണമായിരിക്കുമെന്ന്. വ്രണം അവരുടെ മാറിലായിരുന്നതിനാൽ തന്റെ രോഗം പ്രേമനൈരാശ്യം കൊണ്ടു ണ്ടായതാണെന്നും ദുഃഖവും അസൂയയുമാണ് തന്റെ ആരോഗ്യം അപഹരിച്ചതെന്നും അവർക്കു ബോദ്ധ്യമുണ്ടായിരുന്നു.

അലെക്സേയ് ഫ്യോദൊറൊവിച്ച് പുസ്തകമടച്ചു.

"ഈ കഥ അവസാനിച്ചു. ദൈവത്തിനു സ്തുതി." അയാൾ പറഞ്ഞു. "നാളെ നമുക്ക് മറ്റൊന്നു തുടങ്ങാം."

നീന ഫ്യോദൊറൊവ്ന ചിരിച്ചു. എപ്പോഴും ചിരിക്കുന്ന പ്രകൃതമായിരുന്നു അവരുടേത്. പക്ഷേ ചിലപ്പോഴൊക്കെ രോഗം അവരുടെ മനസ്സിനെ ബാധിക്കുന്നില്ലേ എന്ന് ലാപ്തെവിന് തോന്നിത്തുടങ്ങി. എന്തെന്നാൽ, ഓരോ നിസ്സാരകാര്യത്തിനും, പലപ്പോഴും യാതൊരു കാരണവുമില്ലാതെയും, അവർ ചിരിക്കും.

"ഇന്നു രാവിലെ നീ പുറത്തു പോയിരുന്നപ്പോൾ യൂലിയ ഇവിടെ വന്നിരുന്നു." അവർ പറഞ്ഞു. "അവൾക്ക് അവളുടെ അച്ഛന്റെ പ്രാപ്തിയെപ്പറ്റി വലിയ വിശ്വാസമുണ്ടെന്നു തോന്നുന്നില്ല. അവളെന്നോടു പറഞ്ഞു: "അച്ഛൻ ചികിത്സിച്ചോട്ടെ. പക്ഷേ നിങ്ങൾക്കുവേണ്ടി പ്രാർത്ഥിക്കാനപേക്ഷിച്ചുകൊണ്ട് രഹസ്യമായി ആ പുണ്യപുരുഷന് എഴുതണമെന്നാണ് എന്റെ അഭിപ്രായം. ' ഇവിടെ ഏതോ ഒരു വൃദ്ധനായ സന്യാസി എത്തിയിട്ടുണ്ട്. യൂലിയ അവളുടെ കുടയെടുക്കാൻ മറന്നു. നീ അതു നാളെ കൊടുത്തയയ്ക്കണം." അല്പനേരത്തെ മൗനത്തിനുശേഷം അവൾ തുടർന്നു. പക്ഷേ അവസാനമടുക്കുമ്പോൾ ഡോക്ടർമാർക്കോ സന്യാസിമാർക്കോ സഹായിക്കാനാവില്ല."

"നീന, രാത്രി എന്തുകൊണ്ടാണ് ഉറങ്ങാത്തത്?" വിഷയം മാറ്റിക്കൊണ്ട് ലാപ്തെവ് ചോദിച്ചു.

"എനിക്കറിയാൻ വയ്യ. എനിക്ക് ഉറക്കം വരുന്നേയില്ല. ഞാൻ ഓരോന്ന് ആലോചിച്ചുകൊണ്ട് ഉണർന്നു കിടക്കും."

"എന്തിനെപ്പറ്റിയാണ് ആലോചിക്കുന്നത്?"

"കുഞ്ഞുങ്ങളെപ്പറ്റി, നിന്നെപ്പറ്റി... എന്റെ സ്വന്തം ജീവിതത്തെപ്പറ്റി. അലെക്സേയ്, ഞാൻ എന്തെല്ലാം സഹിച്ചിരിക്കുന്നു. അതിനെക്കുറിച്ചെല്ലാം ഓർക്കുമ്പോൾ ദൈവമേ!" അവർ ചിരിച്ചു. "അഞ്ചു പ്രാവശ്യം പ്രസവിച്ചു: മൂന്നു കുഞ്ഞുങ്ങളെ സംസ്കരിച്ചു. ചിലപ്പോൾ എനിക്കു പ്രസവവേദന തുടങ്ങിക്കഴിഞ്ഞുകാണും.

പക്ഷേ, ഗ്രിഗോരിയ് നിക്കോലായെവിച്ച് മറ്റൊരു സ്ത്രീയുടെ കൂടെ ഇരിക്കുകയായിരിക്കും. മിഡ്‌വൈഫിനെ വിളിച്ചുകൊണ്ടു വരാൻ ആരും കാണുകയില്ല. ഒരു വേലക്കാരനെ അന്വേഷിച്ച് ഞാൻ ഹാളിലോ അടുക്കളയിലോ പോകും. ഗ്രിഗോരിയ് നിക്കോലായെ വിച്ച് മടങ്ങി വരുന്നതും കാത്ത് ഭൃത്യന്മാരും ഷോപ്പുടമകളും ഹുണ്ടി കക്കാരും അവിടെ ഇരിപ്പുണ്ടാവും. അതോടെ എന്റെ തല കറങ്ങും.... അദ്ദേഹത്തിന് എന്നോട് സ്നേഹമില്ലായിരുന്നു. എന്നോട് അങ്ങിനെ ഒരിക്കലും പറഞ്ഞിട്ടില്ലെന്നു മാത്രം. ഇപ്പോൾ അതുകൊണ്ട് എനിക്കു വിഷമമൊന്നും തോന്നുന്നില്ല. പക്ഷേ എനിക്ക് ഇപ്പോഴത്തേതിലും ചെറുപ്പമായിരുന്നപ്പോൾ ഞാൻ വളരെയേറെ വ്യസനിച്ചു. ഞാൻ വ്യസനിച്ചതിനു കണക്കില്ലായിരുന്നു. ഒരിക്കൽ അദ്ദേഹം ഒരു സ്ത്രീയുമായി പൂന്തോട്ടത്തിൽ ഇരിക്കുന്നതു ഞാൻ കണ്ടു. ഞങ്ങളന്നു നാട്ടുമ്പുറത്തായിരുന്നു താമസം. എങ്ങോട്ടേക്കെന്നില്ലാതെ ഞാൻ തിരിഞ്ഞു നടന്നു. അവസാനം ഞാനൊരു പള്ളിയുടെ മുമ്പിലെത്തി. അവിടെ മുട്ടുകുത്തി "വിശുദ്ധ മാതാവേ!" എന്നു ഞാൻ വിളിച്ചു പറഞ്ഞു. നേരമിരുട്ടിയിരുന്നു. ചന്ദ്രൻ പ്രകാശിക്കുന്നുണ്ടായിരുന്നു..."

ശ്വാസം വീണ്ടുകിട്ടാൻവേണ്ടി അവർ സംസാരം നിർത്തി; അല്പനേരം വിശ്രമിച്ചതിനുശേഷം അവർ സഹോദരന്റെ കൈ ഗ്രഹിച്ചു.

"നീ എത്ര ദയാലുവാണ്. അലെക്സേയ്." അവർ ക്ഷീണിതസ്വരത്തിൽ പറഞ്ഞു. "എത്ര ബുദ്ധിമാൻ...... എത്ര നല്ലവൻ!"

അർദ്ധരാത്രിയായപ്പോൾ ലാപ്തെവ് സഹോദരിയുടെ മുറിവിട്ടിറങ്ങി. പോകുമ്പോൾ യൂലിയ സെർഗേയെവ്നയുടെ കുട കൂടി അയാൾ കയ്യിലെടുത്തിരുന്നു. നേരമിത്ര വൈകിയിട്ടും വീട്ടുവേലക്കാരായ ആണുങ്ങളും പെണ്ണുങ്ങളും, തീൻമുറിയിലിരുന്നു ചായ കുടിക്കുന്നത് അയാൾ കണ്ടു. വീട്ടിൽ യാതൊരു ചിട്ടയുമില്ലെന്ന് അയാൾ മനസ്സിൽ വിചാരിച്ചു. കുട്ടികൾ അപ്പോഴും ഉറങ്ങിയിട്ടുണ്ടായിരുന്നില്ല. അവരും തീന്മുറിയിലുണ്ടായിരുന്നു. വിളക്ക് അണയാറായ കാര്യം അറിയാതെ അവരെല്ലാം വിഷമഭാവത്തിൽ അടക്കിയ സ്വരത്തിൽ സംസാരിച്ചുകൊണ്ടിരുന്നു. അടുത്ത കാലത്തായി അവിടെ കണ്ട പല ദുശ്ശകുനങ്ങളും പ്രായം ചെന്നവരേയും കുട്ടികളേയും ഒരുപോലെ വിഷമിപ്പിച്ചിരുന്നു: ഹാളിലെ കണ്ണാടിയിൽ വര വീണു: ചായ തിളപ്പിക്കുന്ന സമൊവാർ ദിവസവും കൂവി വിളിച്ചു.(അവരെ

അവഹേളിക്കാനെന്നവണ്ണം ഇപ്പോൾപ്പോലും അതു ക്രൂവുന്നുണ്ടായിരുന്നു); നീന ഫ്യോദൊറൊവ്ന ചെരിപ്പിടാൻ നേരത്ത് അതിൽനിന്നും ഒരെലി എടുത്തുചാടിയെന്ന് അവർ പറഞ്ഞു. ഈ ദുശ്ശകുനങ്ങളുടെ ഭീകരമായ പ്രാധാന്യമെന്താണെന്നു കുട്ടികൾപോലും ഇതിനകം മനസ്സിലാക്കിയിരുന്നു. മെലിഞ്ഞ ദേഹവും കറുത്ത മുടിയുള്ള മൂത്ത കുട്ടി സാഷ ഭയന്നു വിവശയായി മേശയ്ക്കരികിൽ അനങ്ങാതെ ഇരിക്കുകയായിരുന്നു. കൊഴുത്ത ദേഹവും സ്വർണ്ണമുടിയുമുള്ള ഏഴു വയസ്സായ ലീദ നെറ്റി ചുളിച്ച് തീയിലേക്കു നോക്കിക്കൊണ്ട് അവളുടെ സമീപം നില്പുണ്ടായിരുന്നു.

ലാപ്തെവ് താഴത്തെ നിലയിലുള്ള തന്റെ മുറികളിലേക്കു പോയി വേണ്ടത്ര വായു സഞ്ചാരമില്ലാത്ത, ഉയരം കുറഞ്ഞ മുറികളിൽ ജെറേനിയം ചെടികളുടെ മണം തങ്ങി നിന്നു. നീനയുടെ ഭർത്താവ് ഒരു പത്രം വായിച്ചുകൊണ്ട് സന്ദർശകമുറിയിൽ ഇരിപ്പുണ്ടായിരുന്നു. ലാപ്തെവ് തല കുനിച്ച് അഭിവന്ദിച്ചുകൊണ്ട് എതിർവശത്തുള്ള കസേരയിലിരുന്നു. രണ്ടുപേരും സംസാരിച്ചില്ല. അവർക്ക് ഒരു സായാഹ്നം മുഴുവനും ഇങ്ങനെ ഒറ്റ വാക്കുപോലും സംസാരിക്കാതെ ഒരുമിച്ചിരിക്കാൻ കഴിയും.

കുട്ടികൾ ഉറങ്ങാൻ പോകുന്നതിനു മുമ്പായി വിട വാങ്ങാൻ അവരുടെയടുത്തു വന്നു. പനൗറൊവ് ഒരക്ഷരവും മിണ്ടാതെ സാവധാനത്തിൽ അവരുടെ നേർക്കു തിരിഞ്ഞു പല തവണ കുരിശു വരയ്ക്കുകയും അവർക്ക് ചുംബിക്കാൻ വേണ്ടി തന്റെ കൈ നീട്ടിക്കൊടുക്കുകയും ചെയ്തു. അവർ അയാളെ വന്ദിച്ചതിനുശേഷം ലാപ്തെവിന്റെയടുക്കൽ ചെന്നു. അയാളും കുരിശു വരയ്ക്കുകയും ചുംബിക്കാൻവേണ്ടി കൈ നീട്ടുകയും ചെയ്തു. എല്ലാ ദിവസവും രാത്രി ഈ ചടങ്ങ് ആവർത്തിച്ചിരുന്നു.

കുട്ടികൾ പൊയ്ക്കഴിഞ്ഞപ്പോൾ, പനൗറൊവ് പത്രം താഴെ വച്ചുകൊണ്ട് അയാൾ തുടർന്നു:

"ഈ ദൈവവിശ്വാസികളുടെ പട്ടണത്തിൽ യാതൊരു രസവുമില്ല." നെടുവീർപ്പിട്ടുകൊണ്ട് അയാൾ തുടർന്നു: "നേരം പോകാൻ വേണ്ടി നിങ്ങൾ അവസാനം ഒരു ഉപായം കണ്ടു പിടിച്ചതിൽ എനിക്ക് അതിയായ സന്തോഷമുണ്ടെന്നു തുറന്നു പറഞ്ഞുകൊള്ളട്ടെ, എന്റെ ചങ്ങാതി!"

“നിങ്ങൾ എന്തിനെക്കുറിച്ചാണ് സംസാരിക്കുന്നത്? ലാപ്തെവ് ചോദിച്ചു.

“കഴിഞ്ഞൊരു ദിവസം നിങ്ങൾ ഡോക്ടർ ബെലാവിന്റെ വീട്ടിൽ നിന്ന് ഇറങ്ങിവരുന്നതു ഞാൻ കണ്ടു. നിങ്ങൾ അച്ഛനെ കാണാൻ വേണ്ടിയായിരിക്കുകയില്ലല്ലോ അവിടെ പോയത്.”

“തീർച്ചയായും അല്ല.” ലാപ്തെവ് പറഞ്ഞു. അയാളുടെ മുഖം ചുട്ടുത്തിരുന്നു.

“അത് സ്വാഭാവികമാണ്. അവളുടെ ആ അച്ഛനുണ്ടല്ലോ. അയാളൊരു മരത്തലയനാണ്. അയാൾ എത്ര കണ്ട് ബുദ്ധിഹീനനും ചാതുര്യം കെട്ടവനും കഴിവില്ലാത്തവനുമാണെന്നു നിങ്ങൾക്ക് ഊഹിക്കാൻ കഴിയില്ല. നിങ്ങൾ തലസ്ഥാനനഗരിയിലുള്ളവർ നാട്ടുമ്പുറത്തെ മനോഹാരിത മാത്രമേ കാണുകയുള്ളൂ. ഇവിടുത്തെ ഭൂപ്രകൃതിയും അന്തോൻ ഗൊരെമീക്ക്[3]യേയും മാത്രമാണു നിങ്ങൾ കാണുന്നത്. എന്നാൽ എന്റെ സ്നേഹിതാ, ഇവിടെ മനോഹരമായിട്ടു യാതൊന്നുമില്ലെന്ന് എനിക്കു തീർത്തു പറയാൻ കഴിയും. വെറും കാടത്തവും ചെറ്റത്തരവും വൃത്തികേടുമല്ലാതെ ഇവിടെ യാതൊന്നുമില്ല. ബുദ്ധിജീവികളെന്നു പറയപ്പെടുന്ന ഇവിടുത്തെ വിജ്ഞാനശിരോമണികളെത്തന്നെ എടുത്തുനോക്കൂ. ഇരുപത്തെട്ടു ഡോക്ടർമാരുണ്ട് ഈ പട്ടണത്തിൽ. അവരെല്ലാവരും വേണ്ട പണമുണ്ടാക്കി സ്വന്തം വീടുകളിൽ താമസിക്കുകയാണ്. എന്നിട്ടും ജനങ്ങൾ മുമ്പിലത്തെപ്പോലെതന്നെ നിസ്സഹായരാണ്. നീനയ്ക്ക് ഒരു ശസ്ത്രക്രിയ വേണ്ടി വന്നപ്പോൾ- വെറുമൊരു സാധാരണ ശസ്ത്രക്രിയയാണെന്നോർക്കണം- ഞങ്ങൾക്ക് മോസ്കോയിൽനിന്ന് സർജനെ കൊണ്ടുവരേണ്ടി വന്നു. ഇവിടെയുള്ള ഒരൊറ്റ സർജൻ പോലും അതിനു തയ്യാറായില്ല. ഒന്നാലോചിച്ചു നോക്കൂ! അവർക്കു യാതൊന്നും അറിഞ്ഞുകൂടാ, യാതൊന്നും മനസ്സിലാവുകയില്ല.യാതൊന്നിലും താല്പര്യമില്ല. ഉദാഹരണത്തിന് ക്യാൻസറാണെന്നും അതെന്തുകൊണ്ട് ഉണ്ടാകുന്നുവെന്നും അവരോടു ചോദിച്ചുനോക്കൂ.”

തുടർന്ന് ക്യാൻസറെന്താണെന്ന് പനൗറവ് വിശദീകരിക്കാൻ

3 പത്തൊമ്പതാം ശതകത്തിൽ ജീവിച്ചിരുന്ന (1822-1899) സുപ്രസിദ്ധ റഷ്യൻ സാഹിത്യകാരനായ ഡി.വി. ഗ്രിഗൊറോവിച്ച് ഇതേ പേരിൽ എഴുതിയ നോവലിലെ പ്രധാന കഥാപാത്രത്തെയാണ് ഇവിടെ പരാമർശിക്കുന്നത്. പ്രസ്തുത നോവലിൽ റഷ്യൻ അടിയാളരുടെ ജീവിതം സത്യസന്ധമായി ചിത്രീകരിച്ചിരിക്കുന്നു.- എഡിറ്റർ.

 തുടങ്ങി. ശാസ്ത്രത്തിന്റെ എല്ലാ ശാഖകളിലും അയാളൊരു വിദഗ്ധനായിരുന്നു. എല്ലാറ്റിനും അയാൾക്കൊരു ശാസ്ത്രീയവിശദീകരണമുണ്ടായിരുന്നു. അതയാളുടെ സ്വന്തമായിരുന്നുവെന്നു മാത്രം. അയാൾക്ക് രക്തചംക്രമണത്തെക്കുറിച്ച് സ്വന്തമായൊരു സിദ്ധാന്തവും സ്വന്തമായൊരു രസതന്ത്രശാസ്ത്രവും സ്വന്തമായൊരു ജ്യോതിശാസ്ത്രവുമുണ്ടായിരുന്നു. സാവധാനത്തിലാണ് അയാൾ സംസാരിക്കുന്നത്. അതിനൊരു വശ്യതയും ചാതുര്യവുമുണ്ടായിരുന്നു. കണ്ണുകൾ പാതിയടച്ച് ഇടയ്ക്കിടെയുള്ള നീണ്ട നെടുവീർപ്പുകൾക്കും അനുകമ്പാർദ്രമായ പുഞ്ചിരികൾക്കുമിടയിൽ അയാൾ അപേക്ഷാഭാവത്തിൽ സ്വരമടക്കിപ്പറയും: "ഒന്നാലോചിച്ചുനോക്കൂ." അയാൾക്കു തന്നെപ്പറ്റി നല്ല മതിപ്പായിരുന്നുവെന്നു സ്പഷ്ടമായിരുന്നു. തനിക്ക് അമ്പതുവയസ്സായി എന്ന കാര്യം അയാൾ ഗൗനിച്ചതേയില്ല.

"എനിക്ക് വിശക്കുന്നു." ലാപ്തെവ് പറഞ്ഞു. "ഉപ്പിലിട്ട എന്തെങ്കിലുമുണ്ടെങ്കിൽ ഏറ്റവും നന്നായി."

"അതിനു പ്രയാസമില്ല."

അല്പം കഴിഞ്ഞപ്പോൾ ലാപ്തെവും സ്യാലനും മുകളിലത്തെ തീന്മുറിയിലിരുന്ന് അത്താഴം കഴിക്കുകയായിരുന്നു. ലാപ്തെവ് അല്പം വോഡ്ക്കയും അതെത്തുടർന്ന് വീഞ്ഞും കുടിച്ചു. പനൗറവ് യാതൊരു മദ്യവും കഴിച്ചില്ല. അയാളൊരിക്കലും മദ്യപിക്കുകയോ ചീട്ടുകളിക്കുകയോ ചെയ്തിരുന്നില്ല. എന്നിട്ടും അയാൾ സ്വന്തം മുതലും ഭാര്യയുടേതും മുഴുവൻ ധൂർത്തടിച്ചെന്നു മാത്രമല്ല, മൂക്കറ്റം കടത്തിൽ മുങ്ങുകയും ചെയ്തു. ഇത്രയേറെ പണം ഇത്ര കുറച്ചു സമയം കൊണ്ട് ദീപാളി കുളിക്കുകയെന്നത് സ്വഭാവദൂഷ്യത്തേക്കാളേറെ ഒരു പ്രത്യേക കഴിവാണ്. ഭംഗിയായി വിളമ്പിയ നല്ല ആഹാരം, ഭക്ഷണസമയത്ത് സംഗീതം, പ്രസംഗങ്ങൾ, താനെറിഞ്ഞുകൊടുക്കുന്ന പത്തു റൂബിളിന്റേയോ ഇരുപത്തഞ്ചു റൂബിളിന്റേയോ നോട്ട് കൈമടക്കു വാങ്ങി ഓച്ചാനിച്ചു നില്ക്കുന്ന ഭൃത്യഗണങ്ങൾ - ഇവയൊക്കെയായിരുന്നു പനൗറൊവിന്റെ ദൗർബല്യങ്ങൾ. അയാൾ എല്ലാറ്റിനും സംഭാവന കൊടുത്തു; എല്ലാ ഭാഗ്യക്കുറികളിലും ചേർന്നു. എല്ലാ സ്നേഹിതകൾക്കും അവരുടെ പിറന്നാൾ ദിവസം പൂക്കളയച്ചു. കപ്പുകൾ, ഗ്ലാസ്സ് ഹോൾഡറുകൾ, കഫ്ലിങ്കുകൾ, ടൈകൾ, ചൂരലുകൾ, വാസനതൈലങ്ങൾ, സിഗററ്റ് ഹോൾഡറുകൾ, പൈപ്പുകൾ, പട്ടികൾ, തത്തകൾ, ജപ്പാൻ കളിക്കോപ്പുകൾ, പലവിധ കൗതുകവസ്തുക്കൾ- ഇവയെല്ലാം വാങ്ങി.

പട്ടുകൊണ്ടുള്ള ശയനവസ്ത്രം മാത്രമാണയാൾ ഉപയോഗിച്ചിരുന്നത്. മുത്തുച്ചിപ്പി പതിച്ച കരിമരക്കട്ടിലിലാണ് അയാളുടെ ശയ്യ ഒരുക്കിയിരുന്നത്. അയാളുടെ ഡ്രസ്സിംഗ് ഗൗണാകട്ടെ ബൊഖറായിൽ നെയ്തെടുത്തതായിരുന്നു. അങ്ങിനെ പലതും. ഇതിനൊക്കെ, അയാൾ പറയാറുള്ളതുപോലെ, "കൊട്ടക്കണക്കിന് "പണം ചെലവിടേണ്ടി വന്നു.

അത്താഴത്തിനിടയ്ക്കെല്ലാം അയാൾ നെടുവീർപ്പിടുകയും തല കുലുക്കുകയും ചെയ്തു.

"ശരിയാണ്, ഈ ലോകത്തിൽ എല്ലാറ്റിനുമുണ്ട് ഒരവസാനം. "ഇരുണ്ട കണ്ണുകൾ ചെറുതാക്കിക്കൊണ്ട് അയാൾ സൗമ്യമായി പറഞ്ഞു. "നിങ്ങൾ പ്രേമിക്കുന്നു, ദുഃഖിക്കുന്നു, പ്രേമം വീണ്ടും അസ്തമിക്കുന്നു. അവൾ നിങ്ങളെ വഞ്ചിക്കും. ഇന്നല്ലെങ്കിൽ നാളെ എല്ലാ സ്ത്രീകളും ചെയ്യുന്നതാണത്; നിങ്ങൾ ദുഃഖിക്കുകയും നിരാശപ്പെടുകയും ചെയ്യുന്നു. അവസാനം നിങ്ങൾതന്നെ അവളെ വഞ്ചിക്കുന്നു. പക്ഷേ ഇതെല്ലാം വെറുമൊരു സ്മരണ മാത്രമായി അവശേഷിക്കുന്ന ഒരു കാലം വരും. അന്നു നിങ്ങൾ അതിനെക്കുറിച്ച് സംസാരിക്കുന്നതു നിർവ്വികാരനായിട്ടായിരിക്കും. അതെല്ലാം വെറും വിഡ്ഢിത്തമായിട്ടായിരിക്കും നിങ്ങൾ കണക്കാക്കുന്നത്."

ക്ഷീണവും ലേശം മദ്യത്തിന്റെ ലഹരിയും ബാധിച്ചിരുന്ന ലാപ്തെവ് പനൗറൊവിന്റെ വടിവൊത്ത ശിരസ്സിലേക്കും ഭംഗിയായി വെട്ടി നിർത്തിയിരുന്ന താടിയിലേക്കും നോക്കി. അമിതലാളനംകൊണ്ടു ദൂഷിച്ച, ആത്മവിശ്വാസമുള്ള ഈ സുമുഖനോട് സ്ത്രീകൾക്ക് ഇഷ്ടം തോന്നാനുള്ള കാരണംമെന്തെന്നു തനിക്കിപ്പോൾ മനസ്സിലായി എന്നയാൾക്കു തോന്നി.

അത്താഴം കഴിഞ്ഞ് പനൗറൊവ് അയാളുടെ മറ്റേ വസതിയിലേക്കു പോയി. കുറെ ദൂരം ലാപ്തെവ് അയാളെ അനുഗമിച്ചു. ആ പട്ടണത്തിൽ പൊക്കം കൂടിയ തൊപ്പി ധരിച്ച ഒരേയൊരാൾ പനൗറൊവ് ആയിരുന്നു. വർണ്ണരഹിതമായ വേലികളുടേയും മരം കൊണ്ടു പണിത പഴയ വീടുകളുടേയും ചൊറിയണക്കൂട്ടങ്ങളുടേയുമടുത്ത് മോടിയോടെ വസ്ത്രധാരണം ചെയ്ത അയാളുടെ രൂപവും അയാളുടെ പൊക്കം കൂടിയ തൊപ്പിയും മഞ്ഞക്കയ്യുറകളും വിചിത്രമായും ദയനീയമായും തോന്നി.

ലാപ്തെവ് അയാളോടു വിടവാങ്ങി സാവധാനത്തിൽ വീട്ടിലേക്കു

നടന്നു. തെളിഞ്ഞ പൂനിലാവിൽ ഓരോ പുൽക്കൊടിയും ദൃശ്യമായിരുന്നു. ചന്ദ്രകിരണങ്ങൾ തന്റെ നഗ്നശിരസ്സിനെ താലോലിക്കുകയാണെന്നു ലാപ്തെവിനു തോന്നി.

"ഞാൻ പ്രേമത്തിലാണ്! "അയാൾ ഉറക്കെ പറഞ്ഞു. പനൗറൊവിനെ ഓടിച്ചെന്ന് ആശ്ലേഷിക്കാനും അയാളുടെ എല്ലാ കുറ്റങ്ങളും പൊറുത്ത് വലിയൊരു തുക സമ്മാനിക്കാനും അതിനുശേഷം തിരിഞ്ഞുനോക്കാതെ വല്ല പാടത്തേയ്ക്കോ കാട്ടിലേയ്ക്കോ ഓടിപ്പോകാനും അയാളാഗ്രഹിച്ചു.

വീട്ടിലെത്തിയപ്പോൾ യൂലിയ സെർഗേയെവ്ന മറന്നുവച്ച കുട ഒരു കസേരയിലിരിക്കുന്നത് അയാൾ കണ്ടു. അതു വാരിയെടുത്ത് അയാൾ ചുണ്ടിനോടമർത്തി. ഒട്ടും പുത്തനല്ലാത്ത ഒരു പട്ടുകുടയായിരുന്നു അത്. ഒരു പഴയ റബ്ബർകഷണം അതിനെ ബന്ധിച്ചിരുന്നു. വില കുറഞ്ഞ വെളുത്ത എല്ലുകൊണ്ടുള്ളതായിരുന്നു അതിന്റെ പിടി. ലാപ്തെവ് അതു തുറന്ന് തലയ്ക്കു മുകളിൽ പിടിച്ചപ്പോൾ താൻ ആനന്ദനിർവൃതിയിലാണ്ടപോലെ അയാൾക്കു തോന്നി.

അയാളൊരു കസേരയിലിരുന്നു. കുട കയ്യിൽത്തന്നെയുണ്ടായിരുന്നു. മോസ്ക്കോയിലുള്ള തന്റെ സ്നേഹിതന് അയാൾ ഇങ്ങനെയെഴുതി

"എന്റെ പ്രിയപ്പെട്ട കോസ്ത്യ! എനിക്ക് ഒരു വാർത്ത നിന്നെ അറിയിക്കാനുണ്ട്; ഞാൻ വീണ്ടും പ്രേമത്തിലാണ്! 'വീണ്ടും' എന്നു പറയാൻ കാരണം എന്താണ്ട് ആറു വർഷം മുമ്പ് ഞാൻ ഒരു മോസ്കോ നടിയുമായി പ്രേമത്തിലായിരുന്നു-എനിക്കവരുമായി പരിചയപ്പെടാൻപോലും തരപ്പെട്ടില്ലെങ്കിലും. കഴിഞ്ഞ ഒന്നരവർഷം ഞാൻ നിനക്കറിയാവുന്ന 'ആളിന്റെ' കൂടെയായിരുന്നു താമസം. സൗന്ദര്യമോ യുവത്വമോ ഇല്ലാത്ത ഒരു സ്ത്രീയാണ് അവർ. എന്റെ സ്നേഹിതാ! പ്രേമത്തിൽ ഞാൻ എത്ര നിർഭാഗ്യവാനാണ്! സ്ത്രീകളുമായുള്ള ബന്ധത്തിൽ ഞാൻ ഒരിക്കലും വിജയിച്ചിട്ടില്ല. പ്രേമശൂന്യമായി എന്റെ യുവത്വം കടന്നുപോയിക്കഴിഞ്ഞെന്നും ഈ മുപ്പത്തിനാലാം വയസ്സിലാണ് പ്രേമമെന്തെന്ന് ഞാൻ ശരിക്കു മനസ്സിലാക്കിയതെന്നും സമ്മതിക്കാൻ എനിക്കു വിഷമവും വേദനയും ഉണ്ട്. അതുകൊണ്ടാണ് ഞാൻ 'വീണ്ടും' എന്നു പറഞ്ഞത്. അതങ്ങിനെതന്നെയിരിക്കട്ടെ.

"നീ ഈ പെൺകുട്ടിയെ ഒന്നറിഞ്ഞിരുന്നെങ്കിൽ എന്നു

ഞാനാശിക്കുന്നു. അവളൊരു സുന്ദരിയാണെന്നു പറഞ്ഞുകൂടാ. വലിയ മുഖം, വളരെ ശോഷിച്ച ശരീരം. പക്ഷേ, എത്ര കരുണാർദ്രമാണ് അവളുടെ മുഖം! എത്ര മനോഹരമാണ് അവളുടെ പുഞ്ചിരി! അവളുടെ ശബ്ദമാണെങ്കിൽ ഗാനമധുരമാണ്. അവൾ എന്നോടു സംസാരിക്കാറേയില്ല. എനിക്കവളെ ശരിക്കറിയാമെന്നു തന്നെ പറഞ്ഞുകൂടാ. പക്ഷേ അവളെന്റെ സമീപത്തുള്ളപ്പോൾ അങ്ങേയറ്റം വിവേകശാലിനിയും ഉൽകൃഷ്ടയുമായ ഒരസമാന്യവ്യക്തിയുടെ സാന്നിദ്ധ്യത്തിലാണു ഞാനെന്ന പ്രതീതിയാണ് എനിക്കുണ്ടാകാറ്. അവൾ മതവിശ്വാസിയാണ്. അതെന്നെ എത്രമാത്രം വികാരതരളിതനാക്കുന്നുവെന്നും എന്റെ കണ്ണിൽ അവൾ എത്രമാത്രം ഔന്നത്യം നേടുന്നുവെന്നും നിനക്ക് ഊഹിക്കാൻ സാദ്ധ്യമല്ല. ഇതേക്കുറിച്ച് നിന്നോട് എത്ര വേണമെങ്കിലും വാദിക്കാൻ ഞാൻ തയ്യാറാണ്. നീ പറയുന്നതു ശരിയാണെന്നു സമ്മതിച്ചാൽത്തന്നെ, അവൾ പള്ളിയിൽ പ്രാർത്ഥിക്കുമ്പോഴാണ് എനിക്കവളോടു പ്രേമം തോന്നുന്നത്. ഒരു ഉൾനാടൻ പെണ്ണാണവൾ. പക്ഷേ, അവൾ മോസ്കോയിലാണു പഠിച്ചത്. മോസ്കോ അവൾക്കിഷ്ടപ്പെട്ടു. മോസ്കോ രീതിയിലാണ് അവൾ വസ്ത്രം ധരിക്കുന്നത്. അതു കാരണവും ഞാനവളെ ഒരു നൂറുവട്ടം പ്രേമിക്കുന്നു. നീ നെറ്റി ചുളിച്ച് എഴുന്നേറ്റുനിന്ന് പ്രേമമെന്താണെന്നതിനെക്കുറിച്ചും ആരെ പ്രേമിക്കാം, ആരെ പ്രേമിക്കാൻ പാടില്ല എന്നതിനെക്കുറിച്ചുമെല്ലാം ഒരു നീണ്ട പ്രസംഗത്തിനു തയ്യാറെടുക്കുന്നത് ഞാൻ കാണുന്നുണ്ട്. പക്ഷേ, പ്രിയപ്പെട്ട കോസ്ത്യ, ഞാൻതന്നെ പ്രേമത്തിലകപ്പെടുന്നതുവരെ പ്രേമമെന്താണെന്ന് എനിക്കും സൂക്ഷ്മമായി അറിയാമായിരുന്നു.

"എന്റെ സഹോദരി നിന്റെ അന്വേഷണങ്ങൾക്കു നന്ദി പ്രകടിപ്പിക്കുന്നു. കൊച്ചു കോസ്ത്യ കൊച്ചെവോയിയെ പ്രിപ്പാററ്ററി ക്ലാസിലേക്കു കൂട്ടിക്കൊണ്ടുപോയ കാര്യം അവർ പലപ്പോഴും ഓർക്കാറുണ്ട്. അവരിപ്പോഴും നിന്നെ 'പാവം കോസ്ത്യ' എന്നാണു വിളിക്കുന്നത്. അവരുടെ കണ്ണിൽ നീ ഇപ്പോഴും ഒരു കൊച്ച് അനാഥബാലനാണ്. എന്റെ പാവപ്പെട്ട കൊച്ച് അനാഥബാലാ, ഞാൻ പ്രേമത്തിലാണ്. ഇനിയും അതൊരു രഹസ്യമാണ്. അതുകൊണ്ട് മറ്റേ 'ആളോട്' അതേപ്പറ്റി ഒന്നും പറയേണ്ട. അതൊക്കെ തൃപ്തികരമായി പരിഹരിക്കപ്പെടുമെന്നാണെന്റെ വിശ്വാസം. അഥവാ, ടോൾസ്റ്റോയിയുടെ നോവലിലെ ഭൃത്യൻ പറഞ്ഞതുപോലെ എല്ലാം തന്നത്താൻ നേരെയാകും.,,,,"

കത്തെഴുതിക്കഴിഞ്ഞ് ലാപ്തെവ് ഉറങ്ങാൻ കിടന്നു. ക്ഷീണാധിക്യത്താൽ അയാളുടെ കൺപോളകൾ അടഞ്ഞെങ്കിലും അയാൾക്ക് എന്തുകൊണ്ടോ ഉറക്കം വന്നില്ല; തെരുവിലെ ശബ്ദങ്ങളാണിതിനു കാരണമെന്ന് അയാൾ വിചാരിച്ചു. കന്നുകാലികളെ വീട്ടിനടുത്തുകൂടി ആട്ടിത്തെളിച്ചു കൊണ്ടുപോകുന്ന ശബ്ദവും കുഴലൂത്തിന്റെ ഒച്ചയും അയാൾ കേട്ടു. കുറച്ചുകൂടി കഴിഞ്ഞപ്പോൾ വെളുപ്പാൻകാലത്തെ കുർബാനയ്ക്കു പള്ളിയിൽ മണിയടിച്ചു. പിന്നീടൊരു ചക്കടാവണ്ടി അതിലേ കടന്നുപോയി. അതും കഴിഞ്ഞ്, ചന്തയ്ക്കു പോകുന്ന ഏതോ ഒരു കർഷകസ്ത്രീയുടെ ശബ്ദം കേട്ടു. കുരുവികൾ വിരാമമില്ലാതെ ചിലച്ചുകൊണ്ടിരുന്നു.

II

പിറ്റേന്നത്തെ പ്രഭാതം പ്രസന്നവും പ്രകാശമാനവുമായിരുന്നു. ഉദ്ദേശം പത്തുമണിയായപ്പോൾ നീന ഫ്യോദൊറൊവ്നയെ വിരുന്നുമുറിയിലേക്ക് ആനയിച്ചു. അവർ തവിട്ടുനിറത്തിലുള്ള വസ്ത്രമാണ് ധരിച്ചിരുന്നത്. തലമുടി ഭംഗിയായി ചീകിയൊതുക്കിവച്ചിട്ടുണ്ടായിരുന്നു. അല്പ സമയം മുറിയിൽ ഉലാത്തിയതിനുശേഷം അവർ തുറന്നിട്ട ജനാലയ്ക്കു സമീപം പോയി നിന്നു. അവരുടെ ചുണ്ടുകൾ ശിശുസഹജമായ പുഞ്ചിരിയാൽ വിടർന്നിരുന്നു. അവരുടെ മുഖം വിശുദ്ധരൂപത്തിലേതുപോലെയാണെന്ന് അന്നാട്ടിലെ മദ്യപ്രിയനായ ഒരു കലാകാരൻ ഒരിക്കൽ പറഞ്ഞതാണ് അവരെ കാണുമ്പോൾ ഓർമ്മ വരുന്നത്. ഒരു ചിത്രത്തിനുവേണ്ടി ഇരുന്നു കൊടുക്കണമെന്ന് അയാൾ അവരോടു പറയുകയുണ്ടായി. ഏതായാലും അന്നു രാവിലെ സകലർക്കും പെട്ടെന്നു തോന്നി- കുട്ടികൾക്കും വേലക്കാർക്കും സഹോദരൻ അലക്സേയ്ക്കും അവർക്കു തന്നെയും തോന്നി- അവർ തീർച്ചയായും സുഖം പ്രാപിക്കാൻ പോകയാണെന്ന്. കുട്ടികൾ ആർത്തുചിരിച്ചുകൊണ്ട് അവരുടെ അമ്മാവന്റെ പുറകെ ഓടി. വീടിനാകെ വീണ്ടും ഉണർവ്വുണ്ടായി.

അവരുടെ ആരോഗ്യസ്ഥിതി അന്വേഷിച്ചുകൊണ്ട് ആളുകൾ വന്നു. അവർ തിരുവത്താഴ അപ്പവുമായി വരികയും ആ ദിവസം അവർക്കുവേണ്ടി പട്ടണത്തിലെ മിക്കവാറും എല്ലാ പള്ളികളിലും പ്രത്യേകപ്രാർത്ഥന നടത്തിയ വിവരം പറയുകയും ചെയ്തു. നീനയുടെ

ഔദാര്യം സുപ്രസിദ്ധമായിരുന്നു. ജനങ്ങൾ അവരെ സ്നേഹിച്ചു. ദാനം ചെയ്യുന്ന കാര്യത്തിൽ അവർ യാതൊരു ലോഭവും കാണിച്ചില്ല. അവരുടെ സഹോദരൻ അലക്സേയും അതുപോലെതന്നെയായിരുന്നു. അയാളും പണം നിർലോഭം ദാനം ചെയ്തു. അങ്ങിനെ കൊടുക്കുന്നതു ബുദ്ധിപൂർവ്വമാണോ അല്ലയോ എന്നയാളാലോചിച്ചില്ല. നീന ഫ്യോദൊറൊവ്ന പണത്തിനു ബുദ്ധിമുട്ടുള്ള വിദ്യാർത്ഥികൾക്ക് ഫീസ് നൽകി. വൃദ്ധകൾക്ക് ചായയും പഞ്ചസാരയും ജാമും കൊടുത്തു, സാമ്പത്തികക്ലേശമനുഭവിക്കുന്ന വധുക്കളെ സഹായിച്ചു. ഒരു പത്രം കണ്ടാൽ അവരതിലാദ്യം നോക്കുന്നത് വല്ല സഹായാഭ്യാർത്ഥനയോ കഷ്ടതയനുഭവിക്കുന്ന വല്ലവരുടേയും അറിയിപ്പോ ഉണ്ടോയെന്നാണ്.

ഇപ്പോഴും അവരുടെ കയ്യിൽ ഒരു കെട്ട് കുറിപ്പുകളുണ്ടായിരുന്നു. അവരുടെ കുറിപ്പുകൾ കൊടുത്താണ്. പാവങ്ങൾ പലചരക്കുകടയിൽ നിന്ന് ആഹാരസാധനങ്ങൾ പറ്റിയിരുന്നത്. ആ വകയിൽ 82 റൂബിൾ ആവശ്യപ്പെട്ടുകൊണ്ട് കടക്കാരൻ ഇപ്പോൾ ആ കുറിപ്പുകൾ അവരുടെയടുക്കലേക്ക് കൊടുത്തയച്ചിരിക്കുകയാണ്.

"ദൈവമേ അവരെത്രയധികം വാങ്ങിയിരിക്കുന്നു! അവർക്കു മനസാക്ഷി തീരെയില്ലേ?" അവർ പറഞ്ഞു. ആ കുറിപ്പുകളിലുള്ള സ്വന്തം കൈപ്പട അവർ കഷ്ടിച്ചു മാത്രമേ തിരിച്ചറിഞ്ഞുള്ളു. "ഒന്നാലോചിച്ചുനോക്കു! 82 റൂബിൾ! ഞാനിതു കൊടുത്തില്ലെങ്കിലോ?"

"ഞാൻ അയാൾക്ക് ഇന്നുതന്നെ കൊടുത്തേക്കാം", ലാപ്തെവ് പറഞ്ഞു.

"വേണ്ട വേണ്ട, നീ കൊടുക്കണ്ട," നീന ഫ്യോദൊറൊവ്ന വൈഷമ്യത്തോടെ പറഞ്ഞു. വേലക്കാർ കേൾക്കാതിരിക്കാൻവേണ്ടി അവർ താഴ്ന്ന സ്വരത്തിൽ തുടർന്നു: "നീയും ഫ്യോദൊറും എനിക്കു മാസംതോറും 250 റൂബിൾ തരുന്നത് ധാരാളം മതി. ദൈവം നിങ്ങളെ രണ്ടുപേരേയും അനുഗ്രഹിക്കട്ടെ."

"പക്ഷേ ഞാൻ തന്നെ ഒരു മാസം 2,500 റൂബിൾ ചെലവാക്കുന്നുണ്ട്, "അയാൾ പറഞ്ഞു. "ഞാൻ വീണ്ടും പറയട്ടെ. പണം ചെലവഴിക്കാൻ ഫ്യോദൊറിനെയോ എന്നെയോപോലെതന്നെ ചേച്ചിക്കും അവകാശമുണ്ട്. അക്കാര്യം ദയവായി ശരിക്കു മനസ്സിലാക്കു. നമ്മൾ മൂന്നു പേരാണല്ലോ ഉള്ളത്. ഓരോ മൂന്നു കോപ്പെക്കിലും ഒരു കോപ്പെക്ക് ചേച്ചിയുടേതാണ്."

പക്ഷേ, നീന ഫ്യോദൊറൊവ്നയ്ക്ക് അതു മനസ്സിലായില്ല. വളരെ സങ്കീർണ്ണമായൊരു ഗണിതപ്രശ്നത്തെക്കുറിച്ച് തല പുകഞ്ഞ് ആലോചിക്കുകയാണെന്ന പ്രതീതിയാണ് അവരുടെ മുഖഭാവം ഉളവാക്കിയത്. പണസംബന്ധമായ ഏതു കാര്യവും ഗ്രഹിക്കാനുള്ള അവരുടെ ഈ അപ്രാപ്തി ലാപ്തെവിനെ സദാ വിഷമിപ്പിച്ചു. അവർ സ്വന്തമായി കുറെ കടം വരുത്തിവച്ചിട്ടുണ്ടെന്നും അതു തുറന്നു പറയാൻ ലജ്ജിക്കുകയാണെന്നും അതോർത്ത് അവർ വിഷമിക്കുന്നുണ്ടെന്നും അയാൾ ഊഹിച്ചു.

ആ സമയം കോണിപ്പടിയിൽ കാലൊച്ചയും ആരോ കിതയ്ക്കുന്ന ശബ്ദവും കേട്ടു. ഡോക്ടറായിരുന്നു അത്. അദ്ദേഹം പതിവുപോലെ വൃത്തിഹീനനായിരുന്നു.

അദ്ദേഹം "റ്ററ്റ" എന്നു മൂളിപ്പാട്ടുപാടിക്കൊണ്ടിരുന്നു.

ഡോക്ടറെ കാണാതിരിക്കാൻവേണ്ടി ലാപ്തെവ് തീന്മുറിവഴി താഴെയുള്ള സ്വന്തം മുറിയിലേക്ക് പോയി. എന്നു തന്നെയല്ല, പനൗറൊവിന്റെ ഭാഷയിൽ പറഞ്ഞാൽ ആ "മരത്തലയൻ കിളവനെ" സഹിക്കുകയെന്നത് അയാളെക്കൊണ്ടു പറ്റാത്ത കാര്യമായിരുന്നു. അയാൾ യൂലിയ സെർഗേയെവ്നയെ അപൂർവ്വമായി മാത്രം കാണാനുള്ള കാരണമിതായിരുന്നു. അച്ഛൻ വീട്ടിലില്ലാത്ത സ്ഥിതിക്ക് യൂലിയ സെർഗേയെവ്നയ്ക്ക് ഇപ്പോൾ കുട കൊണ്ടുക്കൊടുക്കുകയാണെങ്കിൽ തനിക്കവളെ തീർച്ചയായും ഒറ്റയ്ക്കു കാണാൻ കഴിയുമെന്ന് പെട്ടന്നയാൾക്കു തോന്നി. അതോടെ അയാളുടെ ഹൃദയം സന്തോഷം കൊണ്ടു തുള്ളിച്ചാടി. ഒട്ടും അമാന്തിച്ചുകൂടാ! തിടുക്കം കൂട്ടേണ്ടിയിരിക്കുന്നു!

കുടയുമെടുത്തുകൊണ്ട് അയാൾ പ്രകമ്പിതമായ ഹൃദയത്തോടെ പ്രേമത്തിന്റെ ചിറകുകൾ വിടർത്തി അവളുടെ സമീപത്തേക്കു പറന്നു. വെളിയിൽ നല്ല ചൂടുണ്ടായിരുന്നു. ഡോക്ടറുടെ വീടിനോടനുബന്ധിച്ച് പഴകി വൃത്തികേടായിക്കിടന്നിരുന്ന മൂന്ന് എടുപ്പുകളുണ്ടായിരുന്നു. അവയുടെ കേടുപാടുകൾ തീർക്കണമെന്ന് അദ്ദേഹം വിചാരിച്ചു തുടങ്ങിയിട്ട് പല വർഷങ്ങളായി. അവിടെ പാർത്തിരുന്ന കുറേ കുട്ടികൾ വീട്ടിന്റെ വിശാലമായ പറമ്പിൽ പുല്ലിന്റേയും പടർപ്പുകളുടേയും ഇടയ്ക്ക് പന്തു കളിക്കുകയായിരുന്നു. അവരുടെ ആർപ്പുവിളികൾകൊണ്ട് അന്തരീക്ഷം മുഖരിതമായി. പറമ്പിന്റെ അങ്ങേ കോണിൽ യൂലിയ സെർഗേയെവ്ന അവളുടെ വീടിന്റെ ഇറയത്തിനടുത്തായി കൈ

പുറകിൽക്കെട്ടിനിന്നുകൊണ്ട് കളി കാണുകയായിരുന്നു.

ലാപ്തെവ് ദൂരെവച്ചുതന്നെ അവളെ അഭിവാദനം ചെയ്തു.

അവൾ അയാളുടെ നേരെ തിരിഞ്ഞു. അവളുടെ മുഖം സാധാരണ നിർവ്വികാരവും ഉദാസീനവുമായിരിക്കും. അല്ലെങ്കിൽ ഇന്നലത്തെപ്പോലെ പരീക്ഷീണമായിരിക്കും. എന്നാലിപ്പോൾ അത് ചുറ്റുമുള്ള കുട്ടികളുടെ മുഖംപോലെ ചൈതന്യത്തോടെ തുടുത്തിരുന്നു.

"നോക്കൂ, ഇത്രയും രസമുള്ള കളികൾ നിങ്ങൾക്ക് ഒരിക്കലും മോസ്കോയിൽ കാണാൻ പറ്റില്ല," അയാളുടെ നേരെ നടന്നു വന്നുകൊണ്ട് അവൾ പറഞ്ഞു: "അവിടെ മുറ്റം ഇതിലുമെത്രയോ ചെറുതാണെന്നു നേരുതന്നെ ഓടിക്കളിക്കാൻ തീരെ ഇടമില്ല. അച്ഛൻ ഇപ്പോഴാണു നിങ്ങളുടെ വീട്ടിലേക്കു പോയത്," കുട്ടികളെ തിരിഞ്ഞു നോക്കിക്കൊണ്ട് അവൾ പറഞ്ഞു:

'എനിക്കറിയാം. ഞാൻ വന്നത് അദ്ദേഹത്തെ കാണാനല്ല, നിന്നെ കാണാനാണ്," അവളിൽ ഇപ്പോൾ മാത്രം കണ്ടെത്തിയ യുവത്വത്തേയും സ്വർണ്ണമാല അണിഞ്ഞിരുന്ന അവളുടെ നേർത്തു വെളുത്ത കഴുത്തിനേയും മതിപ്പോടെ നോക്കിക്കൊണ്ട് ലാപ്തെവ് പറഞ്ഞു. "ഞാൻ നിന്നെ കാണാനാണു വന്നത്," അയാൾ ആവർത്തിച്ചു. "നിന്റെ കുടയുണ്ടല്ലോ. ചേച്ചി പറഞ്ഞു ഞാനത് നിനക്ക് കൊണ്ടുത്തരണമെന്ന്. നീ ഇന്നലെ അതെടുക്കാൻ മറന്നുപോയി."

അവൾ കുട വാങ്ങാൻ വേണ്ടി കൈകൾ നീട്ടിയെങ്കിലും അയാളത് പെട്ടെന്ന് മാറോടു ചേർത്തു പിടിച്ചു.

"ഇതു ഞാൻ സൂക്ഷിച്ചോട്ടെ," അയാൾ വികാരാവേശത്തോടെ പറഞ്ഞു. തലേന്നു രാത്രി ആ കുട തുറന്നപ്പോൾ ഉണ്ടായ വിചിത്രമായ അനുഭൂതിയിൽ അയാൾ വീണ്ടും ആമഗ്നനായി. "നിന്റെ ഓർമ്മയ്ക്കായി, നമ്മുടെ സൗഹൃദത്തിന്റെ ഓർമ്മയ്ക്കായി, ഞാനിതു സൂക്ഷിക്കും. ഇതെത്ര മനോഹരമായിരിക്കുന്നു!"

"നിങ്ങളതു വച്ചുകൊള്ളു," തുടുത്ത മുഖത്തോടെ അവൾ പറഞ്ഞു. "പക്ഷേ മനോഹരമായിട്ട് അതിലൊന്നുമില്ല."

എന്തു പറയേണ്ടു എന്നറിയാതെ, നിശ്ശബ്ദനിർവൃതിയോടെ അയാൾ അവളെ നോക്കി നിന്നു.

"ദൈവമേ! ഞാനെന്തിനാണു നിങ്ങളെ ഈ വെയിലത്തു നിർത്തുന്നത്?" അല്പനേരത്തെ മൗനത്തിനുശേഷം ഇത്രയും പറഞ്ഞുകൊണ്ട്

അവൾ ചിരിച്ചു. "അകത്തു വരൂ."

"ഞാൻ വരുന്നതു നിനക്കു ബുദ്ധിമുട്ടാകുകയില്ലേ?"

അവരകത്തു കയറി. യൂലിയ സെർഗേയെവ്ന മുകളിലേക്ക് ഓടിക്കയറി. നീലപ്പൂക്കളോട്ടുകൂടിയ അവളുടെ വെള്ളവസ്ത്രം ഉലഞ്ഞു.

"എന്നെ ബുദ്ധിമുട്ടിക്കാൻ അസാദ്ധ്യമാണ്," കോവണിപ്പടിയിൽ ഇടയ്ക്കു നിന്നുകൊണ്ട് അവൾ പറഞ്ഞു. "എന്തെന്നാൽ ഞാൻ യാതൊന്നും ചെയ്യുന്നില്ല. ഓരോ ദിവസവും എനിക്ക് ഒഴിവു ദിവസമാണ് - രാവിലെ മുതൽ രാത്രി വരെ."

"എനിക്കു മനസ്സിലാകാത്ത ഒരു കാര്യമാണത്," അവളോടടുത്തുകൊണ്ട് അയാൾ പറഞ്ഞു. "എല്ലാ ദിവസവും പണിയെടുത്തിരുന്ന ആളുകളുടെയിടയിലാണ് ഞാൻ ജനിച്ചു വളർന്നത്. ആണുങ്ങളും പെണ്ണുങ്ങളും അങ്ങിനെയായിരുന്നു."

"പക്ഷേ ചെയ്യാൻ ജോലിയൊന്നുമില്ലെങ്കിലോ?" അവൾ ചോദിച്ചു.

"ജോലി ചെയ്യുകയെന്നത് ഒരാവശ്യമാണെന്ന മട്ടിൽ ജീവിതം ചിട്ടപ്പെടുത്തുകയാണു വേണ്ടത്. ജോലി ചെയ്യാതെ നിർമ്മലവും ആനന്ദകരവുമായ ജീവിതം അസാദ്ധ്യമാണ്."

അയാൾ കുട വീണ്ടും മാറോടണച്ചുപിടിച്ചു. തന്റേതാണെന്നു തിരിച്ചറിയാൻ കഴിയാത്ത പതിഞ്ഞ സ്വരത്തിൽ താനിങ്ങനെ പറയുന്നതു കേട്ട് അയാൾക്കുതന്നെ അത്ഭുതം തോന്നി:

"നീ എന്റെ ഭാര്യയാകാമെന്നു സമ്മതിച്ചാൽ എന്റെ സർവ്വസ്വവും ഞാൻ തരാം. സർവ്വതും ....എന്തു ത്യാഗവും ഞാൻ സഹിക്കാം."

അവൾ ഞെട്ടി ഭയത്തോടും അത്ഭുതത്തോടും കൂടി അയാളെ നോക്കി.

"ഇല്ലയില്ല!" വിളറിയ മുഖത്തോടെ അവൾ പറഞ്ഞു. "അതു സാദ്ധ്യമല്ല. നിങ്ങൾക്കുറപ്പിക്കാം. ക്ഷമിക്കണം."

വസ്ത്രമുലച്ചുകൊണ്ട് അവൾ അതിവേഗം കോവണി കയറി കതകിനു പിന്നിൽ മറഞ്ഞു.

ആത്മാവിൽ ഒരു ദീപമണഞ്ഞുപോയപോലെ ലാപ്തെവിന്റെ ഭാവം പെട്ടെന്നു മാറി. അയാൾ ധൃതിയിൽ വീട്ടിനു പുറത്തു കടന്നു. താൻ നിരാകരിക്കപ്പെട്ടുവെന്നും താൻ വെറുക്കപ്പെടുന്നുവെന്നും താൻ അപ്രീതി ഉളവാക്കുന്നുവെന്നു മാത്രമല്ല ഗർഹണീയൻ

ക്കൂടിയാണെന്നും ഓർത്തപ്പോൾ അയാൾ ലജ്ജകൊണ്ടും അപമാനം കൊണ്ടും ചൂട്ടുനീറി.

പൊള്ളുന്ന വെയിലിൽ വീട്ടിലേക്കു മടങ്ങുമ്പോൾ താൻ നടത്തിയ പ്രേമപ്രഖ്യാപനത്തിന്റെ എല്ലാ വിശദാംശങ്ങളും അയാളോർത്തു. "എന്റെ സർവ്വസ്വവും ഞാൻ തരാം." അയാൾ സ്വയം പരിഹസിച്ചു. "ഞാൻ സർവ്വതും തരാം- തനി കച്ചവടക്കാരന്റെ സംസാരമാണത്. ഇതു കേട്ടാൽത്തോന്നും നിന്റെ സർവ്വതും ആർക്കാനും വേണമെന്ന്!"

താൻ പറഞ്ഞതു മുഴുവനും അസഹ്യമാംവണ്ണം ബുദ്ധിശൂന്യമായിപ്പോയി. എല്ലാ ദിവസവും പണിയെടുത്തിരുന്ന ആളുകളുടെയിടയിലാണു താൻ ജനിച്ചുവളർന്നതെന്ന് താൻ എന്തിനാണു കളവു പറഞ്ഞത്? താൻ എന്തിനാണ് പരിശുദ്ധവും ആനന്ദകരവുമായ ജീവിതത്തെപ്പറ്റി തത്വോപദേശം നടത്തിയത്? അപ്പറഞ്ഞതെല്ലാം അസംബന്ധവും മുഷിപ്പനും വ്യാജവുമായിരുന്നു- വെറും വ്യാജമായ മോസ്കോ ചപ്പടാച്ചി. പക്ഷേ ക്രമേണ അയാളുടെ ഭാവം മാറി. വിധി കേട്ടു കഴിഞ്ഞ ഒരു കുറ്റവാളിയെപ്പോലെ അയാൾക്ക് ഒന്നിലും താല്പര്യമില്ലാതായി. ഏതായാലുമെല്ലാം കഴിഞ്ഞു. അസഹ്യമായ ആ അനിശ്ചിതാവസ്ഥ തീർന്നു. അയാളതിനു ദൈവത്തോടു നന്ദി പറഞ്ഞു. ഇപ്പോൾ എല്ലാം വ്യക്തമായി. മേലിൽ തനിക്കു യാതൊരു സന്തോഷവുമുണ്ടാവില്ല. ആശകളും സ്വപ്നങ്ങളും അഭിലാഷങ്ങളും ഇനി മേൽ തനിക്കുള്ളതല്ല. തന്നെ വീർപ്പുമുട്ടിക്കുന്ന വിരസതയിൽനിന്നു രക്ഷ നേടാൻവേണ്ടി താൻ മറ്റുള്ളവരെ സന്തോഷിപ്പിക്കുന്നതിൽ വ്യാപൃതനാകും. താൻ അറിയാതെതന്നെ വാർദ്ധക്യം സമാഗതമാകും. പിന്നെ എന്തു സംഭവിച്ചാലും വേണ്ടില്ല. എന്തു വന്നാലും തനിക്കൊരു ചുക്കുമില്ല. എല്ലാ കാര്യങ്ങളും നിർവ്വികാരമായി കാണാൻ അയാൾക്കു കഴിഞ്ഞു. എങ്കിൽപ്പോലും അയാൾക്ക് എന്തുകൊണ്ടോ മുഖത്തിന്, പ്രത്യേകിച്ച് കണ്ണിനു താഴെ, വല്ലാത്ത ഭാരം തോന്നി. അയാളുടെ നെറ്റിത്തടം വലിച്ചുപിടിച്ച റബ്ബർപോലെ മുറുകിയിരുന്നു. ഏതു നിമിഷവും കണ്ണുനീർ അണമുറിച്ചൊഴുകുമെന്നു തോന്നി. തളർന്ന് വിവശനായി അയാൾ കിടക്കയിലേക്കു വീണു. അഞ്ചു മിനിട്ടിനുള്ളിൽ ഗാഢനിദ്രയിൽ ലയിക്കുകയും ചെയ്തു.

III

ലാപ്തെവിന്റെ അപ്രതീക്ഷിതമായ വിവാഹാഭ്യർത്ഥന യൂലിയ സെർഗേയെവ്നയിൽ ഉളവാക്കിയ മനോവൈഷമ്യം കുറച്ചൊന്നുമായിരുന്നില്ല.

അവൾക്ക് ലാപ്തെവിനെ നല്ല പരിചയമുണ്ടായിരുന്നില്ല. അവൾ അയാളെ കണ്ടുമുട്ടിയത് യാദൃശ്ചികമായിട്ടാണ്. അയാളൊരു ധനികനും "ഫ്യോദൊർ ലാപ്തെവ് ആന്റ് സൺസ്" എന്ന പേരുകേട്ട മോസ്കോ കമ്പനിയിലെ ഒരംഗവും സദാഗൗരവക്കാരനും പ്രത്യക്ഷത്തിൽ ബുദ്ധിശാലിയും സഹോദരിയുടെ ആരോഗ്യത്തിൽ ബദ്ധശ്രദ്ധനുമാണെന്ന് അവൾക്കറിയാമായിരുന്നു. താനെന്നൊരാൾ ജീവിച്ചിരിപ്പുണ്ടെന്ന കാര്യംപോലും അയാൾ കണക്കിലെടുത്തിട്ടില്ലെന്നായിരുന്നു അവളുടെ വിശ്വാസം. അവൾക്കും അയാളോട് യാതൊരു താല്പര്യവുമില്ലായിരുന്നു. അങ്ങനെയിരിക്കുമ്പോഴാണ് കോവണിപ്പടിയിൽ വച്ചുള്ള ഈ വിവാഹാഭ്യർത്ഥനയും അയാളുടെ മുഖത്തെ ദയനീയവും ആനന്ദോന്മത്തവുമായ നോട്ടവും.....

അതിത്ര പെട്ടെന്നു സംഭവിക്കുകയും ഭാര്യ എന്ന വാക്ക് അയാളുപയോഗിക്കുകയും അയാളുടെ അഭ്യർത്ഥന നിരാകരിക്കേണ്ടിവരികയും ചെയ്തതാണ് അവളെ ക്ഷോഭിപ്പിച്ചത്. അയാളോടു താൻ എന്താണു പറഞ്ഞതെന്ന് അവൾക്ക് ഓർക്കാൻ കഴിഞ്ഞില്ലെങ്കിലും അവൾക്കപ്പോൾ തോന്നിയ വെറുപ്പ് ഇപ്പോഴും തങ്ങിനിൽക്കുന്നുണ്ടായിരുന്നു.

അവളയാളെ ഇഷ്ടപ്പെട്ടില്ല. അയാളെ കണ്ടാൽ ഒരു വില്പനക്കാരനാ ണെന്നാണ തോന്നിയിരുന്നത്. അല്പം പോലും താല്പര്യമുളവാക്കുന്ന ഒരാളായിരുന്നില്ല അയാൾ. അവളയാളെ സ്വീകരിക്കാനുള്ള സാധ്യത നന്നെ കുറവായിരുന്നു. എന്നിട്ടും അവൾക്ക് അസ്വാസ്ഥ്യം തോന്നി.

"ദൈവമേ! കോവണിപ്പടിയിൽവച്ച്. മുറിയിൽ കയറുകപോലും ചെയ്യുന്നതിനു മുമ്പ്! "മെത്തയുടെ മുകളിൽ തൂക്കിയിട്ടിരുന്ന വിശുദ്ധ രൂപത്തിന്റെ നേരെ തിരിഞ്ഞുകൊണ്ട് അവൾ നൈരാശ്യത്തോടെ ആത്മഗതം ചെയ്തു. "അടുത്തിടപെടുകപോലും ചെയ്യുന്നതിനുമുമ്പ്-അതും എത്ര വിചിത്രവും അസാധാരാണവുമായ രീതിയിൽ!"

ഒറ്റയ്ക്ക് ഇങ്ങനെ ഇരിക്കുന്തോറും അവളുടെ മനക്ഷോഭം വർദ്ധിച്ചുകൊണ്ടേയിരുന്നു. ആരോടെങ്കിലും സംസാരിക്കണമെന്ന്, താൻ ചെയ്തതു ശരിയാണെന്ന് ആരെങ്കിലും അവളെ സമാശ്വസിപ്പിക്കണമെന്ന്, അവൾക്കു തോന്നി. പക്ഷേ, ആരോടു സംസാരിക്കാനാണ്! അവളുടെ അമ്മ പണ്ടേ മരിച്ചുപോയി. കാര്യഗൗരവത്തോടെ സംസാരിക്കാൻ പറ്റിയ ഒരാളായിരുന്നില്ല അവളുടെ അച്ഛൻ. അദ്ദേഹത്തിന്റെ ശാഠ്യവും പെട്ടെന്നു സമചിത്തത വെടിയുന്ന സ്വഭാവവും അസ്പഷ്ടമായ അംഗവിക്ഷേപങ്ങളും അവളെ അരിശം കൊള്ളിച്ചു. എന്നുതന്നെയല്ല; അവൾ സംസാരിക്കുന്നത് എന്തിനെപ്പറ്റിയുമായിക്കൊള്ളട്ടെ , അദ്ദേഹം അവസാനം സംഭാഷണം തന്നിലേക്കുതന്നെ എപ്പോഴും തിരിച്ചു വിട്ടിരുന്നു. അവളുടെ പ്രാർത്ഥനകളും വേണ്ടത്ര ഹൃദയം തുറന്നായിരുന്നില്ല. കാരണം എന്താണ പ്രാർത്ഥിക്കേണ്ടതെന്ന് അവൾക്ക് നിശ്ചയമില്ലായിരുന്നു.

സമൊവാർ കൊണ്ടുവരപ്പെട്ടു. യൂലിയ സെർഗേയെവ്ന തീന്മുറിയിലേക്കു കടന്നുവന്നു. അവൾ വളരെ വിളറി ക്ഷീണിച്ച് കാണപ്പെട്ടു. നിസ്സഹായാവസ്ഥ ദ്യോതിപ്പിക്കുന്നതായിരുന്നു അവളുടെ ഭാവം. അവൾ ചായ കൂട്ടി - അവളുടെ ദിവസേനയുള്ള കർത്തവ്യമായിരുന്നു അത്. ഒരു ഗ്ലാസ് അച്ഛനു കൊടുത്തു. മുട്ടിനു താഴെ വരെയെത്തുന്ന നീണ്ട കോട്ടുമിട്ട്, ചുവന്ന മുഖവും പാറിപ്പറന്ന തലമുടിയുമായി, കൈരണ്ടും പോക്കറ്റിൽ തിരുകി, കൂട്ടിലിട്ട വെരുകിനെപ്പോലെ സെർഗേയ് ബൊറീസിച്ച് തീന്മുറിയിൽ അങ്ങോട്ടുമിങ്ങോട്ടും നടക്കുകയായിരുന്നു. ഇടയ്ക്കിടെ അദ്ദേഹം മേശയ്ക്കരികിൽ വന്നുനിന്ന് ഗ്ലാസിൽനിന്നും ഒച്ച കേൾപ്പിച്ചുകൊണ്ട് ചായ മോന്തിക്കുടിക്കും.വീണ്ടും മറ്റെന്തോ ആലോചിച്ചുകൊണ്ട് അങ്ങോട്ടുമിങ്ങോട്ടും ഉലാത്തും.

"ലാപ്തെവ് ഇന്നെന്നോട് വിവാഹാഭ്യർത്ഥന നടത്തി." തുടുത്ത മുഖത്തോടെ യൂലിയ സെർഗേയെവ്ന പറഞ്ഞു.

ഡോക്ടർ അവളെ നോക്കി, അവർ പറഞ്ഞതു മനസ്സിലായില്ലെന്ന ഭാവത്തിൽ.

"ലാപ്തെവൊ?" അയാൾ ചോദിച്ചു.

"പനൗറൊവയുടെ സഹോദരനോ?"

അദ്ദേഹത്തിന് മകളെ ഇഷ്ടമായിരുന്നു. ഇന്നല്ലെങ്കിൽ നാളെ അവൾ വിവാഹം ചെയ്ത് തന്നെ വിട്ടുപിരിയുമെന്ന് അറിയാമായിരുന്നെങ്കിലും അദ്ദേഹം അതേപ്പറ്റി ആലോചിക്കാതിരിക്കാൻ ശ്രമിച്ചു. ഈ വീട്ടിൽ ഒറ്റയ്ക്ക് താമസിക്കേണ്ടി വരുമെന്നോർത്തപ്പോൾ അദ്ദേഹത്തിനു ഭയം തോന്നി. അങ്ങിനെ ചെയ്യുന്ന പക്ഷം തനിക്കു സന്നി പിടിപെടുമെന്ന് അദ്ദേഹത്തിന് ഉറപ്പുണ്ടായിരുന്നു. അക്കാര്യം പരസ്യമായി സമ്മതിക്കില്ലെന്നു മാത്രം.

"എനിക്ക് അതിയായ സന്തോഷമുണ്ട്." തോൾ ചലിപ്പിച്ചുകൊണ്ട് അദ്ദേഹം പറഞ്ഞു.

"ഞാൻ ഹൃദയം തുറന്ന് നിന്നെ അനുമോദിക്കുന്നു. എന്നെ വിട്ടുപിരിയാൻ ഏറ്റവും നല്ല അവസരമിതാണ്. നീ ചെയ്തതു ശരിയാണ്. വൃദ്ധനും രോഗിയും ശരിക്കു ബുദ്ധിസ്ഥിരതയില്ലാത്തവനുമായ ഒരു അച്ഛന്റെ കൂടെ താമസിക്കുകയെന്നത് ഒരു ചെറുപ്പക്കാരിയെ സംബന്ധിച്ചിടത്തോളം പ്രയാസമുള്ള കാര്യമാണ്. നീ ചെയ്തത് തികച്ചും ശരിയാണ്. ഞാനെത്രയും നേരത്തേ ഊർദ്ധ്വം വലിക്കുന്നോ, എന്നെ എത്രയും നേരത്തേ കാലൻ കൊണ്ടുപോകുന്നോ, അത്രയും സന്തോഷമായിരിക്കും എല്ലാവർക്കും. മകളേ, ഞാൻ നിന്നെ അനുമോദിക്കുന്നു."

"ഞാനത് നിരാകരിച്ചു."

ഇതു കേട്ടപ്പോൾ സമാധാനമായെങ്കിലും ഡോക്ടർക്ക് സ്വയം അടക്കാൻ കഴിഞ്ഞില്ല.

"എന്നെ ഇനിയും ഭ്രാന്താശുപത്രിയിൽ കൊണ്ടിടാത്തതെന്താണെന്ന് ഞാൻ പലപ്പോഴും അത്ഭുതപ്പെടാറുണ്ട്. "അദ്ദേഹം തുടർന്നു. "ഞാനെന്തിനാണ് ഒരു സ്ട്രെയിറ്റ് ജാക്കറ്റിനു പകരം ഈ കോട്ടിടുന്നത്' ഞാനിപ്പോഴും സത്യത്തിലും നന്മയിലും വിശ്വസിക്കുന്നു. ബുദ്ധിഹീനന്മാരായ ആദർശവാദികളിലൊരാളാണു ഞാൻ. ഇക്കാലത്ത് അതു ഭ്രാന്തായിട്ടല്ലേ കണക്കാക്കുന്നത്? എന്റെ നേരിനും

എന്റെ സത്യസന്ധതയ്ക്കും കിട്ടുന്നതെന്താണ്? ആളുകളെന്നെ കല്ലെറിയുന്നില്ലെന്നേയുള്ളൂ. അവരെന്നെ മുതലെടുക്കുകയാണ്. ഏറ്റവും അടുത്ത ബന്ധുക്കൾപോലും ഈ കിളവൻവിഡ്ഢിയുടെ മേൽ കുതിര കയറാൻ വരുന്നു..."

"അച്ഛനോടു സംസാരിക്കാൻ എന്നെക്കൊണ്ടാവില്ല." യൂലിയ പറഞ്ഞു.

അവൾ ഭയങ്കരമായി കോപിച്ച് പെട്ടെഴുന്നേറ്റ് മുറിയിലേക്കു പോയി. പലപ്പോഴും അച്ഛൻ അവളോടു നീതി കാട്ടിയിരുന്നില്ല. പക്ഷേ, അധികം കഴിയും മുമ്പുതന്നെ അവൾക്കദ്ദേഹത്തോടു സഹതാപം തോന്നി. അദ്ദേഹത്തിനു ക്ലബ്ബിൽ പോകാൻ നേരമായപ്പോൾ അവൾ അദ്ദേഹത്തെ താഴെ വരെ അനുഗമിക്കുകയും പുറത്തിറങ്ങിയപ്പോൾ അവൾതന്നെ പിന്നിൽനിന്നു കതകടയ്ക്കുകയും ചെയ്തു. ഊക്കോടെ കാറ്റടിച്ചുകൊണ്ടിരുന്ന ഒരു രാത്രിയായിരുന്നു അത്. കാറ്റിന്റെ ശക്തികൊണ്ട് കതകു കുലുങ്ങി. ഇറയത്ത് ശക്തിയായ കാറ്റടിച്ച് അവളുടെ കയ്യിലുണ്ടായിരുന്ന മെഴുകുതിരി കെട്ടില്ലെന്നേയുള്ളൂ. തിരിച്ച് മുകളിലെത്തി അവൾ എല്ലാ മുറികളിലും പോയി കതകുകളുടേയും ജനാലകളുടേയും മുകളിൽ കുരിശു വരച്ചു. കാറ്റ് ഓരിയിട്ടുകൊണ്ട് ആഞ്ഞടിച്ചുകൊണ്ടിരുന്നു. പുരപ്പുറത്തുകൂടി ആരോ നടക്കുന്ന ശബ്ദം കേട്ടതായി അവൾക്കു തോന്നി. സമയം ഇഴഞ്ഞുനീങ്ങിക്കൊണ്ടിരുന്നു. ഇതുപോലൊരു ഏകാന്തത അവൾക്കിതേവരെ അനുഭവപ്പെട്ടിരുന്നില്ല.

ലാപ്തെവിന്റെ രൂപം ഇഷ്ടപ്പെടാത്തതുകൊണ്ടു മാത്രം താനയാളെ നിരാകരിച്ചതു ശരിയായോ എന്ന് അവൾ സ്വയം ചോദിച്ചു. അവൾക്കയാളോടു സ്നേഹമില്ലായിരുന്നുവെന്നതു നേരാണ്. അയാളെ വിവാഹം ചെയ്യുക എന്നു വെച്ചാൽ അവളുടെ സ്വപ്നങ്ങളോടും സുഖത്തെക്കുറിച്ചും വിവാഹജീവിതത്തെക്കുറിച്ചും അവൾക്കുണ്ടായിരുന്ന എല്ലാ സങ്കല്പങ്ങളോടും എന്നെന്നേക്കും യാത്ര പറയുകയാണെന്നർത്ഥം. പക്ഷേ, സ്വപ്നം കണ്ട പുരുഷനെ അവളെന്നെങ്കിലും കാണുമോ? അവൾക്കിപ്പോൾത്തന്നെ ഇരുപത്തൊന്നു വയസ്സായി. വിവാഹത്തിനു പറ്റിയ പുരുഷന്മാരാരും ആ പട്ടണത്തിലുണ്ടായിരുന്നില്ല. സർക്കാരുദ്യോഗസ്ഥന്മാരും അദ്ധ്യാപകരും സൈനികോദ്യോഗസ്ഥന്മാരുമായി അവൾക്കറിയാവുന്ന പുരുഷന്മാരെയെല്ലാം അവളോർത്തു. അവരിൽ ചിലർ വിവാഹം കഴിച്ച്

അവിശ്വസനീയമാംവണ്ണം വിരസവും അന്തസ്സാരവിഹീനവുമായ ജീവിതം നയിച്ചുകൊണ്ടിരുന്നു. ശേഷിച്ചവരാകട്ടെ യാതൊരു താല്പ ര്യവുമുളവാക്കാത്തവരോ വ്യക്തിത്വമില്ലാത്തവരോ ബുദ്ധിഹീനരോ ദുർമാർഗ്ഗികളോ ആയിരുന്നു. എന്തൊക്കെപ്പറഞ്ഞാലും ലാപ്തെവ് മോസ്കോക്കാരനാണ്. അയാൾ സർവ്വകലാശാലാബിരുദം നേടിയി ട്ടുണ്ട്. ഫ്രഞ്ചു സംസാരിക്കും. തലസ്ഥാനനഗരിയിലാണ് അയാളുടെ താമസം. അവിടെ ബുദ്ധിമാന്മാരും മിടുക്കന്മാരുമായി വേണ്ടുവോള മാളുകളുണ്ട്. ആഹ്ലാദഭരിതമാണ് അവിടുത്തെ ജീവിതം. ഒന്നാന്തരം തിയേറ്ററുകളും സംഗീതക്കച്ചേരികളും പ്രഗത്ഭരായ വസ്ത്രനിർമ്മാതാ ക്കളും മികച്ച പലഹാരക്കടകളും അവിടുണ്ട്.......ഭാര്യ ഭർത്താവിനെ സ്നേഹിക്കണമെന്നാണ് ബൈബിളിൽ പറഞ്ഞിട്ടുള്ളത്. നോവലുക ളിൽ അതിനു വമ്പിച്ച പ്രാധാന്യം നൽകുന്നു. ഒരു പക്ഷേ, അതെല്ലാം അതിശയോക്തി ആയിരിക്കും. സ്നേഹിക്കാതെ വിവാഹം ചെയ്യാൻ സാദ്ധ്യമല്ലേ? സ്നേഹം അതിവേഗം കടന്നുപോവുമെന്നും അവശേ ഷിക്കുന്നത് വെറും ശീലം മാത്രമാണെന്നും ആളുകൾ പറയാറില്ലേ? പ്രേമമോ സന്തുഷ്ടിയോ അല്ല, കുട്ടികളെ വളർത്തലും വീട്ടുനോക്ക ലും മറ്റുമാണ് വിവാഹത്തിന്റെ ഉദ്ദേശമെന്ന് അവർ പറയാറില്ലേ? ബൈബിളിൽ പറയുന്ന സ്നേഹം കൊണ്ടുപോലും ഉദ്ദേശിക്കുന്നത് ഒരു പക്ഷേ ബഹുമാനവും ക്ഷമാശീലവും ഭർത്താവിനെ അയൽക്കാ രനെപ്പോലെ സ്നേഹിക്കലും ആയിരിക്കുകയില്ലേ?

ഉറങ്ങാൻ കിടക്കുന്നതിനു മുമ്പ് യൂലിയ സെർഗേയെവ്ന രാത്രി യിലത്തെ പ്രാർത്ഥന നിഷ്കർഷയോടെ വായിച്ചു. മുട്ടിന്മേൽനിന്ന് കൈ രണ്ടും മാറോടു ചേർത്തുപിടിച്ചുകൊണ്ടും വിശുദ്ധരൂപത്തിന്റെ മുമ്പിൽ കത്തുന്ന ദീപത്തിന്റെ ജ്വാലയിലേക്ക് ഉറ്റുനോക്കിക്കൊണ്ടും അവൾ കേണപേക്ഷിച്ചു;

"വിശുദ്ധമാതാവേ, എന്നെ സഹായിക്കൂ!"

താൻ കണ്ടുമുട്ടാനിടയായ വൃദ്ധകന്യകകളെയെല്ലാം അവളോർ ത്തു. വിവാഹാഭ്യർത്ഥനകൾ ഒരിക്കൽ നിരസിച്ചതിന് ആ പാവങ്ങൾ അങ്ങേയറ്റം ഖേദിക്കുന്നുണ്ട്. അവൾക്കും അതുപോലെ സംഭവിക്ക കയില്ലെന്നുണ്ടോ? ഒരു പക്ഷേ അവൾ വല്ല കന്യാസ്ത്രീമഠത്തിലും ചേരുകയോ അല്ലെങ്കിൽ ആതുരശുശ്രൂഷ നടത്തുകയോ ആണോ വേണ്ടത്?

അവൾ വസ്ത്രമഴിച്ചുവച്ച് സ്വന്തം ദേഹത്തിലും ചുറ്റുമുള്ള വായുവിലും

കുരിശു വരച്ചതിനു ശേഷം മെത്തയിൽ കിടന്നു. പെട്ടെന്ന് ഇടനാഴി യിൽ ഉച്ചത്തിൽ മണിയുടെ ശബ്ദം മുഴങ്ങി.

"ദൈവമേ!" അവൾ പറഞ്ഞു. ആ മണിമുഴക്കം കേട്ടതോടെ ശരീരമാകെ അസഹ്യമായൊരു വിറയൽ അവൾക്കനുഭവപ്പെട്ടു. ഉൾനാട്ടിലെ ജീവിതം എത്ര വിരസവും മുഷിപ്പനും അതേ സമയം എത്രത്തോളം ഞരമ്പുതളർത്തുന്നതുമാണെന്നു ചിന്തിച്ചുകൊണ്ട് അവൾ അനങ്ങാതെ കിടന്നു. സദാസമയവും ഒന്നുകിൽ നിങ്ങൾ ഭയന്നു ഞെട്ടും, അല്ലെങ്കിൽ നിങ്ങൾക്ക് എന്തിനെയെങ്കിലും പറ്റി ഒരു അപരാധബോധം തോന്നുന്നുണ്ടാവും. അവസാനം ഞരമ്പുകളാകെ താറുമാറായി ചിലപ്പോൾ പുതപ്പിനടിയിൽ ഒളിക്കേണ്ടിവരും.

അരമണിക്കൂർ കഴിഞ്ഞ് വീണ്ടും മണിയടിച്ചു- മുമ്പിലത്തേതുപോ ലെതന്നെ ഉച്ചത്തിലും നിർബന്ധപൂർവ്വമായും, വേലക്കാർ ഉറങ്ങി ക്കാണും. അവർ അതു കേട്ടിരിക്കയില്ല. യൂലിയ സെർഗേയെവ്ന മെഴുകുതിരി കത്തിച്ചു. വിറയലോടെ അവൾ തിടുക്കത്തിൽ വസ്ത്രമിട്ടു. വേലക്കാരോട് അവൾക്കരിശം തോന്നി. പക്ഷേ ഇടനാഴിയിൽ എത്തിയപ്പോഴേക്കും വേലക്കാരിപ്പെണ്ണ് കതകിന്റെ കൊളുത്തിടുക യായിരുന്നു.

"യജമാനനാണെന്നാണു ഞാൻ വിചാരിച്ചത്, പക്ഷെ അദ്ദേഹ ത്തെത്തിരിക്കിവന്ന ആരോ മാത്രമായിരുന്നു," അവൾ പറഞ്ഞു.

യൂലിയ സെർഗേയെവ്ന മുറിയിലേക്കു മടങ്ങി. അവൾ അലമാരി തുറന്ന് ഒരു കെട്ടു ചീട്ടെടുത്തു. ചീട്ടു നന്നായി കശക്കി പകുത്ത ശേഷം ചുവട്ടിലുള്ളത് ചുവന്ന ചീട്ടാണെങ്കിൽ അതിന്റെ അർത്ഥം "വേണം", അതായത് താൻ ലാപ്തെവിനെ വിവാഹം ചെയ്യണം, എന്നാണെ ന്നും കറുത്തതാണെങ്കിൽ "വേണ്ട" എന്നാണെന്നും അവൾ സ്വയം തീരുമാനിച്ചു. ചുവട്ടിലെ ചീട്ട് ഇസ്പേഡ് പത്തായിരുന്നു.

അതോടെ അവൾക്കു സമാധാനമായി. അവൾ ഉറങ്ങുകയും ചെയ്തു. പക്ഷേ രാവിലെ വീണ്ടും അവൾക്ക് "വേണ"മെന്നോ "വേണ്ട" എന്നോ ഉള്ള ഉത്തരം കിട്ടിയില്ല. താനിപ്പോൾ വിചാരിച്ചാൽ തന്റെ ജീവിതമാകെ മാറ്റാൻ അവൾക്കു കഴിയും. അതേപ്പറ്റി ആലോചിച്ചാ ലോചിച്ച് അവൾക്ക് മടുപ്പും ഒട്ടൊക്കെ അസുഖംപോലും തോന്നി. എങ്കിലും പതിനൊന്നു മണി കഴിഞ്ഞയുടനെ അവൾ വസ്ത്രമണിഞ്ഞ് നീന ഫ്യോദൊറൊവ്നയെ കാണാൻ പോയി. ലാപ്തെവിനെ

കാണണമെന്നായിരുന്നു അവളുടെ ആഗ്രഹം. ഒരു പക്ഷേ അയാൾ മുമ്പത്തേക്കാൾ നല്ല പ്രതീതി ഉളവാക്കുമായിരിക്കും. ഒരുപക്ഷേ അയാളെക്കുറിച്ചുള്ള അവളുടെ ധാരണ തെറ്റായിരിക്കും.

കാറ്റിനെതിരെ മല്ലിട്ടുകൊണ്ടും തലയിലെ തൊപ്പി രണ്ടു കയ്യാലും മുറുക്കിപ്പിടിച്ചുകൊണ്ടും പൊടിയടിച്ച് കണ്ണു കാണാൻ വിഷമിച്ചും അവൾ മുന്നോട്ടു നടന്നു.

IV

സ്യൂലിയ സെർഗേയെവ്നയെ അപ്രതീക്ഷിതമായി തന്റെ സഹോദരിയുടെ മുറിയിൽ കണ്ടപ്പോൾ ലാപ്തെവിന് വീണ്ടും തലേന്നത്തെപ്പോലെ അസഹ്യമായ അപമാനബോധം അനുഭവപ്പെട്ടു. തലേന്നത്തെ സംഭവത്തിനുശേഷം അവൾക്കിങ്ങനെ യാതൊരു ക്ലേശവുമില്ലാതെ, തന്നെ കണ്ടുമുട്ടാനിടയുണ്ടെന്നിരിക്കെ തന്റെ സഹോദരിയെ വന്നു കാണാൻ കഴിഞ്ഞെങ്കിൽ അതിന്റെ അർത്ഥം ഒന്നുകിൽ അവൾ തന്നെ പരിഗണിച്ചിട്ടേയില്ല, അല്ലെങ്കിൽ പുല്ലുപോലെ കരുതുന്നു എന്നാണ്. പക്ഷെ അവളുടെ കൈ പിടിച്ചു കുലുക്കിയപ്പോൾ അയാൾ അവളുടെ വിളറിയ മുഖവും അവളുടെ കണ്ണിനു താഴെ പറ്റിപ്പിടിച്ചിരുന്ന പൊടിയും കണ്ടു. ദുഃഖാർത്തയായി അപരാധബോധത്തോടുകൂടി അവൾ തന്റെ നേർക്കയച്ച നോട്ടത്തിൽനിന്നും അവളും വിഷമതയനുഭവിക്കുന്നുണ്ടെന്ന് അയാൾക്കു മനസ്സിലായി.

അവൾക്കു നല്ല സുഖം തോന്നിയില്ല. അതുകൊണ്ട് അല്പനേരമിരുന്നിട്ട് കഷ്ടിച്ച് പത്തു മിനിട്ടു മാത്രം- അവൾ പോകാൻ എഴുന്നേറ്റു.

“എന്നെ വീട്ടുവരെ കൊണ്ടാക്കാമോ അലെക്സേയ് ഫ്യോദൊറൊവിച്ച്?” പുറത്തേക്കിറങ്ങിയപ്പോൾ അവൾ ലാപ്തെവിനോടു ചോദിച്ചു.

തൊപ്പി കൈകൊണ്ട് അമർത്തിപ്പിടിച്ചുകൊണ്ട് അവർ രണ്ടുപേരും മൗനമായി നടന്നു. കാറ്റിൽനിന്ന് അവൾക്കല്പം മറ

കിട്ടാൻ വേണ്ടി അയാൾ ഏതാനും അടി പിന്നിലാണ് നടന്നത്. അവർ വശത്തുള്ള വഴിയിലേക്കു തിരിഞ്ഞപ്പോൾ കാറ്റിന്റെ ഊക്ക് കുറഞ്ഞിരുന്നു. അവർ പിന്നീട് ഒപ്പം നടന്നു.

"ഞാനിന്നലെ ദയയില്ലാതെ പെരുമാറി. ക്ഷമിക്കണം." അവൾ പറഞ്ഞു. ഏതു നിമിഷവും പൊട്ടിക്കരയുമെന്ന മട്ടിൽ അവളുടെ ശബ്ദം ഇടറിയിരുന്നു. "ഹാ! ഞാനെന്തു മാത്രം ദുഃഖിക്കുന്നു! രാത്രി മുഴുവനും എനിക്കുറങ്ങാൻ കഴിഞ്ഞില്ല."

"വാസ്തവം? ഞാൻ ഭംഗിയായി ഉറങ്ങി."

അവളെ നോക്കാതെ ലാപ്തെവ് പറഞ്ഞു.

"പക്ഷേ എനിക്കു സന്തോഷമാണെന്ന് അതുകൊണ്ടർത്ഥമില്ല. എന്റെ ജീവിതം തകർന്നു കഴിഞ്ഞിരിക്കുന്നു. ഇന്നലത്തേതിനു ശേഷം എന്നിൽ വിഷം കുത്തിവച്ചിരിക്കുന്നതുപോലെയുള്ള ഒരു തോന്നലാണെനിക്കുള്ളത്. ഏതായാലും സംഭവിക്കാവുന്നതിന്റെ പരമാവധി ഇന്നലെ സംഭവിച്ചു കഴിഞ്ഞു. ഇന്നെനിക്കു യാതൊരു വീർപ്പുമുട്ടലുമില്ല. നിന്നോടു തുറന്നു തന്നെ സംസാരിക്കാൻ ഇന്നെനിക്കു കഴിയും. ഞാൻ നിന്നെ എന്റെ സഹോദരിയേക്കാളും, എന്റെ അമ്മയേക്കാളും കൂടുതൽ സ്നേഹിക്കുന്നു... എന്റെ സഹോദരിയേയും അമ്മയേയും കൂടാതെ എനിക്കു ജീവിക്കാം. പക്ഷേ, നിന്നെക്കൂടാതെ എന്റെ ജീവിതം അർത്ഥശൂന്യമാണ്. നിന്നെക്കൂടാതെ എനിക്ക്...."

സാധാരണയെന്നപോലെത്തന്നെ അവളുടെ ഉദ്ദേശമെന്തെന്ന് അയാളൂഹിച്ചു. ഇന്നലത്തെ സംഭാഷണം തുടരാൻ അവളാഗ്രഹിക്കുന്നതുകൊണ്ടാണ് വീടുവരെ കൊണ്ടാക്കണമെന്ന് തന്നോടാവശ്യപ്പെട്ടതെന്നും തന്നെ ഇപ്പോൾ അവൾ വീട്ടിനകത്തേക്ക് കൂട്ടിക്കൊണ്ടു പോവുകയാണെന്നും അയാൾക്കു മനസ്സിലായി. പക്ഷേ അവളുടെ വിസമ്മതത്തോടു കൂട്ടിച്ചേർക്കാൻ എന്തിരിക്കുന്നു? അവളിപ്പോൾ മനസ്സിൽ കണ്ടിരിക്കുന്നതെന്താണ്? അവളുടെ നോട്ടത്തിൽനിന്നും അവളുടെ ചിരിയിൽനിന്നും തന്നോടൊപ്പം നടക്കുമ്പോൾ അവൾ തലയും തോളും പിടിച്ചിരിക്കുന്ന വിധത്തിൽനിന്നുപോലും അയാൾക്കു തോന്നി, അവളിപ്പോഴും തന്നെ പ്രേമിക്കുന്നില്ലെന്ന്. അപ്പോൾപ്പിന്നെ എന്താണ് അവൾക്ക് തന്നോടു പറയാനുള്ളത്?

ഡോക്ടർ സെർഗേയ് ബൊറീസിച്ച് വീട്ടിലുണ്ടായിരുന്നു.

"വരൂ, നിങ്ങൾക്കു സ്വാഗതം, ഫ്യോദൊർ അലെക്സേയെവിച്ച്,"

ലാപ്തെവിന്റെ പേരും ഇരട്ടപ്പേരും തമ്മിൽ കൂട്ടിക്കുഴച്ചുകൊണ്ട് അദ്ദേഹം പറഞ്ഞു. “കണ്ടതിൽ വളരെ സന്തോഷം.”

ഡോക്ടർ ഇതിനുമുമ്പൊരിക്കലും ഇത്രയേറെ ഉപചാരപൂർവ്വം പെരുമാറിയിട്ടില്ല. തന്റെ വിവാഹാഭ്യർത്ഥനയെക്കുറിച്ച് അദ്ദേഹം അറിഞ്ഞുകാണുമെന്ന് അയാൾ തീരുമാനിച്ചു. അതയാളിൽ നീരസമുളവാക്കി. ഡോക്ടറുടെ വിരുന്നുമുറിയിലാണ് അയാൾ ഇരുന്നിരുന്നത്. വൃത്തിഹീനവും കാഴ്ചയ്ക്ക് പകിട്ടു തോന്നിക്കുന്നതുമായ ഗൃഹോപകരണങ്ങളോടും മോശപ്പെട്ട പെയിന്റിംഗുകളോടും കൂടിയ ഒരു വിചിത്രമായ മുറിയായിരുന്നു അത്. വളരെ വലുപ്പത്തിലുള്ള ലാംബ്ഷേഡും കസേരകളുമുണ്ടായിട്ടും ഒരു പാർപ്പുമുറിയേക്കാൾ വിസ്തൃതമായ ഒരു കളപ്പുരയോടായിരുന്നു അതിനു കൂടുതൽ സാദൃശ്യം. ഡോക്ടറെപ്പോലുള്ള ഒരാൾക്കു മാത്രമേ ഇമ്മാതിരി ഒരു മുറിയിൽ സൗഖ്യമായി കഴിയാൻ സാധിക്കുമായിരുന്നുള്ളൂ. തൊട്ടടുത്ത മുറിക്ക് ഏതാണ്ട് ഇതിനേക്കാൾ ഇരട്ടി വലുപ്പമുണ്ടായിരുന്നു.ഹാൾ എന്നാണത് അറിയപ്പെട്ടിരുന്നത്. ഒരു നൃത്തവിദ്യാലയത്തിലെന്നപോലെ ചുമരിനരികിൽ ചുമരിനരികിൽ ചേർത്തിട്ടിരുന്ന കസേരകളൊഴികെ ആ മുറിയിൽ യാതൊന്നുമുണ്ടായിരുന്നില്ല. യൂലിയ സെർഗേയെവ്ന തന്റെ സഹോദരി നീനയെ വന്നു കണ്ടതും തന്നെ ഇങ്ങോട്ടു കൂട്ടിക്കൊണ്ടു വന്നതും അവളുടെ മനസ്സു മാറ്റിയ കാര്യം തന്നെ അറിയിക്കാൻ വേണ്ടി മാത്രമാണ് - അസുഖകരമായ ഈ ചിന്ത തന്റെ സഹോദരിയെപ്പറ്റി ഡോക്ടറോടു സംസാരിച്ചുകൊണ്ടിരിക്കുമ്പോൾ ലാപ്തെവിനെ അസഹ്യപ്പെടുത്തി. എത്ര ഭയങ്കരം~ അയാൾ വിചാരിച്ചു. അങ്ങിനെയൊരു സംശയം തന്റെ മനസ്സിൽ കടന്നുകൂടിയല്ലോ എന്നതാണ് അതിലും അസഹനീയമായി അയാൾക്കു തോന്നിയത്. അച്ഛനും മകളും പാതിരാവ്വരെയിരുന്ന് ഇതേപ്പറ്റി ആലോചിക്കുന്നതും തർക്കിക്കുന്നതും അവസാനം ധനികനായ ഇതുപോലൊരാളെ യൂലിയ തിരസ്കരിച്ചതു ബുദ്ധിശൂന്യമായിപ്പോയി എന്ന തീരുമാനത്തിൽ രണ്ടുപേരുമെത്തുന്നതും അയാൾ ഭാവനയിൽ കണ്ടു. ഇത്തരം സന്ദർഭങ്ങളിൽ മാതാപിതാക്കൾ സാധാരണ പറയാറുള്ള വാക്കുകൾ പോലും അയാൾക്കു കേൾക്കാമായിരുന്നു:

“നിനക്കയാളോടു സ്നേഹമില്ലെന്നതു ശരി തന്നെ. പക്ഷേ, നിനക്കതുകൊണ്ടു ചെയ്യാവുന്ന നന്മയെപ്പറ്റി ഒന്നാലോചിച്ചു നോക്ക്!”

ഡോക്ടർ രോഗികളെ സന്ദർശിക്കാൻ വേണ്ടി പുറപ്പെടാൻ

തയ്യാറായി.. ലാപ്തെവും അദ്ദേഹത്തോടൊപ്പം ഇറങ്ങാൻ ഭാവിച്ചെങ്കിലും യൂലിയ സെർഗേയെവ്ന പറഞ്ഞു:

"'നിങ്ങൾ ഇപ്പോൾ പോകരുതെന്നാണ് എന്റെ അപേക്ഷ."

അവളുടെ മനസ്സിടിഞ്ഞിരുന്നു. തന്നോടു സ്നേഹമുള്ള ദയാശീലനും യോഗ്യനുമായൊരാളെ തനിക്കിഷ്ടമല്ലെന്ന ഒരേയൊരു കാരണത്താൽ തിരസ്കരിക്കുകയെന്നത്- പ്രത്യേകിച്ച്, വിരസവും മുഷിപ്പനും അലസവുമായ അവളുടെ ഇന്നത്തെ ജീവിതം മാറ്റാനൊരവസരം ഈ വിവാഹം നൽകുമ്പോൾ, അവളുടെ യുവത്വം മാഞ്ഞുകൊണ്ടിരിക്കുകയും ഭാവി കൂടുതൽ ശോഭനമാകുമെന്ന പ്രതീക്ഷിക്കാൻ നിർവ്വാഹമില്ലാതിരിക്കുകയും ചെയ്യുമ്പോൾ അങ്ങിനെ ചെയ്യുന്നത് - വെറും ഭ്രാന്തും ബുദ്ധിശൂന്യമായ ധിക്കാരവുമായിരിക്കുമെന്നും അതിനു ദൈവം അവളെ ശിക്ഷിക്കാനിടയുണ്ടെന്നും അവൾ നൈരാശ്യത്തോടെ തീരുമാനിച്ചു.

ഡോക്ടറുടെ കാലടിശബ്ദം കേൾക്കാതായപ്പോൾ അവൾ പെട്ടെന്ന് ലാപ്തെവിന്റെ നേരെ തിരിഞ്ഞ് വിളറിയ മുഖത്തോടെ ഉറച്ച സ്വരത്തിൽ ഇങ്ങനെ പറഞ്ഞു.

"നിങ്ങളുടെ അഭ്യർത്ഥനയെക്കുറിച്ച് ഞാനിന്നലെ വളരെനേരം ആലോചിച്ചു. അലെക്സേയ് ഫ്യോദൊറൊവിച്ച്...ഞാനത് സ്വീകരിക്കാൻ നിശ്ചയിച്ചു."

അയാൾ കുനിഞ്ഞ് അവളുടെ കരം ചുംബിച്ചു. അവൾ തന്റെ തണുത്ത ചുണ്ടുകൾ അദക്ഷമായി അയാളുടെ തലയിലമർത്തി. ഈ പ്രേമപ്രഖ്യാപനത്തിൽ മുഖ്യസംഗതി- അവളുടെ പ്രേമം- ഇല്ലായിരുന്നെന്നും അതേസമയം തികച്ചും അനാവശ്യമായ പലതും അതിലുണ്ടായിരുന്നെന്നും അയാൾക്കു തോന്നി. നിലവിളിച്ചു കൊണ്ടോടാൻ, ആ നിമിഷത്തിൽത്തന്നെ മോസ്കോയിലേക്കു തിരിക്കാൻ അയാളാഗ്രഹിച്ചു. പക്ഷേ, തന്റെ തൊട്ടടുത്ത് അവൾ നിൽക്കുന്നതു കണ്ടപ്പോൾ അയാളിൽ പെട്ടെന്ന് വികാരം വിജൃംഭിച്ചു. ഇനി ആലോചിച്ചിട്ടു കാര്യമില്ലെന്നു കരുതി അയാൾ അവളെ മാറോടണച്ചു. പ്രേമവാക്കുകൾ അവളുടെ കാതിൽ മന്ത്രിച്ചു. അവളുടെ കഴുത്തിലും കവിളിലും തലമുടിയിലും ചുംബിച്ചു.

ഈ ലാളനങ്ങൾ കണ്ടു പരിഭ്രാന്തയായി അവൾ ജനലിനരികിയിലേക്കു പോയി. തങ്ങൾ ഇങ്ങനെ സംസാരിച്ചുപോയതിൽ

രണ്ടുപേർക്കും ഇതിനകം തന്നെ കുണ്ഠിതം തോന്നിത്തുടങ്ങിയിരുന്നു. "എന്തിനിതു സംഭവിച്ചു" എന്ന് വ്യാകുല മനസ്സോടെ അവർ സ്വയം ചോദിക്കുകയായിരുന്നു.

"ഞാൻ എത്രത്തോളം വിഷമിക്കുന്നുണ്ടെന്നു നിങ്ങളറിഞ്ഞിരുന്നെങ്കിൽ!" നിസ്സഹായയായി കൈ ചേർത്തുപിടിച്ചുകൊണ്ട് അവൾ പറഞ്ഞു

"പക്ഷേ അതിന്റെ ആവശ്യമെന്ത് ?" അവളുടെ സമീപത്തേക്കു നീങ്ങിക്കൊണ്ട് അയാൾ ചോദിച്ചു. അയാളും കൈ ചേർത്തുപിടിച്ചിരുന്നു. "എന്തു പറ്റി, ഓമനേ, ദൈവത്തെ ഓർത്ത് എന്നോടു സത്യം പറയൂ, സത്യം മാത്രം. ഞാൻ നിന്നോടപേക്ഷിക്കുകയാണ്."

"ഓ, ഒന്നുമില്ല," പുഞ്ചിരിക്കാൻ ശ്രമിച്ചുകൊണ്ട് അവൾ പറഞ്ഞു. "കൂറും വിശ്വാസവുമുള്ള ഒരു ഭാര്യയായിരിക്കാമെന്ന് ഞാൻ നിങ്ങൾക്ക് ഉറപ്പു തരുന്നു. ദയവു ചെയ്ത് ഇന്നു വൈകുന്നേരം വരൂ."

പിന്നീട്, ഒരു ചരിത്രാഖ്യായിക വായിച്ചു കേൾപ്പിച്ചുകൊണ്ട് സഹോദരിയുടെ അടുത്തിരുന്നപ്പോൾ അയാൾ നടന്ന സംഭവമെല്ലാം ഓർത്തു. തന്റെ വികാരപ്രകടനത്തിന് അവളുടെ ഭാഗത്തുനിന്നുണ്ടായ പ്രതികരണം എത്രയോ തുച്ഛമായിരുന്നെന്നോർത്തപ്പോൾ അയാളുടെ മനസ്സു നൊന്തു. അവൾക്കയാളോടു സ്നേഹമുണ്ടായിരുന്നില്ല. എന്നിട്ടും അവളയാളെ സ്വീകരിച്ചു. നിസ്സംശയമായും അയാൾ ധനികനായതുകൊണ്ടാണവൾ അങ്ങിനെ ചെയ്തത്. അയാൾ തന്നിൽ ഏറ്റവും കുറച്ചു വില കല്പിച്ചതെന്തോ അതാണവൾക്ക് അഭികാമ്യമായിത്തോന്നിയത്. ദൈവവിശ്വാസിയായ ഒരു പരിശുദ്ധയുവതിയെന്ന നിലയ്ക്ക് ഒരു പക്ഷേ അവൾ അയാളുടെ പണത്തെപ്പറ്റി ചിന്തിച്ചിട്ടേ ഉണ്ടായിരിക്കുകയില്ലെന്നു വരാം. എന്തായാലും അവൾക്കയാളോട് സ്നേഹമുണ്ടായിരുന്നില്ല. സ്നേഹമുണ്ടായിരുന്നേയില്ല; അതുകൊണ്ട് അയാളെ വിവാഹം ചെയ്യാൻ ആഗ്രഹിക്കുന്നതിന് അവൾക്ക് ഏതോ പ്രായോഗികകാരണമുണ്ടായിരിക്കണം. ഒരുപക്ഷേ അവ്യക്തവും കൃത്യമായി നിർവ്വചിക്കാൻ വയ്യാത്തതുമായ ഒന്നായിരിക്കാമത്, എങ്കിലും അതൊരു പ്രായോഗികകാരണം തന്നെയാണെന്നതിനു സംശയമില്ല. ഡോക്ടറുടെ വീട്ടിൽക്കണ്ട, ഇടത്തരക്കാർക്കു സഹജമായ പുറംമോടി അയാൾക്ക് അരോചകമായി തോന്നി. "ലെ ക്ലോഷ് സി കൊർണെവീൽ" എന്ന സംഗീതനാടകത്തിലെ ഗസ്പാറെ അനുസ്മരിപ്പിക്കുന്ന അല്പനും ലുബ്ധനുമായ ഡോക്ടറെത്തന്നെ അയാൾ

വെറുത്തു. യൂലിയ എന്ന പേരുപോലും അന്തസ്സില്ലാത്ത ഒന്നായിട്ടാണ് അയാൾക്കിപ്പോൾ തോന്നിയത്. തികച്ചും അപരിചിതരായ രണ്ടാളുകളായിട്ടായിരിക്കും അവർ വിവാഹവേദിയിലേക്കു പോവുക. വികാരത്തിന്റെ ഒരു നേരിയ നിഴൽ പോലും അവളിൽ ഉണ്ടായിരിക്കില്ല. ഒരു ദല്ലാൾ ഏർപ്പെടുത്തിയ വിവാഹത്തിൽനിന്നു വ്യത്യസ്തമായിരിക്കില്ല അവരുടേത്. പക്ഷേ ആയിരക്കണക്കിനാളുകൾ ചെയ്യുന്നത് ഇതു തന്നെയാണ്. തന്നെയല്ല, കാലാന്തരത്തിൽ, തന്നെ കൂടുതലറിയാൻ ഇടവരുമ്പോൾ യൂലിയ അയാളെ സ്നേഹിക്കാൻ പഠിക്കുമായിരിക്കും. ഇതായിരുന്നു, അവരുടെ, വിവാഹത്തെപ്പോലെതന്നെ ക്ഷുദ്രമെങ്കിലും, അയാളുടെ ഒരേയൊരു സമാധാനം.

"റോമിയോയും ജൂലിയറ്റും!" പുസ്തകമടച്ചുകൊണ്ട് ഒരു ചിരിയോടെ അയാൾ പറഞ്ഞു. "ഞാൻ റോമിയോ ആയിരിക്കുകയാണ്, നീന എന്നെ അനുമോദിക്കൂ. ഞാനിന്ന് യൂലിയ സെർഗേയെവ്നയുടെയടുക്കൽ വിവാഹാഭ്യർത്ഥന നടത്തി."

അയാൾ നേരമ്പോക്കു പറയുകയാണെന്ന് ഫ്യോദൊറൊവ്ന വിചാരിച്ചു. പക്ഷേ, അയാൾ പറഞ്ഞത് ഗൗരവത്തിലാണെന്നു മനസ്സിലായപ്പോൾ അവർ കരയാൻ തുടങ്ങി. ഈ വാർത്ത അവരെ അസ്വസ്ഥയാക്കി.

"അപ്പോൾ ഞാൻ നിന്നെ അനുമോദിക്കുകയാണു വേണ്ടത്, അല്ലേ? "അവർ പറഞ്ഞു.

"പക്ഷേ ഇതു കുറെ പെട്ടെന്നായിപ്പോയില്ലേ?"

"ഇല്ല. ഇതു പെട്ടെന്നു സംഭവിച്ചതല്ല. കഴിഞ്ഞ മാർച്ചിൽ ഇവിടെ, ചേച്ചിയുടെ ഈ മുറിയിൽവച്ച്, അവളെ കണ്ടുമുട്ടിയപ്പോൾത്തന്നെ ഞാൻ അവളിൽ അനുരക്തനായി."

"നീ മോസ്കോയിലുള്ള ഏതെങ്കിലുമൊരു പെണ്ണിനെ വിവാഹം ചെയ്യുമെന്നാണു ഞാൻ ധരിച്ചത്." അല്പനേരത്തെ മൗനത്തിനു ശേഷം നീന ഫ്യോദൊറൊവ്ന പറഞ്ഞു. "നമ്മുടെ തന്നെ കൂട്ടത്തിലുള്ള ആരെങ്കിലുമൊരാളെ. അതായിരിക്കുമല്ലോ കൂടുതൽ എളുപ്പം. ഏതായാലും നിന്റെ സുഖമാണു പ്രധാനം, അലെക്സേയ്, എന്റെ ഗ്രിഗോരിയ് നിക്കൊലായെവിച്ച് എന്നെ ഒരിക്കലും സ്നേഹിച്ചിട്ടില്ല. എന്നിട്ടു ഞങ്ങൾ എങ്ങിനെയാണു കഴിയുന്നതെന്നു നീ കാണുന്നുണ്ടല്ലോ. തീർച്ചയായും ഏതൊരു സ്ത്രീക്കും നിന്നെ സ്നേഹിക്കാൻ

കഴിയും. നീ അത്രയ്ക്ക് ദയാശീലനും ബുദ്ധിമാനുമാണ്. പക്ഷേ യൂലിയ ഒരു കുലീനയാണ്. പ്രത്യേകമായുള്ള പാഠശാലയിലാണ് അവൾ പഠിച്ചത്. അതുകൊണ്ട് ദയാശീലവും ബുദ്ധിയും മാത്രം പോരാ, അവൾ ചെറുപ്പമാണ്. പക്ഷേ നീ ചെറുപ്പമല്ലാ, അലക്സേയ്, നീ സുമുഖനുമല്ല."

~ഒടുവിൽ പറഞ്ഞ വാക്കുകളുടെ കാഠിന്യം കുറയ്ക്കാൻ വേണ്ടി അവർ അയാളുടെ കവിൾ തടവി.

"നീ സുന്ദരനല്ല," അവർ പറഞ്ഞു, "പക്ഷേ നീ വളരെ നല്ലവ നാണ്."

അവർ വികാരഭരിതയായി. അവരുടെ കവിളുകളിൽ ഇളം ചുടുപ്പ് വ്യാപിച്ചു. വിശുദ്ധരൂപം കാട്ടി അലെക്സേയ്ക്ക് തന്റെ അനുഗ്രഹാ ശിസ്സുകൾ നൽകുന്നത് ഉചിതമായിരിക്കുമോ? മൂത്ത സഹോദരി യെന്ന നിലയ്ക്ക് അവന്റെ അമ്മയുടെ സ്ഥാനമാണു തനിക്കുള്ളത്. വിവാഹം വളരെ കെങ്കേമമായും അയാളുടെ അന്തസ്സിന് അനുയോ ജ്യമായും കൊണ്ടാടണമെന്നു പറഞ്ഞ് ദുഃഖിതനായിരിക്കുന്ന തന്റെ സഹോദരനെ സമാശ്വസിപ്പിക്കാൻ അവർ ശ്രമിച്ചു.

ഭാവിവരനെന്ന നിലയ്ക്ക് അയാൾ ബെലാവിന്റെ വീട്ടിൽ ദിവസം മൂന്നോ നാലോ പ്രാവശ്യം പോയിത്തുടങ്ങി. അതോടെ സാഷയ്ക്ക് ഒഴിവു കൊടുക്കാനോ അവളുടെ അമ്മയെ ചരിത്രാഖ്യായികകൾ വായിച്ചുകേൾപ്പിക്കാനോ അയാൾക്കു സമയം കിട്ടാതായി. യൂലിയ അയാളെ സ്വീകരിച്ചത് അവളുടെ സ്വന്തമായ രണ്ടു മുറികളിലാണ്. വിരുന്നുമുറിയിൽനിന്നും അവളുടെ അച്ഛന്റെ ആഫീസുമുറിയിൽനിന്നും വളരെ അകലെയായിരുന്നു അവ. അയാൾ ഈ മുറികൾ ഇഷ്ടപ്പെട്ടു; അവയുടെ ഇരുണ്ട ചുമരുകളും കോണിൽ സ്ഥിതി ചെയ്തിരുന്ന വിശു ദ്ധരൂപങ്ങളും വിലകൂടിയ സുഗന്ധദ്രവ്യങ്ങളുടെ പരിമളവും രൂപങ്ങ ളുടെ മുമ്പിലുള്ള വിളക്കിലെ എണ്ണയുടെ മണവും അയാൾക്കിഷ്ടമായി. യൂലിയയുടെ ശയ്യയും വസ്ത്രധാരണമേശയും ഒരു മറയ്ക്കു പിന്നിലായി രുന്നു. പുസ്തകങ്ങൾ വച്ചിരുന്ന അലമാരയുടെ വാതിലിൽ പച്ചത്തുണി അടിച്ചിരുന്നു. വളരെ കട്ടി കൂടിയ പരവതാനിയാണു തറയിലിട്ടി രുന്നത്. അതിനാൽ അവളുടെ കാലടിശബ്ദം പോലും കേൾക്കുക പ്രയാസമായിരുന്നു. വളരെ ഒതുങ്ങിയ പ്രകൃതമാണ് അവളുടേതെന്നും ശാന്തവും സമാധാനപരവുംഏകാന്തവുമായ ജീവിതം നയിക്കാനാണ് അവളിഷ്ടപ്പെടുന്നതെന്നും ഇതിൽനിന്നെല്ലാം അയാൾ അനുമാനിച്ചു.

ഇപ്പോഴും കൗമാരപ്രായത്തിലുള്ള ഒരു പെൺകിടാവായിട്ടാണ് അവളെ കണക്കാക്കിയിരുന്നത്. അവൾക്കു സ്വന്തമായി പണമൊന്നുമുണ്ടായിരുന്നില്ല. നടക്കാൻ പോകുമ്പോൾ പലപ്പോഴും തന്റെ പക്കൽ ഒരു കോപ്പെക്കുപോലും ഇല്ലെന്നറിഞ്ഞ് അവൾ അമ്പരന്നിട്ടുണ്ട്. തുണിക്കും പുസ്തകത്തിനുംവേണ്ടി അച്ഛൻ അവൾക്ക് ചെറിയ സംഖ്യകൾ കൊടുത്തിരുന്നു. എല്ലാംകൂടി ആണ്ടിൽ നൂറു റൂബിളിൽ കവിഞ്ഞിരുന്നില്ല. അദ്ദേഹം പോലും, ധാരാളം വരുമാനമുണ്ടായിട്ടും, പണത്തിനു ബുദ്ധിമുട്ടിയിരുന്നു. എന്നും വൈകിട്ട് അദ്ദേഹം ക്ലബ്ബിൽ പോയി ചീട്ടുകളിക്കും. എന്നും തോൽക്കുകയും ചെയ്യും. കൂടാതെ അദ്ദേഹം പരസ്പരവായ്പസംഘം വഴി വീടുകൾ വാങ്ങി വാടകയ്ക്കു കൊടുത്തിരുന്നു. വാടകക്കാർ പണം മുറയ്ക്കു നൽകിയതുമില്ല. എന്നാലും തന്റെ ഈ ബിസിനസ്സ് അങ്ങേയറ്റം ആദായകരമായിരുന്നുവെന്നാണ് അദ്ദേഹം അവകാശപ്പെട്ടിരുന്നത്. അദ്ദേഹം മകളൊന്നിച്ച് താമസിച്ചിരുന്ന വീട് പണയത്തിലായിരുന്നു. ആ പണം മുടക്കി അദ്ദേഹം ഒരു സ്ഥലം വാങ്ങി ഒരു രണ്ടുനിലക്കെട്ടിടത്തിന്റെ പണി ആരംഭിച്ചുകഴിഞ്ഞിരുന്നു. അതും പണയപ്പെടുത്തുകയെന്നതുതന്നെയായിരുന്നു ഉദ്ദേശം.

ലാപ്തെവ് ഇപ്പോൾ ജീവിച്ചത് ഏതാണ്ടൊരു സ്വപ്നലോകത്തിലാണ്. താനല്ല, തന്റെ പ്രതിരൂപമാണു ജീവിക്കുന്നതെന്ന് അയാൾക്കു തോന്നി. മുമ്പു താൻ ചെയ്യുമെന്നു ചിന്തിക്കാൻപോലും സാദ്ധ്യമല്ലാത്ത പലതും അയാളിപ്പോൾ ചെയ്തു. അയാൾ ഡോക്ടറൊന്നിച്ച് മൂന്നു തവണ ക്ലബ്ബിൽ പോയി, അദ്ദേഹമൊന്നിച്ച് അത്താഴമുണ്ടു, അദ്ദേഹത്തിന്റെ കെട്ടിടംപണിക്ക് പണം കൊടുത്തു. അയാൾ പനൗറൊവിന്റെ മറ്റേ വസതിയിൽ പോവുകപോലും ചെയ്തു. പനൗറൊവ് ഒരു ദിവസം അയാളെ ഉണ്ണാൻ ക്ഷണിച്ചു. കൂടുതൽ ആലോചിക്കാതെ അയാൾ ക്ഷണം സ്വീകരിച്ചു. നരച്ചു തുടങ്ങിയ തലമുടിയും കറുത്ത പുരികവുമുള്ള നീണ്ടുമെലിഞ്ഞ മുപ്പത്തഞ്ചു വയസ്സുകാരിയായ ഒരു സ്ത്രീയാണ് അയാളെ സ്വീകരിച്ചത്. കണ്ടിട്ട് റഷ്യക്കാരിയാണെന്നു തോന്നിയില്ല. മുഖത്ത് കട്ടിയിൽ വെളുത്ത പൗഡറിട്ടിരുന്നു. മധുരമായിട്ടാണ് അവർ പുഞ്ചിരിച്ചത്. അവർ കയ്യിളക്കി ഹസ്തദാനം ചെയ്തുകൊണ്ട് അവരുടെ വെളുത്ത കൈത്തണ്ടയിൽ കിടന്നിരുന്ന വളകൾ കിലുങ്ങി. അവർ ദുഃഖിക്കുന്നതുകൊണ്ടും അത് തന്നിൽനിന്നും മറ്റുള്ളവരിൽനിന്നും മറച്ചുവയ്ക്കാൻ ആഗ്രഹിക്കുന്നതുകൊണ്ടുമാണ് അവരങ്ങിനെ

ചിരിക്കുന്നതെന്ന് ലാപ്തെവിനു തോന്നി. സാഷയുടെ ഛായയിൽ അഞ്ചും മൂന്നും വയസ്സു പ്രായമുള്ള രണ്ടു പെൺകുട്ടികളെ അയാൾ കണ്ടു. പാൽസൂപ്പ്, മുള്ളങ്കിയിട്ട തണുത്ത ഇറച്ചി, ചോക്ലേറ്റ്-ഇതെല്ലാമായിരുന്നു ഭക്ഷണവിഭവങ്ങൾ. ഒന്നിനും സ്വാദുണ്ടായിരുന്നില്ല. പക്ഷേ, സുവർണ്ണ ഫോർക്കുകൾ, സോസും മുളകുമിടാൻ ഭംഗിയേറിയ കുപ്പികൾ, അങ്ങേയറ്റം കലാവൈഭവത്തോടെ നിർമ്മിച്ച ഒരു ചെറിയ ഭരണി, സ്വർണ്ണംകൊണ്ടുണ്ടാക്കിയ ഒരു കുരുമുളകുഡപ്പി എന്നിവയെക്കൊണ്ട് മേശ സമലംകൃതമായിരുന്നു.

പാൽസൂപ്പ് കുടിച്ചുകഴിഞ്ഞപ്പോഴാണ് ലാപ്തെവിനു മനസ്സിലായത് താനിവിടെ വന്നതു തന്നെ അങ്ങേയറ്റം അനുചിതമായിപ്പോയി എന്ന്. ആ സ്ത്രീക്ക് ബേജാറുണ്ടായിരുന്നുവെന്നതു സ്പഷ്ടമായിരുന്നു. അവരെപ്പോഴും പല്ലു വെളിയിൽ കാട്ടി ചിരിച്ചുകൊണ്ടിരുന്നു. പനൗറൊവ് ആ സമയത്തെല്ലാം പ്രേമത്തിനും അതിന്റെ ഉത്ഭവത്തിനും ഒരു ശാസ്ത്രീയവിശദീകരണം നൽകുകയായിരുന്നു.

"വൈദ്യുതിയുടെ ഒരു പ്രതിഭാസമാണത്." അയാൾ അവരോട് ഫ്രഞ്ചിൽ പറഞ്ഞു. "നമ്മുടെ ഓരോരുത്തരുടേയും തൊലിയിൽ വൈദ്യുതിപ്രവാഹം ഉല്പാദിപ്പിക്കുന്ന അതിസൂക്ഷ്മമായ ഗ്രന്ഥികളുണ്ട്. നിങ്ങളുടെ വൈദ്യുതിപ്രവാഹങ്ങൾക്കു സമാന്തരമായി പ്രവാഹങ്ങളുള്ള ഒരാളെ നിങ്ങൾ കണ്ടുമുട്ടാനിടയായാൽ, പ്രേമത്തിലാണതു കലാശിക്കുക."

വീട്ടിൽ മടങ്ങിയെത്തിയപ്പോൾ എവിടെപ്പോയിരുന്നുവെന്നുള്ള സഹോദരിയുടെ ചോദ്യത്തിന് ഉത്തരം പറയാൻ ലാപ്തെവ് ലജ്ജിച്ചു. അയാളതുകൊണ്ട് ഒന്നും മിണ്ടിയില്ല.

വിവാഹത്തിനു മുമ്പുള്ള വാരങ്ങളിലെല്ലാം തന്നെ തന്റെ സ്ഥിതിയിലുള്ള അസ്വാഭാവികതയെക്കുറിച്ച് അയാൾ ബോധവാനായിരുന്നു. ദിവസം ചെല്ലുന്തോറും അയാളുടെ പ്രേമം വർദ്ധിച്ചു വന്നു. കാവ്യാത്മകവും ഉൽകൃഷ്ടവുമായ ഒരു ജീവിയായിട്ടാണ് അയാൾ യൂലിയയെ കണ്ടത്. എന്നാൽ അവളയാളെ തിരിച്ചു പ്രേമിച്ചിരുന്നില്ലെന്നും അയാൾക്ക് സ്വയം വിൽക്കുകയാണു ചെയ്യുന്നതെന്നുമുള്ള പരമാർത്ഥം പിന്നെയും അവശേഷിച്ചു. ഈ ചിന്ത ചിലപ്പോൾ അയാളെ കൊടുംനൈരാശ്യത്തിലാഴ്ത്തി. സർവ്വതും ഉപേക്ഷിക്കാൻ അയാൾ ഒന്നിലധികം തവണ ഒരുമ്പെട്ടതാണ്. അയാൾക്ക് ഉറങ്ങാൻ കഴിയാതായി. ആലോചിച്ചുകൊണ്ട് അയാൾ രാത്രി മുഴുവൻ ഉണർന്നു

കിടക്കും. സ്നേഹിതന്മാർക്കുള്ള കത്തുകളിൽ "ആൾ" പരാമർശിച്ചിരുന്ന മോസ്കോയിലെ ആ സ്ത്രീയെ വിവാഹത്തിനുശേഷം കാണുമ്പോൾ അയാളെന്താണ് അവരോടു പറയേണ്ടത്? അച്ഛനും അനിയനുമൊന്നിച്ചു കഴിയുകയെന്നത് എളുപ്പമല്ല. അവർ ഈ വിവാഹത്തെക്കുറിച്ചും യൂലിയയെക്കുറിച്ചും എന്തു പറയും? ആദ്യം കാണുമ്പോൾ അച്ഛൻ യൂലിയയോട് പരുഷമായി പെരുമാറുമോ എന്നയാൾ ഭയപ്പെട്ടു. അനിയൻ ഫ്യോദൊറിനെ സംബന്ധിച്ചാണെങ്കിൽ അടുത്തകാലത്തായി വിചിത്രമായ എന്തോ ഒരു മാറ്റം അവനു സംഭവിച്ചുകൊണ്ടിരിക്കുന്നുണ്ട്. നല്ല ആരോഗ്യത്തിന്റെ പ്രാധാന്യത്തെപ്പറ്റിയും രോഗംകൊണ്ട് മനസ്സിലുണ്ടാകാവുന്ന പ്രത്യാഘാതത്തെപ്പറ്റിയും മതത്തിന്റെ പൊരുളിനെപ്പറ്റിയുമെല്ലാം നീണ്ട നീണ്ട കത്തുകൾ അവനയച്ചിരുന്നു. പക്ഷേ മോസ്കോയെപ്പറ്റിയും ബിസിനസ്സിനെപ്പറ്റിയും ഒരക്ഷരം പോലുമില്ല. ഈ കത്തുകൾ ലാപ്തെവിനെ അരിശംകൊള്ളിച്ചു. തന്റെ സഹോദരന്റെ സ്വഭാവം കൂടുതൽ വഷളായി വരികയാണെന്ന് അയാൾക്കു തോന്നി.

സെപ്തംബർ മാസത്തിൽ പീറ്റർ-പോൾ ദേവാലയത്തിൽവച്ച് കുർബാന കഴിഞ്ഞ് അവർ വിവാഹിതരായി. ദമ്പതികൾ അന്നുതന്നെ മോസ്കോയിലേക്കു തിരിച്ചു. കറുത്ത വസ്ത്രവും തൊങ്ങലും ധരിച്ചപ്പോൾ യൂലിയ ഒരു ബാലികയായിട്ടല്ല പ്രൗഢയായ യുവതിയായിട്ടാണ് തോന്നിച്ചിരുന്നത്. ലാപ്തെവും പത്നിയും നീന ഫ്യോദൊറൊവ്നയോടു വിട വാങ്ങിയപ്പോൾ ആ രോഗിണിയുടെ മുഖമൊന്നു പിടഞ്ഞെങ്കിലും അവരുടെ കണ്ണുകൾ നിറഞ്ഞില്ല.

"ഞാൻ മരിക്കുകയാണെങ്കിൽ എന്റെ കൊച്ചു കുട്ടികളെ നിങ്ങൾ നോക്കണം."

"ഓ! തീർച്ചയായും. ഞാൻ നിങ്ങളോടു സത്യം ചെയ്യുന്നു!" യൂലിയ സെർഗേയെവ്ന പറഞ്ഞു. അവളുടെ ചുണ്ടുകളും കൺപോളകളും വിറയ്ക്കാൻ തുടങ്ങി.

"ഞാൻ ഒക്ടോബറിൽ വന്നു ചേച്ചിയെ കണ്ടോളാം." വികാരഭരിതനായി ലാപ്തെവ് പറഞ്ഞു. "എന്റെ പൊന്നു ചേച്ചി വേഗം സുഖം പ്രാപിക്കൂ."

തീവണ്ടിയുടെ ഒരു സ്വകാര്യമുറിയിലാണ് അവർ സഞ്ചരിച്ചത്. രണ്ടുപേരും അസന്തുഷ്ടരും അസ്വസ്ഥരുമായിരുന്നു. തൊപ്പി തലയിൽ

നിന്നെടുക്കാതെ ഉറക്കം നടിച്ചുകൊണ്ട് അവൾ ഒരു കോണിലിരുന്നു. അയാൾ അവൾക്കെതിരെയുള്ള മെത്തയിൽ കിടന്നു. ഒട്ടേറെ ചിന്തകൾ അയാളുടെ മനസ്സിനെ അലട്ടി; അച്ഛനെക്കുറിച്ചും ആ 'ആളെ' ക്കുറിച്ചും യൂലിയയുടെ തന്റെ മോസ്കോ വസതി പിടിക്കുമോ എന്നതിനെക്കുറിച്ചുമെല്ലാം അയാൾ ആലോചിച്ചു. തന്നോടു സ്നേഹമില്ലാത്ത ഭാര്യയെ നോക്കിക്കൊണ്ട് അയാൾ വിഷണ്ണനായി ചിന്തിച്ചു: "എന്തിനിതു സംഭവിച്ചു?"

V

ലാപ്തെവ് കുടുംബം മോസ്കോയിൽ ജൗളിത്തരങ്ങളുടെ മൊത്തവ്യാപാരത്തിലാണ് ഏർപ്പെട്ടിരുന്നത്. റേന്ത, നാട, കിന്നരി, കൗതുക തുന്നൽ വേല ചെയ്തിട്ടുള്ള തുണിത്തരങ്ങൾ, ബട്ടൻ തുടങ്ങിയ സാധനങ്ങളാണ് അവർ കൈകാര്യം ചെയ്തിരുന്നത്. ആണ്ടിൽ രണ്ടുകോടി റൂബിളിനുള്ള ചരക്കുകൾ അവർ വിറ്റഴിച്ചിരുന്നു. അറ്റാദായം എത്രയുണ്ടായിരുന്നുവെന്ന് വൃദ്ധനായ ലാപ്തെവിനല്ലാതെ മറ്റാർക്കുമറിഞ്ഞുകൂടായിരുന്നു. അദ്ദേഹത്തിന്റെ മക്കളുടേയും ക്ലാർക്കന്മാരുടേയും കണക്കുകൂട്ടലിൽ അതൊരു മൂന്നുലക്ഷം വരുമായിരുന്നു. അദ്ദേഹം "പണം വാരിയെറിയൽ" അവസാനിപ്പിച്ചിരുന്നെങ്കിൽ - മറ്റു വാക്കുകളിൽ പറഞ്ഞാൽ, അദ്ദേഹം ഇത്ര സുലഭമായി ചരക്കുകൾ കടം കൊടുത്തിരുന്നില്ലെങ്കിൽ- ആദായം ഒരു ലക്ഷം റൂബിൾ കൂടി അധികം വരുമായിരുന്നുവെന്ന് അവർ പറഞ്ഞു. കഴിഞ്ഞ പത്തു വർഷത്തിനിടയിൽ ആ വ്യാപാരശാലയിൽ ഏതാണ്ട് പത്തുലക്ഷം റൂബിൾ വരുന്ന ബില്ലുകൾ പണമീടാകാതെ കുമിഞ്ഞു കൂടിക്കിടപ്പുണ്ടായിരുന്നു. ആ വിഷയത്തെപ്പറ്റി സംസാരിക്കുമ്പോഴെല്ലാം സീനിയർ ക്ലർക്ക് തന്ത്രത്തിൽ കണ്ണുചിമ്മിക്കൊണ്ടു പറയും:

"ഈ നൂറ്റാണ്ടിന്റെ മാനസികഭവിഷ്യത്തുകളാണത്."

നഗരത്തിൽ ഇരുവശത്തും കടകളുടെ നിരകളുള്ള ഒരു തെരുവിൽ

സ്ഥിതി ചെയ്തിരുന്ന, പണ്ടകശാല എന്നറിയപ്പെട്ടിരുന്ന ഒരിടത്തുവച്ചാണ് പ്രധാന ഇടപാടുകൾ നടത്തിയിരുന്നത്. ചരക്കുകളുടെ മണം തങ്ങിനിൽക്കുകയും കുതിരകളുടെ കുളമ്പടിശബ്ദം മാറ്റൊലിക്കൊള്ളുകയും ചെയ്തിരുന്ന ഒരു ഇരുളടഞ്ഞ മുറ്റത്തിലൂടെയാണ് പണ്ടകശാലയിലേക്കു പോകേണ്ടത്. മുറ്റത്തുനിന്ന് ഇരുമ്പുതകിടടിച്ച ഒരു ചെറിയ വാതിലിലൂടെ കടന്നാൽ അഴികളുള്ള ഒരിടുങ്ങിയ ജനലോട്ടും കരികൊണ്ടു കുത്തി വരച്ച ഈർപ്പമുള്ള ചുമരുകളോട്ടും കൂടിയ ഒരു മുറിയിലെത്തും. അതിന്റെ ഇടതുവശത്തായി കുറേക്കൂടി വലിപ്പവും വൃത്തിയുമുള്ള വേറൊരു മുറിയുണ്ട്. അതാണ് ആഫീസ്. ഒരു ഇരുമ്പുപ്പും രണ്ടു മേശകളും അതിലുണ്ട്. പക്ഷേ, മറ്റേതിലെപ്പോലെതന്നെ ജയിലിലുള്ളതുപോലുള്ള ജനലാണ് ഇതിലുമുള്ളത്. ഇവിടുന്നു മുകളിലേക്ക് പോകാൻ കല്ലുകൊണ്ടുള്ള ഇടുങ്ങിയ ഒരു കോവണിയുണ്ട്. അവിടുത്തെ പ്രധാനമുറി സ്ഥിതി ചെയ്തിരുന്നത് മുകളിലാണ്. മുറി വളരെ വലുതായിരുന്നെങ്കിലും ഇരുട്ടും ഉയരം കുറഞ്ഞ മച്ചും ചരക്കുകളുടേയും കെട്ടുകളുടേയും കൂമ്പാരങ്ങളും അങ്ങോട്ടുമിങ്ങോട്ടും തിടുക്കത്തിൽ നടന്നുകൊണ്ടിരുന്ന ആളുകളും കാരണം അതും ചുവട്ടിലെ രണ്ടു മുറികളെപ്പോലെതന്നെ അനാകർഷകമായിരുന്നു. ചരക്കുകൾ കെട്ടുകളിലും പൊതികളിലും കാർഡ്ബോർഡ് പെട്ടികളിലുമായി തട്ടുകളുടെ പുറത്ത് കുന്നുകൂടി കിടപ്പുണ്ടായിരുന്നു. കടലാസുപൊതികളിലെ ദ്വാരങ്ങളിലൂടെ അവിടവിടെ തല കാണിച്ചിരുന്ന ചുവന്ന തുണിക്കഷണങ്ങളും റേന്തകളും കിന്നരികളുമില്ലായിരുന്നെങ്കിൽ എന്തുതരം ചരക്കുകളാണ് ഇവിടെ വില്പന നടത്തിയിരുന്നതെന്ന് ആർക്കും ഊഹിക്കാൻ കഴിയുമായിരുന്നില്ല. ഈ പൊട്ടിപ്പൊളിഞ്ഞ പൊതികളിൽനിന്നും വൃത്തികെട്ട പെട്ടികളിൽനിന്നും വമ്പിച്ച സ്വത്ത് ആർജ്ജിച്ചിരുന്നുവെന്നും ചരക്കു വാങ്ങാൻ വരുന്നവരെക്കൂടാതെ അമ്പതോളമാളുകൾ അവ കൈകാര്യം ചെയ്യുന്നതിൽ ദിവസവും വ്യാപൃതരായിരുന്നുവെന്നും വിശ്വസിക്കാൻ പ്രയാസമായിരുന്നു.

മോസ്കോയിൽ മടങ്ങിയെത്തിയതിന്റെ പിറ്റേന്ന് ഉച്ചയ്ക്ക് ലാപ്തെവ് അവിടെ ചെന്നു. ആ സമയത്ത് ചരക്കുകൾ കെട്ടിത്തയ്യാറാക്കുന്ന തൊഴിലാളികൾ ചുറ്റിക കൊണ്ട് വലിയ ശബ്ദമുണ്ടാക്കിയിരുന്നതിനാൽ താഴത്തെ മുറിയിലോ ആഫീസിലോ ഉള്ള ആരും അയാൾ വന്നതറിഞ്ഞില്ല; അയാളുടെ സഹോദരൻ ഫ്യോദാറാണ് മുകളിൽവച്ച് അയാളെ ആദ്യം കണ്ടത്. അവർ ഇരട്ട പെറ്റതാണെന്ന്

പലപ്പോഴും ആളുകൾ ധരിച്ചിരുന്നു. അത്രയേറെ സാമ്യമുണ്ടായിരുന്നു അവർ തമ്മിൽ. തന്റെ ഛായ എങ്ങിനെയാണെന്ന് അതു ലാപ്തെവിനെ നിരന്തരം ഓർമ്മപ്പെടുത്തി. ഉയരം കുറഞ്ഞ് ഇളം ചുവപ്പു നിറത്തിലുള്ള കവിളുകളോടും കുറച്ചു തലമുടിയോടും അല്പത്വത്തെ ദ്യോതിപ്പിക്കുന്ന ഇടുങ്ങിയ അരക്കെട്ടോടും കൂടി കാഴ്ചയ്ക്കു വെറും സാധാരണക്കാരനാണെന്നു തോന്നിച്ചിരുന്ന ഈ വിരസനായ മനുഷ്യനെ കണ്ടപ്പോൾ അയാൾ സ്വയം ചോദിച്ചു: "ഞാൻ വാസ്തവത്തിൽ അങ്ങിനെയാണോ ഇരിക്കുന്നത്?"

"ചേട്ടനെ കണ്ടതിൽ വലിയ സന്തോഷം!"

സഹോദരനെ ചുംബിച്ച് കൈ പിടിച്ചമർത്തിക്കൊണ്ട് ഫ്യോദാർ പറഞ്ഞു. "ഞാൻ എത്ര ദിവസമായി നോക്കിയിരിക്കുന്നു, പ്രിയപ്പെട്ട ചങ്ങാതി, വിവാഹം ചെയ്യാൻ പോകുന്നുവെന്നു ചേട്ടൻ എഴുതിയതു മുതൽ എനിക്കു ജിജ്ഞാസ സഹിക്കാൻ വയ്യാതായി. തന്നെയല്ല, ചേട്ടനെ കാണാഞ്ഞ് എനിക്കു വിഷമം തോന്നി. നമ്മൾതമ്മിൽ കണ്ടിട്ട് ആറുമാസം ആയിരിക്കുന്നു. എന്തെല്ലാമാണു വിശേഷം? നീന എങ്ങിനെയിരിക്കുന്നു? സ്ഥിതി മോശമാണോ?"

"അതെ, വളരെ മോശമാണ്."

"ദൈവത്തിന്റെ ഇച്ഛയാമത്," ഫ്യോദൊർ ഒരു നെടുവീർപ്പോടെ പറഞ്ഞു. "ചേട്ടന്റെ ഭാര്യയെപ്പറ്റി പറയൂ. സുന്ദരിയാണ്, അല്ലേ? എന്റെ ചേച്ചിയെ എനിക്കിപ്പോൾത്തന്നെ ഇഷ്ടമായിക്കഴിഞ്ഞിരിക്കുന്നു. അവരെ ലാളിച്ചുവഷളാക്കാൻ ഞാൻ സഹായിക്കാം."

തന്റെ പിതാവായ ഫ്യോദാർ സ്തെപ്പാനിച്ചിന്റെ വിസ്തൃതമായ പുറം ലാപ്തെവിന്റെ ദൃഷ്ടിയിൽപെട്ടു. ചരക്കുവാങ്ങാൻ വന്ന ഒരാളുമായി സംസാരിച്ചുകൊണ്ട് അദ്ദേഹം കൗണ്ടറിൽ ഒരു സ്റ്റൂളിന്മേലിരിക്കുകയായിരുന്നു.

"അച്ഛാ! നല്ലവനായ ദൈവം നമുക്കു കൊടുത്തയച്ചിരിക്കുന്നതെന്താണെന്നു നോക്കു!" ഫ്യോദൊർ വിളിച്ചു പറഞ്ഞു. "അലക്സേയ് വന്നിരിക്കുന്നു!"

നല്ല ഉയരവും കരുത്തുറ്റ ശരീരവുമുള്ള ഒരാളായിരുന്നു ഫ്യോദൊർ സ്തെപ്പാനിച്ച്. എൺപതു വയസ്സു പ്രായവും മുഖത്തു ചുളിവുകളുമുണ്ടായിട്ടും അദ്ദേഹം കാഴ്ചയ്ക്ക് ആരോഗ്യവാനും ബലവാനുമായിരുന്നു. കനത്തു മുഴങ്ങുന്ന ശബ്ദത്തിലായിരുന്നു അദ്ദേഹത്തിന്റെ സംസാരം.

ഒരു വീപ്പയിൽനിന്നെന്നപോലെ അത് അദ്ദേഹത്തിന്റെ നെഞ്ചിൽ നിന്നു ബഹിർഗ്ഗമിച്ചു. പട്ടാളക്കാരുടേതു പോലുള്ള ഒരു ചെറിയ മീശ യൊഴിച്ചാൽ വൃത്തിയായി വടിച്ചതായിരുന്നു അദ്ദേഹത്തിന്റെ മുഖം. അദ്ദേഹം ചുരുട്ടു വലിക്കുമായിരുന്നു. എപ്പോഴും ഉഷ്ണം തോന്നിയിരു ന്നതുകൊണ്ട് കൊല്ലത്തിൽ ഏതു സമയത്തും അദ്ദേഹമിട്ടിരുന്നത് അയഞ്ഞു കിടന്നിരുന്ന ഒരു ലിനൻ ജാക്കറ്റാണ്. അടുത്ത കാലത്ത് അദ്ദേഹത്തിന്റെ കണ്ണിൽനിന്നും ഒരു പാട നീക്കം ചെയ്യുകയുണ്ടായി. കാഴ്ച കുറവായിരുന്നതിനാൽ അദ്ദേഹമിപ്പോൾ കച്ചവടം നടത്തിയി രുന്നില്ല. ചരക്കു വാങ്ങാൻ വരുന്നവരുമായി കുശലപ്രശ്നം നടത്തുക യും ജാം കൂട്ടി ചായകുടിക്കുകയും മാത്രമേ ചെയ്തിരുന്നുള്ളു.

ലാപ്തെവ് കുനിഞ്ഞ് അച്ഛന്റെ കയ്യിലും ചുണ്ടിലും ഉമ്മവച്ചു.

"നിന്നെ കണ്ടിട്ട് നാളു കുറെയായല്ലൊ, മോനെ," അദ്ദേഹം പറഞ്ഞു. "വളരെ നാളായിരിക്കുന്നു. നിന്റെ വിവാഹത്തിനു ഞാൻ നിന്നെ അനുമോദിക്കണം, അല്ലേ? ശരി, അനുമോദിച്ചിരിക്കുന്നു."

അദ്ദേഹം മുഖമുയർത്തുകയും ലാപ്തെവ് വീണ്ടും കുനിഞ്ഞു ചും ബിക്കുകയും ചെയ്തു.

"പെണ്ണിനെ കൂടെ കൊണ്ടു വന്നിട്ടുണ്ടോ?" അച്ഛൻ ചോദിച്ചു. മറുപ ടിക്കു കാക്കാതെ ചരക്കു വാങ്ങാൻ വന്നയാളിന്റെ നേരെ തിരിഞ്ഞ് ഇങ്ങനെ തുടർന്നു; "പ്രിയപ്പെട്ട അച്ഛാ! 'യുഞാൻ ഇന്നയാളെ വിവാഹം ചെയ്യുന്ന വിവരം ഇതിനാൽ അറിയിച്ചുകൊള്ളുന്നു. അതേ. പ്രിയപ്പെട്ട അച്ഛന്റെ ഉപദേശവും അനുഗ്രഹവും ആവശ്യമില്ല. ഇപ്പോഴത്തെ ചെറു പ്പക്കാർ അസാമാന്യബുദ്ധിശാലികളാണ്. ഞാൻ നാല്പതാമത്തെ വയസ്സിലാണു വിവാഹം ചെയ്തത്. എന്നിട്ടുപോലും ഞാൻ അച്ഛന്റെ മുമ്പിൽ മുട്ടുകുത്തിനിന്ന് ഉപദേശം ചോദിക്കുകയുണ്ടായി. അതൊന്നും ഇന്ന് അവശേഷിച്ചിട്ടില്ല."

മൂപ്പീന്നിന് മകനെ കണ്ടതു വലിയ സന്തോഷമായി. പക്ഷേ മകനെ പൊക്കിപ്പറയുകയോ തന്റെ സന്തോഷം ഏതെങ്കിലും തരത്തിൽ പ്രകടിപ്പിക്കുകയോ ചെയ്യുന്നത് ഉചിതമായിരിക്കില്ലെന്ന് അദ്ദേഹം കരുതി. അച്ഛന്റെ ശബ്ദവും സംസാരരീതിയും "പെണ്ണിനെ "ക്കുറിച്ചുള്ള അന്വേഷണവും, പണ്ടകശാല സന്ദർശിക്കുമ്പോഴെല്ലാ മെന്നപോലെതന്നെ ലാപ്തെവിനെ നിരുന്മേഷനാക്കുകയാണു ചെയ്തത്. അവിടത്തെ ഓരോ തരിയും അയാളെ അനുസ്മരിപ്പിച്ചത്

താൻ അടിയേറ്റ് പച്ചവെള്ളവും റൊട്ടിയും കഴിച്ചു കഴിഞ്ഞിരുന്ന കാലത്തെയാണ്; അവിടെയുള്ള പയ്യന്മാർ ഇപ്പോഴും അടിയും മറ്റു ദേഹോപദ്രവങ്ങളുമേല്ക്കാറുണ്ടെന്നും അവർ വലുതാവുമ്പോൾ മറ്റുള്ളവരെ അതുപോലെ ദ്രോഹിക്കുമെന്നുമുള്ള കാര്യത്തിൽ അയാൾക്കു സംശയമില്ലായിരുന്നു. ആ പണ്ടകശാലയിൽ അഞ്ചു മിനിട്ടുനേരം കഴിയുന്നതിനുമുമ്പ് അയാൾക്ക് തോന്നിത്തുടങ്ങും ഏതു നിമിഷവും ആരെങ്കിലും തന്നെ ശകാരിക്കുകയോ തന്റെ ചെവിക്കു പിടിക്കുകയോ ചെയ്യുമെന്ന്.

"ഇതാ അലക്സേയ്", ചരക്കു വാങ്ങാൻ വന്നയാളിന്റെ പുറത്തു തട്ടിക്കൊണ്ട് ഫ്യോദൊർ പറഞ്ഞു. "ഇതാണു തംബോവിലെ നമ്മുടെ കൺട്രാക്ടർ ഗ്രിഗോരിയ് തിമൊഫേയിച്ച്, ഇക്കാലത്തെ ചെറുപ്പക്കാർക്കൊരു മാതൃകയാണിയാൾ: വയസ്സ് അമ്പതു കഴിഞ്ഞെങ്കിലും പിഞ്ചുകുട്ടികളുടെ പിതാവാണ്."

ക്ലാർക്കന്മാർ അതു കേട്ടു ചിരിച്ചു. വാങ്ങാൻ വന്നയാളും ചിരിച്ചു. വളരെ ചടച്ചു വിളറിയ ഒരു വൃദ്ധനായിരുന്നു അയാൾ.

"പ്രകൃതിയുടെ അസാമാന്യമായ പ്രവൃത്തിയാണത്," കൗണ്ടറിലിരുന്ന സീനിയർ ക്ലാർക്ക് പറഞ്ഞു. "അകത്തേക്കു പോകുന്നതു പുറത്തേക്കു വരാതെ തരമില്ല."

അമ്പതിനോടടുത്ത പ്രായവും കറുത്ത താടിയും കണ്ണടയുമുള്ള ഉയരം കൂടിയ ഒരാളായിരുന്നു സീനിയർ ക്ലാർക്ക്. ചെവിക്കിടയിൽ ഒരു പെൻസിൽ തിരുകിവച്ചിരുന്നു. തികച്ചും അവ്യക്തമായ വാക്കുകളിലൂടെയും സന്ദർഭവുമായി പ്രത്യക്ഷത്തിൽ യാതൊരു ബന്ധവുമില്ലാത്ത സൂചനകളിലൂടെയും കാര്യങ്ങൾ പറയുകയെന്നത് അയാളുടെ സ്വഭാവമായിരുന്നു. തന്റെ അഭിപ്രായങ്ങളുടെ ചാതുര്യം ഊന്നാൻവേണ്ടി അയാൾ ചെറുതായൊന്നു പുഞ്ചിരിക്കും. പുസ്തകങ്ങളിൽനിന്നുമെടുത്ത പ്രയോഗങ്ങൾ സ്വന്തം വ്യാഖ്യാനം നൽകി പ്രയോഗിച്ചുകൊണ്ട് പറയാനുള്ള കാര്യത്തിന്റെ അർത്ഥം ദുരൂഹമാക്കാൻ അയാൾക്ക് വലിയ ഇഷ്ടമായിരുന്നു. സാധാരണവാക്കുകൾപോലും അയാൾ പലപ്പോഴും അസാധാരാണമായ വിധത്തിലാണ് ഉപയോഗിച്ചു വന്നിരുന്നത്. ഉദാഹരണത്തിന്, "മാത്രമല്ല" എന്ന വാക്ക്. ഖണ്ഡിതമായി എന്തെങ്കിലും പറയുമ്പോഴെല്ലാം അയാൾ വലതുകൈ നീട്ടിക്കൊണ്ടു പറയും, "മാത്രമല്ല!"

മറ്റു ക്ലാർക്കുമാർക്കും ചരക്കു വാങ്ങാൻ വന്നവർക്കും അയാൾ പറയുന്നതു പൂർണ്ണമായും മനസ്സിലായിരുന്നുവെന്നതാണ് ഏറ്റവും വലിയ അത്ഭുതം. പൊച്ചാത്ക്കിൻ എന്നായിരുന്നു അയാളുടെ പേര്. ക്ഷീറക്കാരനായിരുന്നു അയാൾ.

"സ്ത്രീഹൃദയം ഷമീലി[4]നെ പ്പോലായതുകൊണ്ട് നിങ്ങളുടെ നടപടി സമുചിതവും സുധീരവുമായി," ലാപ്തെവിനെ അനുമോദിച്ചുകൊണ്ട് അയാൾ പറഞ്ഞു.

പണ്ടകശാലയിലെ മറ്റൊരു പ്രധാന ദിവ്യൻ മക്കേയിച്ചെവാ യിരുന്നു. ഉറച്ച ശരീരത്തോടുകൂടിയ ഒരു തടിച്ച മനുഷ്യനായിരുന്നു അയാൾ. അയാളുടെ കഷണ്ടിത്തലയുടെ ചുറ്റും കുറെ വെളുത്ത മുടിയും രണ്ടുവശത്തും കൃതാവുമുണ്ടായിരുന്നു. ലാപ്തെവിന്റെ അടുത്തുചെന്ന് അയാൾ ആദരവോടെ പറഞ്ഞു:

"അങ്ങയുടെ ബഹുമാനപ്പെട്ട പിതാവിന്റെ പ്രാർത്ഥന ദൈവം ചെവിക്കൊണ്ടു. ദൈവത്തിനു സ്തുതി, സർ."

അതിനുശേഷം കൊച്ചെജമാനനെ അനുമോദിക്കാൻ വേണ്ടി മറ്റു ക്ലാർക്കന്മാർ ഓരോരുത്തരായി വന്നു. അവരെല്ലാവരും മോടിയായി വേഷമണിഞ്ഞിരുന്നു. അവർ അങ്ങേയറ്റം ബഹുമാന്യരും കുലീനരു മാണെന്നാണ് കാഴ്ചയ്ക്ക് തോന്നിച്ചത്. അവർ 'അ' യുടെ സ്ഥാനത്ത് 'ഒ'യും 'ഹ'യുടെ സ്ഥാനത്ത് 'ഗ' യും ഉച്ചരിച്ചു. അവർ നടത്തിയ ലഘു പ്രസംഗങ്ങളിൽ ഉപചാരഭാവേനയുള്ള സീൽക്കാരശബ്ദങ്ങൾ വേണ്ടു വോളമുണ്ടായിരുന്നതിനാൽ, ഒരു ചാട്ട വായുവിൽ ചുഴറ്റുമ്പോഴുണ്ടാകു ന്ന ചീറൽശബ്ദത്തിന്റെ പ്രതീതിയാണ് അവരുടെ അനുമോദനങ്ങൾ ഉളവാക്കിയത്.

അധികം താമസിയാതെ ലാപ്തെവിന് മടുപ്പു തോന്നി. അയാൾ വീട്ടിലേക്കു മടങ്ങാനാഗ്രഹിച്ചു. പക്ഷെ മര്യാദയെ മുൻനിർത്തി ചുരുങ്ങിയതു രണ്ടു മണിക്കൂർകൂടി അയാൾക്കവിടെ നിൽക്കേണ്ടി വന്നു. അയാൾ കൗണ്ടറിൽനിന്നു മാറി മക്കേയിച്ചെവിന്റെ അടുത്തു ചെന്ന് വേനൽക്കാലത്തെ വില്പന വിജയകരമായിരുന്നോ എന്നും

4 ഷമീൽ (1798-1871)- റഷ്യൻ സാറിന്റെ അധിനിവേശത്തിനെതിരായി ദാഗെ സ്താനിലേയും ചെച്ച്ന്യായിലേയും മലവാസികൾ നടത്തിയ ചെറുത്തുനില്പിന്റെ നേതാവ്. ഇറാനിലെ ഷായേയും തുർക്കിയിലെ സുൽത്താനേയും ഇംഗ്ലീഷ് പിന്തുണയേയും ഉറ്റുനോക്കിക്കൊണ്ടുള്ള ഒരു നയമാണ് ഷമീൽ അനുവർത്തി ച്ചത്. ഷമീലിന്റെ നാമം വഞ്ചനയുടേയും കാപട്യത്തിന്റേയും പ്രതീകമായിട്ടാണു കരുതിപ്പോന്നിരുന്നത്.

വിശേഷവർത്തമാനങ്ങളെന്തെല്ലാമാണെന്നും ചോദിച്ചു. അയാൾ മുഖത്തേക്കു നോക്കാതെ ചോദ്യങ്ങൾക്കെല്ലാം സവിനയം മറുപടി പറഞ്ഞു. തലമുടി പറ്റെവെട്ടി ചാരനിറത്തിലുള്ള ഉടുപ്പു ധരിച്ച ഒരു പയ്യൻ ലാപ്തെവിന് സോസറില്ലാതെ ഒരു ഗ്ലാസ്സ് ചായ കൊണ്ടു വന്നു കൊടുത്തു; അല്പം കഴിഞ്ഞ് മറ്റൊരു പയ്യൻ നടക്കുന്ന വഴി ഒരു കെട്ടിൽത്തട്ടി വീഴാൻ ഭാവിച്ചപ്പോൾ അതുവരെ വിനീതനായി നിന്നിരുന്ന മക്കേയിച്ചെവ് ഭയങ്കരദേഷ്യത്തോടെ അവന്റെ നേരെ അലറി:

"നോക്കി നടക്കെടാ!"

കൊച്ചെജമാനൻ വിവാഹം കഴിച്ചു വീട്ടിലെത്തിയതിൽ ക്ലാർക്കന്മാർ സന്തോഷിച്ചു. അവർ സ്നേഹത്തോടും താല്പര്യത്തോടും അയാളെ നോക്കുകയും ബഹുമാനം ദ്യോതിപ്പിക്കുന്നതും അതേസമയം തന്നെ സന്തോഷപ്രദവുമായ എന്തെങ്കിലുമൊന്ന് അയാളോടു പറയാൻ ശ്രമിക്കുകയും ചെയ്തു. പക്ഷേ അതിലൊന്നും യാതൊരു ആത്മാർത്ഥതയും തൊട്ടുതീണ്ടിയിരുന്നില്ലെന്നും തന്നെ ഭയമായിരുന്നതുകൊണ്ടുമാത്രമാണ് അവരിങ്ങനെ മുഖസ്തുതി ചെയ്യുന്നതെന്നും ലാപ്തെവിന് തീർച്ചയുണ്ടായിരുന്നു. പതിനഞ്ചു വർഷം മുമ്പ് ക്ലാർക്കന്മാരിലൊരാൾ ഭ്രാന്തു പിടിച്ച് വെറും ബനിയനും അണ്ടർവയറുമിട്ട് തെരുവിലേക്കോടുകയും തന്റെ യജമാനന്മാരുടെ ജനാലകളുടെ നേരെ മുഷ്ടി ചുരുട്ടിക്കാണിച്ചുകൊണ്ട് അവരെ ശപിക്കുകയും ചെയ്ത സംഭവം അയാളിനിയും മറന്നിട്ടില്ല. പാവം മനുഷ്യനു സുബോധം വന്നപ്പോൾ, അയാളന്ന് തന്റെ യജമാനന്മാരുടെ നേരെ ചൂഷകരെന്നതിനു പകരം മൂഷികരെന്നു വിളിച്ചാണു തട്ടിക്കയറിയതെന്നു പറഞ്ഞ് സകലരും അയാളെ കളിയാക്കി. ലാപ്തെവ് കുടുംബക്കാർ കീഴിലുള്ള ജീവനക്കാരോടു പെരുമാറുന്ന വിധം ആ പ്രദേശത്താകെ സംസാരവിഷയമായിരുന്നു. അവരോടുള്ള ഫ്യോദൊർ സ്തെപ്പാനിച്ചിന്റെ നയം ഏതാണ്ട് ഒരു ഏഷ്യൻ സ്വേച്ഛാധിപതിയുടേതു പോലായിരുന്നുവെന്നതാണ് ഏറ്റവും കഷ്ടതരമായിരുന്നത്. ഒന്നാമതായി, അദ്ദേഹം തന്റെ ഏറ്റവുമടുത്ത സേവകരായ പൊച്ചാത്ക്കിനും മക്കേയിച്ചെവിനും കൊടുത്തിരുന്ന തുകയെന്താണെന്ന് ആർക്കും അറിഞ്ഞുകൂടായിരുന്നു; ബോണസ്സുൾപ്പെടെ അവർക്ക് ആണ്ടിൽ മൂവായിരത്തിലധികം റൂബിൾ കിട്ടിയിരുന്നില്ല. പക്ഷേ താൻ അവർക്കു കൊടുക്കുന്നത് ഏഴായിരമാണെന്ന ധാരണയാണ് അദ്ദേഹം പരത്തിയിരുന്നത്. എല്ലാ

വർഷവും ക്ലാർക്കന്മാർക്കെല്ലാവർക്കും ബോണസ്സ് കൊടുത്തിരുന്നു, പക്ഷേ, അതു രഹസ്യമായിട്ടാണു കൊടുത്തിരുന്നത്. അന്തസ്സു കളയാതിരിക്കാൻ ഓരോ ക്ലാർക്കും അയാൾക്കു യഥാർത്ഥത്തിൽ കിട്ടിയ തുകയേക്കാൾ കൂടുതൽ കിട്ടിയെന്നു പറയും. തനിക്കെന്നു കയറ്റം കിട്ടുമെന്ന് ഒരപ്രണ്ടീസിനോ യജമാനനു തന്നെപ്പറ്റി തൃപ്തിയാണോ എന്ന് ഒരു ക്ലാർക്കിനോ അറിഞ്ഞുകൂടായിരുന്നു. പ്രത്യക്ഷത്തിൽ യാതൊന്നും തടയപ്പെട്ടിരുന്നില്ലാത്തതിനാൽ എന്താണു അനുവദിക്കപ്പെട്ടിട്ടുള്ളതെന്ന് ആർക്കും തിട്ടമുണ്ടായിരുന്നില്ല. അവർ വിവാഹം ചെയ്യരുതെന്നു വിലക്കിയിരുന്നില്ല. പക്ഷേ യജമാനന്റെ വിരോധം സമ്പാദിക്കുകയും ജോലി പോവുകയും ചെയ്യുമെന്നു ഭയന്ന് ആരും വിവാഹം ചെയ്തില്ല. അവർക്ക് സ്നേഹിതന്മാരുണ്ടാകുന്നതിനും അവരെപ്പോയി കാണാനും അനുവാദം നൽകിയിരുന്നു. പക്ഷേ, ഒമ്പതുമണിക്ക് പടിവാതിലടച്ചുപൂട്ടും. തന്നെയല്ല, അവർ മദ്യം സേവിച്ചിട്ടില്ലെന്ന് ഉറപ്പു വരുത്താനായി എന്നും രാവിലെ യജമാനൻ അവരെ ശ്വാസം വിടാൻ ആജ്ഞാപിക്കും.

ഓരോ പെരുന്നാളിനും വെളുപ്പാൻകാലത്തെ പ്രാർത്ഥനയിൽ പങ്കുകൊള്ളുകയും യജമാനൻ കാണത്തക്കവണ്ണം പള്ളിയിൽ എഴുന്നേറ്റുനില്ക്കുകയും ചെയ്യാൻ അവർ ബാദ്ധ്യസ്ഥരായിരുന്നു. നോയ്മ്പുകൾ കർശനമായി പാലിച്ചിരുന്നു. യജമാനന്റേയോ അദ്ദേഹത്തിന്റെ ഏതെങ്കിലും കുടുംബത്തിന്റേയോ പിറന്നാൾ ദിവസത്തിലും അതുപോലുള്ള മറ്റു വിശേഷദിവസങ്ങളിലും ക്ലാർക്കന്മാർ യോജിച്ച് ഒരു കേക്കോ ആൽബമോ സമ്മാനിക്കണം. പ്യാത്നിത്സ്കയ തെരുവിലുള്ള ഒരു കെട്ടിടത്തിന്റെ താഴത്തെ നിലയിലും എടുപ്പിലുമായിരുന്നു അവരുടെ താമസം. മൂന്നും നാലും പേർക്കുകൂടി ഒരു മുറിയാണുണ്ടായിരുന്നത്. എല്ലാവർക്കും വെവ്വേറെ പ്ലേറ്റുകളുണ്ടായിരുന്നെങ്കിലും ഒരു പൊതുപാത്രത്തിൽനിന്നാണ് അവർ ഭക്ഷണം കഴിച്ചിരുന്നത്. ഭക്ഷണസമയത്ത് യജമാനന്മാരിലാരെങ്കിലും കടന്നുവന്നാൽ എല്ലാവരും എഴുന്നേറ്റുനിൽക്കണം.

അച്ഛന്റെ കീഴിൽ ജോലി ചെയ്ത് മനസ്സു മുരടിച്ചുപോയവർക്കു മാത്രമേ തന്നെ ഒരു ഉപകാരിയായി കാണാനൊക്കൂ എന്നും മറ്റെല്ലാവരും തന്നെ ഒരു ശത്രുവും ചൂഷകനുമായിട്ടായിരിക്കും കാണുന്നതെന്നും ലാപ്തെവ് മുമ്പുതന്നെ മനസ്സിലാക്കിയിരുന്നു. ആറുമാസത്തെ അഭാവത്തിനുശേഷം സ്ഥിതിയിൽ എന്തെങ്കിലും മെച്ചമുണ്ടായിട്ടുള്ളതായി

അയാൾ കണ്ടിട്ടില്ല. വാസ്തവത്തിൽ, ശുഭസൂചകമല്ലാത്ത ഒരു പുതിയ സംഗതി അയാൾ കാണുകയുമുണ്ടായി. മുമ്പ് ശാന്തസ്വഭാവിയും ചിന്താശീലനും വളരെ തന്ത്രപൂർവ്വം പെരുമാറിയിരുന്നയാളുമായ തന്റെ സഹോദരൻ ഫ്യോദൊർ ഇപ്പോൾ ചെവിക്കിടയിൽ ഒരു പെൻസിലും തിരുകി വലിയ ജോലിത്തിരക്കു ഭാവിച്ചുകൊണ്ട് ചരക്കു വാങ്ങാൻ വരുന്നവരുടെ പുറത്തു തട്ടിയും ക്ലാർക്കന്മാരെ "ചങ്ങാതിമാ"രെന്നു വിളിച്ചും അവിടെല്ലാം തിരക്കിട്ടു നടക്കുന്നുണ്ടായിരുന്നു. ഇതെല്ലാം നാട്യമായിരുന്നുവെന്നു സ്പഷ്ടമായിരുന്നു. അലെക്സേയ് അയാളെ തിരിച്ചറിയാൻ പോലും വിഷമിച്ചു.

മൂപ്പീന്നിന്റെ ശബ്ദം ഇടവിടാതെ മുഴങ്ങിക്കൊണ്ടിരുന്നു. മറ്റു പണിയൊന്നുമില്ലാത്തതുകൊണ്ട്, ചരക്കു വാങ്ങാൻ വരുന്നവരോട് എങ്ങിനെ ജീവിക്കണമെന്നും എങ്ങിനെ കാര്യങ്ങൾ നടത്തണമെന്നും തന്റെ സ്വന്തം ജീവിതം മാതൃകയാക്കിക്കാണിച്ചുകൊണ്ടു പ്രസംഗിക്കുകയെന്നതായിരുന്നു നേരം പോകാൻ അദ്ദേഹം കണ്ട മാർഗ്ഗം. ആധികാരികസ്വരത്തിലുള്ള ഈ വീമ്പിളക്കൽ ലാപ്തെവ് പത്തല്ല, പതിനഞ്ചല്ല, ഇരുപതു വർഷം കേട്ടിട്ടുള്ളതാണ്. മൂപ്പിലാന് തന്നെപ്പറ്റിത്തന്നെ വലിയ മതിപ്പായിരുന്നു. താൻ പരേതയായ ഭാര്യയേയും അവരുടെ ബന്ധുക്കളേയും പരമാവധി സന്തോഷിപ്പിക്കുകയും മക്കളുടെ ആഗ്രഹങ്ങൾ നിറവേറ്റിക്കൊടുക്കുകയും ജോലിക്കാർക്ക് ഉപകാരം ചെയ്യുകയും ആ തെരുവിലുള്ള സകലർക്കും പരിചയത്തിലുള്ള സകലർക്കും എന്നേന്നുക്കുമുള്ള കടപ്പാടിനു വക നൽകുകയും ചെയ്തിട്ടുണ്ടെന്നു തോന്നും അദ്ദേഹത്തിന്റെ സംസാരം കേട്ടാൽ; അദ്ദേഹം ചെയ്തതു മുഴുവൻ നന്മയാണ്. മറ്റുള്ളവർക്ക് അവരുടെ ഇടപാടുകളിൽ എന്തെങ്കിലും ബുദ്ധിമുട്ടു നേരിട്ടുണ്ടെങ്കിൽ തന്റെ ഉപദേശം സ്വീകരിക്കാത്തതു മാത്രമാണു അതിനു കാരണം. തന്റെ ഉപദേശമില്ലാതെ യാതൊന്നും വിജയിക്കില്ല. പള്ളിയിൽ എപ്പോഴും അദ്ദേഹം നിന്നിരുന്നത് എല്ലാവരുടേയും മുമ്പിലാണ്. കുർബാന ശരിയായി നടത്തിയില്ലെന്നു തോന്നിയാൽ പുരോഹിതനെപ്പോലും ശാസിക്കാൻ അദ്ദേഹം മടിച്ചിരുന്നില്ല. അങ്ങിനെ ചെയ്യുന്നതിലൂടെ താൻ ദൈവത്തെ സേവിക്കുകയാണ് ചെയ്യുന്നതെന്ന് അദ്ദേഹം വിശ്വസിച്ചു. എന്തെന്നാൽ അദ്ദേഹത്തിന് ദൈവാനുഗ്രഹമുണ്ടായിരുന്നു.

പ്രസംഗം തുടർന്നുകൊണ്ടിരുന്ന മൂപ്പിലാനൊഴിച്ച് പണ്ടകശാലയിലെ മറ്റെല്ലാവരും രണ്ടു മണിയോടുകൂടി ജോലിത്തിരക്കിലായിരുന്നു. ഒന്നും ചെയ്യാതെ അവിടെ നിൽക്കാൻ ലാപ്തെവ് ആഗ്രഹിച്ചില്ല. അയാൾ കുറെ കിന്നരി ഒരു തയ്യൽക്കാരിയുടെ കയ്യിൽനിന്നു വാങ്ങി. പിന്നീട്, ചരക്കു വാങ്ങാനായി വോലൊഗ്ദയിൽനിന്നു വന്ന ഒരു വ്യാപാരിയുമായി സംസാരിക്കുകയും അയാളെ ഒരു ക്ലാർക്കിന്റെയടുത്തേക്കു പറഞ്ഞയയ്ക്കുകയും ചെയ്തു.

"ടി. വി. എ.!" , "ആർ. ഐ. ടി.!" പണ്ടകശാല മുഴുവൻ ഇത്തരം വിളികൾ മുഴങ്ങി. (ചരക്കുകളുടെ വിലയും നമ്പറുമാണ് ഈ അക്ഷരങ്ങൾ കുറിച്ചത്.)

പോകുന്നതിനുമുമ്പ് ലാപ്തെവ് ഫ്യോദൊറിനോടു മാത്രമേ യാത്ര ചോദിച്ചുള്ളൂ.

"ഞാൻ നാളെ പ്യാത്നിത്സ്കയിൽ ഭാര്യയെ കൂട്ടിക്കൊണ്ടു വരാം," അയാൾ പറഞ്ഞു.

"പക്ഷേ അച്ഛൻ അസുഖകരമായ ഒരൊറ്റ വാക്കുപോലും അവളോടു പറഞ്ഞാൽ ആ നിമിഷം തന്നെ ഞാൻ സ്ഥലം വിടുമെന്നു നിന്നോടു മുൻകൂട്ടി പറയുകയാണ്."

"ചേട്ടൻ ഇപ്പോഴും പണ്ടത്തെപ്പോലെതന്നെയാണ്." ഫ്യോദൊർ നെടുവീർപ്പിട്ടുകൊണ്ടു പറഞ്ഞു. "പെണ്ണു കെട്ടിയിട്ടും മാറ്റമൊന്നുമില്ല. മൂപ്പിലാനെ വല്ലപ്പോഴും കുറച്ചു സന്തോഷിപ്പിക്കണം. അലേക്സേയ്, ഏതായാലും നാളെ പതിനൊന്നു മണിയോടുകൂടി ഞങ്ങൾ നിങ്ങളെ പ്രതീക്ഷിക്കും. കുർബാന കഴിഞ്ഞു നേരെ വന്നാൽ മതി."

"യുഞാൻ കുർബാനയ്ക്കു പോകാറില്ല."

"അതു സാരമില്ല. പതിനൊന്നു മണി കഴിയരുതെന്നേയുള്ളൂ. എന്തെന്നാൽ പ്രാർത്ഥനയ്ക്കും ഒന്നിച്ചു ഭക്ഷണനം കഴിക്കാനും സമയം കിട്ടണം. ചേച്ചിയെ എന്റെ അന്വേഷണങ്ങളറിയിക്കൂ. ഞാനവരുടെ കയ്യിൽ ഉമ്മ വയ്ക്കുന്നുവെന്ന് അവരോടു പറയൂ. എനിക്കറിയാം എനിക്കവരോട് ഇഷ്ടമായിരിക്കുമെന്ന്," ഫ്യോദൊർ തികഞ്ഞ ആത്മാർത്ഥതയോടെ പറഞ്ഞു.

"എനിക്കു ചേട്ടനോട് അസൂയ തോന്നുന്നു!" അലക്സേയ് കോവണിയിറങ്ങിപ്പോകുമ്പോൾ അയാൾ വിളിച്ചു പറഞ്ഞു.

"എന്തിനാണവൻ ഒന്നുമുട്ടത്തിട്ടില്ലാത്തപോലെ വിചിത്രമായ വിധത്തിൽ ഞെളിഞ്ഞു പിരിയുന്നത്?" നിക്കോൽസ്കയ തെരുവിലൂടെ നടക്കുമ്പോൾ, ഫ്യൊദൊറിൽ വന്ന മാറ്റത്തിൽ ആശ്ചര്യപ്പെട്ടുകൊണ്ട് ലാപ്തെവ് സ്വയം ചോദിച്ചു. "ചേട്ടാ, പ്രിയപ്പെട്ട ചേട്ടാ, ദൈവം ദയാപരനാണ്, ദൈവത്തെ പ്രാർത്ഥിക്കൂ', എന്ന് അവൻ പറയുന്നത് എത്ര വിചിത്രമായിട്ടാണ്! ഷ്ചെദ്രീന്റെ ജൂഡാസി[5]നെപ്പോലെ."

5 ഷ്ചെദ്രീന്റെ ജൂഡാസ് - പത്തൊമ്പതാം നൂറ്റാണ്ടിലെ പേരുകേട്ട ഒരു സാഹിത്യകാരനായ സൽത്തികോവ്-ഷ്ചെദ്രീന്റെ "ഗൊലൊവ് കുടുംബം" എന്ന നോവലിലെ ഒരു കഥാപാത്രം. കപടഭക്തിയുടേയും വഞ്ചനയുടേയും മൂർത്തീകരണമായി ചിത്രീകരിക്കപ്പെട്ടിരിക്കുന്നു.-എഡിറ്റർ.

VI

പിറ്റേന്ന ഞായറാഴ്ചയായിരുന്നു. രാവിലെ പതിനൊന്നു മണിക്ക് ലാപ്തെവും ഭാര്യയും ഒരു ഒറ്റക്കുതിരവണ്ടിയിൽക്കയറി പ്യാത്നിത്സ്കയ തെരുവിലേക്കു പുറപ്പെട്ടു. ഈ സന്ദർശനത്തെക്കുറിച്ച് അയാൾക്കു വലിയ ആശയൊന്നുമില്ലായിരുന്നു. ഫ്യോദൊർ സ്തെപ്പാനിച്ച് എന്തു ചെയ്യുമെന്നായിരുന്നു അയാളുടെ ഭയം. തന്റെ ഈ വിവാഹം ഒരു തെറ്റും ഒരു അത്യാഹിതവുമായിപ്പോയി എന്ന് ഭർത്തൃഗൃഹത്തിൽ രണ്ടു രാത്രി കഴിഞ്ഞപ്പോൾത്തന്നെ യൂലിയ സെർഗേയെവ്നക്ക് മനസ്സിലായി. മോസ്കോ ഒഴിച്ച് മറ്റേതെങ്കിലും പട്ടണത്തിലാണ് പാർക്കേണ്ടി വന്നിരുന്നെങ്കിൽ അവൾക്കതു സഹിക്കാനൊക്കുമായിരുന്നില്ല. മോസ്കോ അവളെ ഹഠാദാകർഷിച്ചു; അവിടത്തെ തെരുവുകളും, വീടുകളും പള്ളികളും അവൾക്കിഷ്ടപ്പെട്ടു.

ചുണയുള്ള കുതിരകൾ വലിക്കുന്ന ഈ രസികൻ ഹിമവണ്ടികളിലൊന്നിൽക്കയറി, ശരൽക്കാലത്തെ കുളിർമയുള്ള കാറ്റുമേറ്റുകൊണ്ട് രാവിലെ മുതൽ രാത്രിവരെ ഇങ്ങനെ സഞ്ചരിക്കാൻ കഴിഞ്ഞെങ്കിൽ തനിക്ക് അത്രയേറെ വ്യസനം തോന്നാനിടയില്ലെന്ന് അവൾ വിചാരിച്ചു.

പുതുതായി വെള്ളയടിച്ച ഒരു ഇരുനിലമാളികയുടെ മുമ്പിലെത്തിയപ്പോൾ വണ്ടിക്കാരൻ കുതിരയെ നിർത്തുകയും വണ്ടി വലത്തോക്കു തിരിച്ച് മുറ്റത്തേക്കു കയറ്റുകയും ചെയ്തു. അവരെ

പ്രതീക്ഷിച്ചിരുന്നുവെന്നതു സ്പഷ്ടമായിരുന്നു. എന്തെന്നാൽ, രണ്ടു പോലീസുകാരും പുതിയ തുർക്കിക്കുപ്പായവും അടിയിൽ റബ്ബറുറയിട്ട ഉയരം കൂടിയ ബൂട്സും ധരിച്ച ഒരു പോർട്ടറും ഗേറ്റിൽ നിൽപ്പുണ്ടായിരുന്നു. പുറത്തെ തെരുവിലും മുറ്റത്ത് വാതിൽപ്പടിവരെയും മണൽ വിരിച്ചിരുന്നു. പോർട്ടർ തൊപ്പിയെടുക്കുകയും പോലീസുകാരൻ സലാം വയ്ക്കുകയും ചെയ്തു. ഫ്യോദൊർ തികച്ചും ഗൗരവഭാവത്തിൽ ദമ്പതിമാരെ വാതുക്കൽവച്ചു സ്വീകരിച്ചു.

"ചേച്ചി, നിങ്ങളെ കണ്ടതിൽ എനിക്ക് അതിയായ സന്തോഷമുണ്ട്," യൂലിയയുടെ കയ്യിൽ ചുംബിച്ചുകൊണ്ട് അയാൾ പറഞ്ഞു.

"ഞങ്ങളുടെ ഗൃഹത്തിലേക്കു സ്വാഗതം."

അയാൾ അവളെ കോണിപ്പടി കയറ്റി ആൾത്തിരക്കുള്ള ഒരു ഇടനാഴിയിലൂടെ ഹാളിലേക്ക് ആനയിച്ചു. ഹാളിലും നിറയെ ആളായിരുന്നു. കുന്തിരിക്കത്തിന്റെ മണം അവിടെ തങ്ങി നിന്നിരുന്നു.

"ഞാനിപ്പോൾ നിങ്ങളെ അച്ഛനു പരിചയപ്പെടുത്താം," ഗാംഭീര്യം ദ്യോതിപ്പിക്കുന്ന നിശ്ശബ്ദതയിൽ ഫ്യോദൊർ മന്ത്രിച്ചു. "ഒരു വന്ദ്യവയോധികനാണദ്ദേഹം, ഒരു കാരണവർ."

വലിയ ഹാളിൽ പ്രാർത്ഥനയ്ക്കുവേണ്ടി ഒരുക്കിയിരുന്ന മേശയ്ക്കു സമീപത്തായി ഫ്യോദൊർ സ്തെപ്പാനിച്ചും വട്ടത്തൊപ്പി ധരിച്ച പുരോഹിതനും ചെമ്മാച്ചനും നിന്നിരുന്നു. അച്ഛൻ ഒരക്ഷരവും മിണ്ടാതെ യൂലിയയ്ക്കു കൈ കൊടുത്തു. എല്ലാവരും നിശ്ശബ്ദരായിരുന്നു. യൂലിയയ്ക്കു വൈഷമ്യം തോന്നി.

പുരോഹിതനും ചെമ്മാച്ചനും അവരുടെ തിരുവസ്ത്രങ്ങളണിഞ്ഞു. ധൂപകലശം കൊണ്ടുവന്നു. അതിൽനിന്നു തീപ്പൊരികൾ പാറി; കുന്തിരിക്കത്തിന്റേയും കരിയുടേയും മണം പരന്നു; മെഴുകുതിരികൾ കൊളുത്തപ്പെട്ടു. ക്ലാർക്കന്മാർ ഊന്നുവിരലിൽ നടന്ന് ഹാളിൽ പ്രവേശിക്കുകയും ഭിത്തിയോടു ചേർന്നു രണ്ടു വരിയായി നിൽക്കുകയും ചെയ്തു. അവിടം നിശ്ശബ്ദമായിരുന്നു. ഒരു ചുമ പോലും കേട്ടില്ല.

"ദൈവമേ! ഞങ്ങളെ അനുഗ്രഹിക്കേണമേ!"

തികച്ചും ഗംഭീരമായ വിധത്തിലാണ് പ്രാർത്ഥന നടത്തിയത്. യാതൊന്നിനും വീഴ്ച വരുത്തിയില്ല. രണ്ടു സ്തോത്രങ്ങൾ വായിക്കപ്പെട്ടു; ഒന്ന് യേശുക്രിസ്തുവിനേയും മറ്റേത് വിശുദ്ധമാതാവിനേയും വാഴ്ത്തിക്കൊണ്ടുള്ളത്. പാട്ടുകാർ പുസ്തകം നോക്കി ദീർഘനേരം

പാടി. തന്റെ പത്നിക്കു നേരിട്ട മനോവൈഷമ്യം ലാപ്തെവ് കാണുകയുണ്ടായി. പ്രാർത്ഥനാഗീതങ്ങൾ വായിക്കുകയും പാട്ടുകാർ "കർത്താവേ കനിയേണമേ!" എന്ന ഗാനം എല്ലാ സ്വരത്തിലും പാടുകയും ചെയ്തുകൊണ്ടിരുന്നപ്പോൾ ലാപ്തെവ് മിടിക്കുന്ന ഹൃദയത്തോടെ കാത്തുനിന്നു. തന്റെ പിതാവ് ഏതു നിമിഷവും തിരിഞ്ഞു നിന്ന് "നിനക്ക് കുരിശു വരയ്ക്കാൻ അറിഞ്ഞുകൂടാ" എന്നോ മറ്റോ ഒരഭിപ്രായം പറഞ്ഞേക്കുമോ എന്നായിരുന്നു അയാളുടെ ഭയം. ഈ ആളുകളുടെയെല്ലാം സാന്നിദ്ധ്യവും പുരോഹിതന്മാരും പാട്ടുകാരുമൊക്കെക്കൂടിയുള്ള ഈ ചടങ്ങ് ആകെത്തന്നെയും അയാൾക്ക് അരോചകമായി തോന്നി. അതു വളരെ ദുർഭരവും പഴഞ്ചനുമായിപ്പോയി. പക്ഷേ യൂലിയ തന്റെ പിതാവിനോടൊപ്പം ബൈബിളിനു കീഴിൽ തല കുനിച്ചു നിൽക്കുകയും പലതവണ മുട്ടുകുത്തുകയും ചെയ്യുന്നതു കണ്ടപ്പോൾ അവൾക്കിതെല്ലാം ഇഷ്ടപ്പെടുന്നുണ്ടെന്ന് അയാൾക്കു മനസ്സിലായി. അതോടെ അയാൾക്കു കുറെ സമാധാനമായി.

പ്രാർത്ഥനയുടെ അവസാനത്തിൽ "ദീർഘായുസ്സ്" എന്ന ഗാനം പാടിക്കൊണ്ടിരുന്നപ്പോൾ പുരോഹിതൻ അലെക്സേയ്ക്കും അയാളുടെ പിതാവിനും ചുംബിക്കാനായി കുരിശു കൊടുത്തു. എന്നാൽ യൂലിയ സെർഗേയെവ്ന സമീപിച്ചപ്പോൾ അയാൾ കൈകൊണ്ട് കുരിശു മറച്ചുപിടിക്കുകയും സംസാരിക്കാൻ ആഗ്രഹം പ്രകടിപ്പിക്കുകയും ചെയ്തു. ആരോ പാട്ടുകാരോടു പാട്ടു നിർത്താൻ ആംഗ്യം കാണിച്ചു.

"പ്രവാചകനായ സാമുവേൽ കർത്താവിന്റെ കല്പനയനുസരിച്ച് ബെത്ലെഹെമിൽ വരികയുണ്ടായി." പുരോഹിതൻ സംസാരം തുടങ്ങി. "പട്ടണത്തിലെ കാരണവന്മാർ അദ്ദേഹത്തിന്റെ ആഗമനത്തിൽ ഭയന്നുവിറച്ചുകൊണ്ടു ചോദിച്ചു: 'അങ്ങ് സമാധാനപരമായിട്ടാണോ വരുന്നത്?' പ്രവാചകൻ പറഞ്ഞു: ' അതെ, സമാധാനപരമായിട്ടാണ്; കർത്താവിനു മുമ്പിൽ ബലിയർപ്പിക്കാനാണു ഞാൻ വന്നത്; നിങ്ങൾ സ്വയം ശുദ്ധീകരിച്ചതിനു ശേഷം ബലിയർപ്പിക്കാൻ എന്റെ കൂടെ വരിക.' ദൈവഭൃത്യയായ യൂലിയ, നീ സമാധാനപരമായിട്ടാണോ ഈ വീട്ടിലേക്കു വരുന്നത്?"

യൂലിയയുടെ മുഖം വികാരാവേശത്താൽ അരുണവർണ്ണമായി. സംസാരം കഴിഞ്ഞ് പുരോഹിതൻ യൂലിയയ്ക്കു ചുംബിക്കാൻവേണ്ടി കുരിശു കൊടുത്തു. അനന്തരം തികച്ചും വ്യത്യസ്തമായൊരു സ്വരത്തിൽ അയാൾ പറഞ്ഞു:

"ഇനി ഫ്യോദൊറൊവിച്ച് വിവാഹിതനാകാനുള്ള സമയമായിരിക്കുന്നു. അതിനി ഒട്ടും അമാന്തിച്ചുകൂടാ."

പാട്ടു വീണ്ടും ആരംഭിച്ചു. നിശ്ചലരായി നിന്നിരുന്ന ആൾക്കൂട്ടം ചലിച്ചു തുടങ്ങി. ഹാളിലാകെ ഒച്ചയും തിരക്കുമായി. വികാരബാഷ്പങ്ങൾ നിറഞ്ഞ കണ്ണുകളോടെ അലെക്സേയുടെ പിതാവ് യൂലിയയെ മൂന്നു തവണ ചുംബിക്കുകയും അവളുടെ മുഖത്തിനു നേരെ കുരിശുവരയ്ക്കുകയും അവളുടെ മുഖത്തിനു നേരെ കുരിശു വരയ്ക്കുകയും ചെയ്തു.

"ഇതു നിന്റെ വീടാണ്. എനിക്കു വയസ്സായി. എനിക്കു യാതൊന്നും വേണ്ട." അദ്ദേഹം പറഞ്ഞു.

അനുമോദനാശംസകളുമായി ക്ലാർക്കന്മാർ മുന്നോട്ടു വന്നു. പാട്ടിന്റെ ശബ്ദത്തിൽ അവർ പറഞ്ഞതു കേൾക്കാൻ കഴിഞ്ഞില്ല. ഭക്ഷണം വിളമ്പി. ഒന്നാംന്തരം വിരുന്നുണ്ടായിരുന്നു. യൂലിയ അലെക്സേയുടെ പിതാവിന്റെ സമീപത്താണിരിക്കുന്നത്. വേറെ താമസിക്കുന്നതു നല്ലതല്ലെന്നും എല്ലാവരും ഒരു വീട്ടിൽ ഒന്നിച്ചു കഴിയുകയാണു വേണ്ടതെന്നും ഭാഗം വയ്ക്കലും വഴക്കും എപ്പോഴും നാശത്തിലേ അവസാനിക്കൂ എന്നും അദ്ദേഹം അവളോടു പറഞ്ഞു.

"ഞാൻ പണമുണ്ടാക്കി. എന്റെ മക്കൾ അതു ചെലവാക്കുന്നു," അദ്ദേഹം പറഞ്ഞു. "ഇനി നീ ഈ വീട്ടിൽ വന്നു താമസിച്ച് എന്നെ സഹായിക്കണം. എനിക്കു വയസ്സായി. ഞാൻ വിശ്രമിക്കേണ്ട കാലമായിരിക്കുന്നു."

അവളുടെ ഭർത്താവിന്റെ അതേ ഛായയാണെങ്കിലും അയാളേക്കാൾ സംഭ്രമവും ലജ്ജാശീലവുമുള്ള ഫ്യോദൊർ സദാസമയവും അവളെ ചുറ്റിപ്പറ്റി നടക്കുകയും കൂടെക്കൂടെ അവളുടെ കയ്യിൽ ചുംബിക്കുകയും ചെയ്തു.

"ഞങ്ങൾ എളിയവരാണ്, ചേച്ചീ," അയാൾ ഇതു പറഞ്ഞപ്പോൾ മുഖത്ത് ചുവന്ന പുള്ളികൾ പ്രത്യക്ഷപ്പെട്ടു. "എളിയ റഷ്യക്കാരെപ്പോലെ, ക്രിസ്ത്യാനികളെപ്പോലെ, എളിയ ജീവിതമാണു ഞങ്ങൾ നയിക്കുന്നത്."

കാര്യങ്ങളെല്ലാം വളരെ ഭംഗിയായി നടന്നതിലും തന്റെ ഭയാശങ്കകൾ അസ്ഥാനത്തായിരുന്നുവെന്നു കണ്ടതിലും സന്തുഷ്ടനായ ലാപ്തെവ് വീട്ടിലേക്കു മടങ്ങും വഴി പത്നിയോടു പറഞ്ഞു:

"അച്ഛനെപ്പോലെ ഇത്രയേറെ വലുപ്പവും കരുത്തുമുള്ള ഒരാൾക്ക്

ഫ്യോദൊറിനേയും എന്നേയും പോലെ വളർച്ച കുറഞ്ഞു മക്കളുണ്ടായ തെങ്ങിനെയാണെന്ന് നീ അത്ഭുതപ്പെട്ടുന്നുണ്ടാകും. എന്നാൽ അത് എളുപ്പം വിശദീകരിക്കാനൊക്കും! അച്ഛനു നാല്പത്തഞ്ചു വയസ്സും അമ്മയ്ക്കു വെറും പതിനേഴ വയസ്സും പ്രായമുള്ളപ്പോഴാണ് അവരുടെ വിവാഹം നടന്നത്. അമ്മയ്ക്ക് അച്ഛനെ ഭയങ്കര ഭയമായിരുന്നു. നീന ആദ്യം ജനിച്ചപ്പോൾ അമ്മയ്ക്ക് താരതമ്യേന ആരോഗ്യമുണ്ടായിരുന്നു. അതുകൊണ്ടാണ് ചേച്ചിയ്ക്ക് എക്കാലത്തും ഞങ്ങളേക്കാൾ കരുത്തും ആരോഗ്യവുമുണ്ടായിരുന്നിട്ടുള്ളത്; സദാസമയമുള്ള ഭീതി കാരണം അമ്മയുടെ ആരോഗ്യം നശിച്ച സമയത്താണ് അമ്മ ഫ്യോദൊറിനേയും എന്നേയും ഗർഭം ധരിക്കുകയും പ്രസവിക്കുകയും ചെയ്തത്. അച്ഛൻ എന്നെ ആദ്യം പഠിപ്പിക്കാൻ തുടങ്ങിയത്, അഥവാ അടിക്കാൻ തുടങ്ങിയത്, എനിക്കോർമ്മയുണ്ട്. അന്നെനിക്ക് കഷ്ടിച്ച് അഞ്ചു വയസ്സേ ഉണ്ടായിരുന്നുള്ളൂ. അദ്ദേഹം എന്നെ വടികൊണ്ടടിക്കുകയും ചെവികൾ പിടിക്കുകയും തലയ്ക്കു കിഴുക്കുകയും ചെയ്തു. ദിവസവും രാവിലെ എന്റെ മനസ്സിൽ വരുന്ന ആദ്യത്തെ ചിന്ത അച്ഛൻ ആ ദിവസം എന്നെ അടിക്കുമോ ഇല്ലയോ എന്നാണ്. കളിക്കാനോ ഓടി നടക്കാനോ ഫ്യോദൊറിനും എനിക്കും അനുവാദമില്ലായിരുന്നു. ദിവസവും അതിരാവിലെ പള്ളിയിൽപ്പോയി കുർബാന കാണാനും പുരോഹിതരുടേയും സന്യാസിമാരുടേയും കൈ ചുംബിക്കാനും വീട്ടിൽവച്ച് സ്തോത്രങ്ങൾ വായിക്കാനും ഞങ്ങൾ ബാദ്ധ്യസ്ഥരായിരുന്നു. നീ മതവിശ്വാസിയായതുകൊണ്ട് നിനക്കതെല്ലാം ഇഷ്ടമാണ്. എന്നാൽ എനിക്ക് മതത്തെ ഭയമാണ്. ഒരു പള്ളിയുടെ സമീപത്തുകൂടി കടന്നുപോകുമ്പോഴെല്ലാം ഞാൻ എന്റെ കുട്ടിക്കാലം ഓർത്ത് ഭയചകിതനാകുന്നു. എനിക്ക് എട്ടു വയസ്സായപ്പോൾ, ഒരു സാധാരണ കയ്യാൾപ്പയ്യനായി ജോലി ചെയ്യാൻവേണ്ടി എന്നെ പണ്ടകശാലയിലേക്കു കൂട്ടിക്കൊണ്ടുപോയി. എനിക്കതു നല്ലതിനല്ലായിരുന്നു. കാരണം ഏതാണ്ടെല്ലാ ദിവസവും ഞാൻ അടികൊണ്ടിരുന്നു. പിന്നീട് സ്കൂളിൽപ്പോയിത്തുടങ്ങിയപ്പോൾ ഉച്ചവരെ ക്ലാസ്സിലും ബാക്കി സമയം പണ്ടകശാലയിലുമാണ് ഞാൻ കഴിച്ചു കൂട്ടിയത്. എനിക്ക് ഇരുപത്തിരണ്ടു വയസ്സാകുന്നതുവരെ അതു തുടർന്നു. ഇരുപത്തിരണ്ടു വയസ്സായപ്പോൾ ഞാൻ സർവ്വകലാശാലയിൽ പോകുകയും അവിടെവെച്ച് യാർത്സെവിനെ കണ്ടുമുട്ടുകയും ചെയ്തു. അയാളാണ് എന്നെ വീടു വിടാൻ പ്രേരിപ്പിച്ചത്. ആ യാർത്സെവ്

എനിക്കു വളരെ നന്മ ചെയ്തിട്ടുണ്ട്. ഞാൻ പറയട്ടെ," ലാപ്തെവ് ഉത്സാഹഭരിതനായി ചിരിച്ചുകൊണ്ട് പറഞ്ഞു. "നമുക്കിപ്പോൾ അയാളെപ്പോയി കാണാം. എനിക്ക് അറിയാവുന്നവരിൽ ഏറ്റവും നല്ല ഒരാളാണയാൾ! അയാൾക്കു നമ്മളെ കാണാൻ വലിയ സന്തോഷമായിരിക്കും.!"

VII

നവംബർ മാസത്തിൽ ഒരു ശനിയാഴ്ച ദിവസം അന്തോൻ റുബിൻഷ്റ്റെയിൻ ഒരു വാദ്യമേളം നയിച്ചുകൊണ്ടിരിക്കുകയായിരുന്നു. ഹാളിൽ നിറയെ ആളും തിരക്കുമായിരുന്നു. ലാപ്തെവ് തൂണിനു പിറകിലായിട്ടാണു നിന്നത്. അയാളുടെ ഭാര്യ കോസ്ത്യ കൊച്ചെവോയിയുമൊന്നിച്ച് വളരെ മുമ്പിൽ, മൂന്നാമത്തേയോ നാലാമത്തേയോ വരിയിൽ ഇരിക്കുന്നുണ്ടായിരുന്നു. ഇടവേള തുടങ്ങിയതേയുള്ളൂ. അപ്പോഴാണ് അയാൾ പെട്ടെന്ന് "ആളെ "കണ്ടത്. പൊലീന നിക്കൊലായെവ്ന റസ്സദിന എന്നായിരുന്നു അവളുടെ പേര്. വിവാഹം കഴിഞ്ഞയന്നുമുതൽ അയാൾ ഇങ്ങനെയൊരു കൂടിക്കാഴ്ച ഭയന്നു നടക്കുകയായിരുന്നു. അവൾ ഇപ്പോൾ അയാളുടെ കണ്ണുകളിലേക്കു തറച്ചു നോക്കിയപ്പോഴാണ്, തന്റെ നടപടി വിശദീകരിച്ചുകൊണ്ട് ചെറിയൊരു സൗഹൃദക്കുറിപ്പുപോലും താനവൾക്കയച്ചില്ലല്ലോ എന്നയാൾ ഓർത്തത്. ലജ്ജകൊണ്ട് അയാളുടെ മുഖം ചുവന്നു. ആവേശഭരിതയായി അയാളുടെ കൈ ബലമായി പിടിച്ചുകുലുക്കിക്കൊണ്ട് അവൾ ചോദിച്ചു:

"യാർത്സെവിനെ കണ്ടോ?"

അയാൾക്കു മറുപടി പറയാൻ സമയം കിട്ടുന്നതിനു മുമ്പ് അവൾ കാൽ നീട്ടി വേഗത്തിൽ നടന്നു- ആരോ പിന്നിൽനിന്നു തള്ളുന്നതുപോലെ.

മൂക്കു നീണ്ട് വളരെ ചടച്ച് തെല്ലും സൗന്ദര്യമില്ലാത്ത ഒരു

സ്ത്രീയായിരുന്നു അവൾ. അങ്ങേയറ്റത്തെ ക്ഷീണഭാവം അവളുടെ മുഖത്ത് പ്രകടമായിരുന്നു. കണ്ണു തുറന്നു വയ്ക്കാനും രണ്ടു കാലിൽ നിൽക്കാനും വളരെയേറെ പാടുപെടുന്നുണ്ടെന്ന് അവളെ കണ്ടാൽ തോന്നും. അവളുടെ ഭംഗിയുള്ള കറുത്ത കണ്ണുകൾ അനുകമ്പയും ബുദ്ധിശക്തിയും ദ്യോതിപ്പിക്കുന്ന ഒരു മുഖഭാവം അവൾക്ക് നൽകിയെങ്കിലും അവളുടെ അംഗചലനങ്ങൾ ചാതുര്യരഹിതവും ക്ഷിപ്രവുമായിരുന്നു. അവളോടു സംസാരിക്കുകയെന്നത് എളുപ്പമായിരുന്നില്ല. കാരണം ക്ഷമയോടെ കേട്ടിരിക്കുന്ന പ്രകൃതമായിരുന്നില്ല അവളുടേത്. ശാന്തമായി സംസാരിക്കാനും അവൾക്കറിഞ്ഞുകൂടായിരുന്നു. അവളെ സ്നേഹിക്കുകയെന്നത് വിഷമകരമായിരുന്നു. കൈകൊണ്ട് മുഖം പൊത്തിപ്പിടിച്ച് അവൾ ഏറെ നേരം ചിരിക്കും. തന്റെ ജീവിതത്തിൽ പ്രേമമല്ല പ്രധാനസംഗതിയെന്ന് ഉറപ്പിച്ചു പറയും, പതിനേഴുവയസ്സുകാരിയെപ്പോലെ, എല്ലാ മെഴുകുതിരികളും ഊതിക്കെടുത്തിയതിനുശേഷമേ ചുംബിക്കാൻ അവളയാളെ അനുവദിക്കൂ. അവൾക്കു വയസ്സു മുപ്പതായി. അവളൊരു സ്കൂളദ്ധ്യാപകനെ വിവാഹം ചെയ്തിട്ടുള്ളതാണ്. പക്ഷേ വളരെക്കാലമായി ഭർത്താവിൽ നിന്നു മാറിത്താമസിക്കുകയാണ്. സംഗീതം പഠിപ്പിച്ചും ക്വാർട്ടറുകളിൽ പങ്കെടുത്തുമാണ് അവൾ ഉപജീവനം കഴിക്കുന്നത്.

ഒമ്പതാമത്തെ സിംഫണി ആലപിച്ചുകൊണ്ടിരിക്കുമ്പോൾ അവൾ യാദൃശ്ചികമാണെന്ന മട്ടിൽ അയാളെ കടന്നുപോയി. പക്ഷേ തൂണുകൾക്കു പിന്നിലുണ്ടായിരുന്ന ആൾക്കൂട്ടത്തിനിടയിലൂടെ അവൾക്ക് മുന്നോട്ടു നീങ്ങാൻ കഴിഞ്ഞില്ല. കഴിഞ്ഞ രണ്ടു വർഷത്തിനുള്ളിൽ സംഗീതക്കച്ചേരികൾക്കു പോകുമ്പോൾ ഇടാറുള്ള അതേ വെൽവെറ്റ് ബ്ലൗസാണ് ഇപ്പോഴും അവൾ ധരിച്ചിരിക്കുന്നതെന്ന് അയാൾ കണ്ടു. കൂടാതെ പുതിയ കയ്യുറകളും പുതുതെങ്കിലും വില കുറഞ്ഞ ഒരു വിശറിയും അവൾക്കുണ്ടായിരുന്നു. നല്ലവണ്ണം വസ്ത്രധാരണം ചെയ്യാൻ അവൾക്കിഷ്ടമായിരുന്നെങ്കിലും അതിനുള്ള പാടവം അവൾക്കില്ലായിരുന്നു. തന്നെയല്ല, വസ്ത്രങ്ങൾക്കു വേണ്ടി പണം മുടക്കാൻ അവൾ വിസമ്മതിച്ചു. ഫലമോ? മോശമായിട്ടാണ് അവൾ വസ്ത്രധാരണം ചെയ്തിരുന്നത്. അവൾ സംഗീതം പഠിപ്പിക്കാൻ വേണ്ടി കാൽ വലിച്ചുനീട്ടി തെരുവിലൂടെ തിടുക്കത്തിൽ നടന്നുപോകുന്നത് ആരെങ്കിലും കണ്ടാൽ ഒരു കന്യാസ്ത്രീയാണു പോകുന്നതെന്ന് തെറ്റിദ്ധരിക്കുമായിരുന്നു.

പ്രേക്ഷകർ കയ്യടിച്ച് പാട്ടുകാർ വീണ്ടും രംഗത്ത് വരണമെന്നാവശ്യപ്പെട്ടു.

"നിങ്ങൾ ഈ സായാഹ്നം എന്നോടൊത്തു ചെലവഴിക്കണം," ലാപ്തെവിന്റെ സമീപം വന്നു അയാളെ രൂക്ഷമായി നോക്കിക്കൊണ്ട് പൊലീന നിക്കൊലായെവ്ന പറഞ്ഞു. "നമുക്ക് ഇവിടെനിന്നും ചായ കുടിക്കാം. ഞാൻ പറഞ്ഞതു കേട്ടോ? ഞാനിതു നിർബന്ധമായി പറയുകയാണ്. നിങ്ങൾക്ക് എന്നോട് വളരെയേറെ കടപ്പാടുണ്ട്. ഈ നിസ്സാരകാര്യം നിരസിക്കാൻ നിങ്ങൾക്കു യാതൊരു ധാർമ്മികാവകാശവുമില്ല."

"ശരി, അങ്ങിനെയാകട്ടെ." ലാപ്തെവ് സമ്മതിച്ചു.

സംഗീതക്കച്ചേരി കഴിഞ്ഞ് പാട്ടുകാർ രംഗത്തുവരണമെന്ന അഭ്യർത്ഥനകൾ വിരാമമില്ലാതെ വന്നുകൊണ്ടിരുന്നു. സദസ്യർക്ക് ഹാൾ വിട്ടിറങ്ങാൻ തിടുക്കമൊന്നുമില്ലായിരുന്നു. പക്ഷേ, ഭാര്യയോടൊന്നും പറയാതെ ഇറങ്ങിപ്പോകാൻ ലാപ്തെവിന് നിർവ്വാഹമില്ലായിരുന്നു. അയാൾക്കതുകൊണ്ട് വാതുക്കൽപ്പോയി കാത്തു നിൽക്കേണ്ടി വന്നു.

"എനിക്കൊരു ചായ കുടിക്കാതെ നിവൃത്തിയില്ല." റസ്സുദിന പരാതിപ്പെട്ടു. "എന്റെ ആത്മാവ് ദാഹിക്കുകയാണ്."

"നമുക്കിവിടെ ചായ കിട്ടുമല്ലോ," ലാപ്തെവ് പറഞ്ഞു. "ലഘുഭക്ഷണശാലയിലേക്കു പോകാം."

"എനിക്കിങ്ങനെ പണം വാരിയെറിയാൻ നിവൃത്തിയില്ല. ഞാനൊരു ധനികനായ വ്യാപാരിയല്ല."

തന്റെ കൈ പിടിച്ചു നടന്നുകൊള്ളാൻ അയാൾ അവളോടു പറഞ്ഞു. പക്ഷേ അബലകളുടെ കൂട്ടത്തിൽപ്പെട്ട ഒരാളായി താൻ സ്വയം കരുതുന്നില്ലെന്നും അതുകൊണ്ട് ഏതെങ്കിലും പുരുഷന്റെ മേൽ ചാരേണ്ടയാവശ്യം തനിക്കില്ലെന്നും പറഞ്ഞുകൊണ്ട് അവൾ അയാളുടെ നിർദ്ദേശം നിരസിച്ചു. അവളിൽനിന്നും ഇതിനുമുമ്പ് എത്രയോ തവണ കേട്ടു മടുത്തിട്ടുള്ള ഒരു വിശദീകരണമായിരുന്നു അത്.

സംസാരത്തിനിടയിൽ അവളുടെ കണ്ണ് ആൾക്കൂട്ടത്തിൽത്തന്നെയായിരുന്നു. കൂടെക്കൂടെ പരിചയക്കാരുമായി അഭിവാദ്യങ്ങൾ കൈമാറിക്കൊണ്ടിരുന്നു. ഗെര്യേ സംഗീതക്ലാസ്സുകളിലും സംഗീതശാലയിലും അവളുടെ ഒപ്പം പഠിച്ചിരുന്ന സഹവിദ്യാർത്ഥികളായിരുന്ന

അവരിൽ മിക്കപേരും. കൂടാതെ അവളുടെ വിദ്യാർത്ഥികളുമുണ്ടായിരുന്നു. അവൾ സഹജമായ തിടുക്കത്തോടെ അവർക്കു ഹസ്തദാനം ചെയ്തു. പക്ഷേ അതു കഴിഞ്ഞ് അവൾ ജ്വരബാധിതയെപ്പോലെ വിറയ്ക്കാൻ തുടങ്ങി.

"ആരെയാണു നിങ്ങൾ വിവാഹം ചെയ്തിരിക്കുന്നത്?" അയാളെ അത്ഭുതത്തോടെ നോക്കിക്കൊണ്ട് അവൾ അവസാനം അടക്കിയ സ്വരത്തിൽ പറഞ്ഞു. "എവിടെയായിരുന്നു നിങ്ങളുടെ കണ്ണ്, വിഡ്ഢീ! തലയിലൊന്നുമില്ലാത്ത, വെറും പോള്ളയായ ആ സൃഷ്ടിയിൽ നിങ്ങളെന്താണു കണ്ടത്? നിങ്ങളുടെ മനസ്സും നിങ്ങളുടെ ആത്മാവും കണ്ടിട്ടാണ് ഞാൻ നിങ്ങളെ സ്നേഹിച്ചത്. പക്ഷേ, ആ പാവയ്ക്ക് നിങ്ങളുടെ പണമല്ലാതെ മറ്റൊന്നും നോട്ടമില്ല!"

"ദയവുചെയ്തു മിണ്ടാതിരിക്കൂ, പൊലീന," അയാൾ അപേക്ഷിച്ചു. "നിനക്ക് എന്റെ വിവാഹത്തെപ്പറ്റി പറയാവുന്നതെല്ലാം ഞാൻ എത്രയോ തവണ തന്നത്താൻ പറഞ്ഞിരിക്കുന്നു. ദയവുചെയ്ത് എന്നെ ആവശ്യമില്ലാതെ വേദനിപ്പിക്കരുതേ."

കറുത്ത വസ്ത്രമണിഞ്ഞ യൂലിയ സെർഗേയെവ്ന പുറത്തേക്കു വന്നു. പ്യാത്നിത്സ്കയയിൽ വച്ചു നടന്ന പ്രാർത്ഥന കഴിഞ്ഞ് അലെക്സേയുടെ പിതാവ് കൊടുത്തയച്ച വജ്രം കൊണ്ടുള്ള വലിയൊരു ബ്രോച്ചും അവൾ ധരിച്ചിരുന്നു. പുറകിൽ അവളുടെ അനുചരന്മാരുമുണ്ടായിരുന്നു- കോസ്ത്യ, രണ്ടു ഡോക്ടർ സുഹൃത്തുക്കൾ, ഒരു ആഫീസർ, കൂടാതെ കിഷ് എന്നു പേരായ വിദ്യാർത്ഥിയൂണിഫോറമിട്ട ഒരു തടിച്ച ചെറുപ്പക്കാരൻ.

"കോസ്ത്യ നിന്നെ വീട്ടിൽ കൊണ്ടാക്കും," ലാപ്തെവ് ഭാര്യയോടു പറഞ്ഞു. "ഞാൻ കുറച്ചു കഴിഞ്ഞു വരാം."

യൂലിയ തലയാട്ടി നടന്നു. സംഭ്രമത്താൽ ദേഹം വിറച്ചുകൊണ്ട് പൊലീന നിക്കൊലായെവ്ന വെറുപ്പും വിദ്വേഷവും വേദനയും നിറഞ്ഞ കണ്ണുകളോടെ അവളെ നോക്കി നിന്നു.

ലാപ്തെവ് അവളുടെ വീട്ടിൽ പോകാൻ മടിച്ചു. കാരണം, കണ്ണീരും പരാതിപറച്ചിലുമായി അസുഖകരമായ ഒരു രംഗം അവിടെ നടക്കുമെന്നയാൾ ഭയന്നു. അതുകൊണ്ട് പകരം ഏതെങ്കിലും റെസ്റ്റോറന്റിൽ പോകാമെന്ന് അയാൾ നിർദ്ദേശിച്ചു.

"വേണ്ട വേണ്ട," അവൾ ഉറപ്പിച്ചു പറഞ്ഞു. "നമുക്ക് എന്റെ വീട്ടിലേക്കു പോകാം. റെസ്റ്റോറന്റുകളെപ്പറ്റിയൊന്നും എനിക്കു കേൾക്കുകയേ വേണ്ട."

റെസ്റ്റോറന്റുകൾ അവളിഷ്ടപ്പെട്ടില്ല. എന്തെന്നാൽ അവയിലെ അന്തരീക്ഷം പുകയിലപ്പുകകൊണ്ടും പുരുഷന്മാരുടെ ശ്വാസോച്ഛ്വാസം കൊണ്ടും കലുഷിതമാണെന്നായിരുന്നു അവളുടെ വിശ്വാസം. പരിചയമില്ലാത്ത സകല പുരുഷന്മാരേയും പറ്റി അവൾക്ക് എന്തുകൊണ്ടോ മോശമായ അഭിപ്രായമായിരുന്നു. ചെറിയൊരു തരം കിട്ടിയാൽ തന്നെ ബലാൽക്കാരം ചെയ്യാൻ മുതിരുന്ന സ്ത്രീലമ്പടന്മാരാണവരെല്ലാമെന്ന് അവൾ തീരുമാനിച്ചു. തന്നെയല്ല, റെസ്റ്റോറന്റ് സംഗീതം കേട്ടാൽ അവളുടെ തല വേദനിക്കുമായിരുന്നു.

നൊബിലിറ്റി ക്ലബ്ബിന്റെ മുമ്പിൽവച്ച് അവർ ഒരു വണ്ടി പിടിച്ചു. വണ്ടി ഒസ്തോഷെൻകയിലേക്കു നീങ്ങുകയും അവിടന്ന് റസ്സുദിന താമസിച്ചിരുന്ന സവേലൊവ്സ്കിയ് തെരുവിലേക്കു തിരിയുകയും ചെയ്തു. അപ്പോഴെല്ലാം ലാപ്തെവ് അവളെപ്പറ്റി ആലോചിക്കുകയായിരുന്നു. അവൾ പറഞ്ഞതു നേരാണ്. താനവളോട് വളരെയേറെ കടപ്പെട്ടവനാണ്. തന്റെ സ്നേഹിതൻ യാർത്സെവിന്റെ വീട്ടിൽ വച്ചാണ് അയാൾ അവളെ കണ്ടുമുട്ടിയത്. അവൾ യാർത്സെവിനെ സംഗീതത്തിന്റെ സിദ്ധാന്തം പഠിപ്പിച്ചുവന്നിരുന്നു. അവൾക്കു ലാപ്തെവിനോടുള്ള സ്നേഹം ആത്മാർത്ഥവും തികച്ചും നിസ്സ്വാർത്ഥവുമായിരുന്നു. അവർ ഒരുമിച്ചു താമസിക്കാൻ തുടങ്ങിയതിനുശേഷവും അവൾ മുമ്പിലത്തെപ്പോലെ സംഗീതം പഠിപ്പിക്കലും എല്ലൊടിയുന്നതുവരെ ജോലിയും തുടർന്നു വന്നു. സംഗീതം മനസ്സിലാക്കാനും ആസ്വദിക്കാനും അയാളെ പഠിപ്പിച്ചതവളാണ്.

"ഒരു കപ്പു ചായയ്ക്കുവേണ്ടി ഇതാ എന്റെ സാമ്രാജ്യം മുഴുവൻ ഞാൻ കൊടുക്കാം!" ആഴം കൂടിയ ശബ്ദത്തിൽ അവൾ പറഞ്ഞു. ജലദോഷം പിടിക്കാതിരിക്കാൻ വേണ്ടി അവൾ കയ്യുറകൊണ്ടു വായ് മൂടിക്കൊണ്ടാണിതു പറഞ്ഞത്. "യുഞാനിന്ന് അഞ്ചു പാഠങ്ങളെടുത്തു, നശിക്കാനായി! ശിഷ്യന്മാർക്കാണെങ്കിൽ അല്പം പോലും ബുദ്ധിയില്ല. തനി മരത്തലയന്മാരാണ്. അവരെക്കൊണ്ടു ഞാൻ വലഞ്ഞു. എന്റെ ഈ വിട്ടുവേല എന്നാണാവോ അവസാനിക്കാൻ പോകുന്നത്! എനിക്കു മുന്നൂറു റൂബിൾ ഉണ്ടാക്കാൻ കഴിയുന്ന നിമിഷത്തിൽ സകലതും ഇട്ടെറിഞ്ഞ് ഞാൻ ക്രൈമിയയിൽപ്പോകും. ഞാൻ

കടൽക്കരയിൽ കിടന്നുകൊണ്ട് പ്രാണവായു ശ്വസിക്കും. എനിക്കു കടൽ എന്തിഷ്ടമാണെന്നോ!"

"നീ ഒരിടത്തും പോവുകയില്ല." ലാപ്തെവ് പറഞ്ഞു. "ഒന്നാമത് നീ ഒന്നും തന്നെ മിച്ചം വെയ്ക്കാൻ പോകുന്നില്ല. രണ്ടാമത് അത്രയേ റെപ്പണം ചെലവിടാൻ നിനക്കു മനസ്സു വരില്ല. ക്ഷമിക്കണം, പക്ഷേ ഞാൻ വീണ്ടും ചോദിക്കുകയാണ്: വെറും നേരം പോകാൻവേണ്ടി മാത്രം നിന്റെയടുത്തു വന്നു പഠിക്കുന്ന ആ അലസന്മാരിൽനിന്ന് കോപ്പെക്കായി ആ മുന്നൂറു റൂബിൾ ശേഖരിക്കുന്നത് അത്രയും തുക നിന്റെ സുഹൃത്തുക്കളിൽ നിന്നു വായ്പ വാങ്ങുന്നത്ര അപമാനകരമല്ലെന്നാണോ നിന്റെ വിശ്വാസം?"

"എനിക്കു സുഹൃത്തുക്കളാരുമില്ല!" അവൾ ചൊടിച്ചുകൊണ്ടു പറഞ്ഞു. "മാത്രമല്ല, ദയവുചെയ്തു വിഡ്ഢിത്തം പറയാതിരിക്കൂ. ഞാൻ തൊഴിലാളിവർഗ്ഗത്തിൽപെട്ടവളാണ്. ആ വർഗ്ഗത്തിന് ഒരു മേന്മയുണ്ട്: അതിനെ ദുഷിപ്പിക്കാൻ ആർക്കും സാദ്ധ്യമല്ലെന്ന് അതിനറിയാം. വഷളന്മാരായ വ്യാപാരികളിൽനിന്നു വായ്പ വാങ്ങാതിരിക്കാനുള്ള അവകാശം അതിനുണ്ട്. വെറുക്കാനുള്ള അവകാശം അതിനുണ്ട്. ഇല്ല! നിങ്ങൾക്കെന്നെ വിലയ്ക്കു വാങ്ങാൻ സാദ്ധ്യമല്ല! ഞാൻ യൂലിയ അല്ല!"

ലാപ്തെവ് വണ്ടിക്കാരനു പണം കൊടുക്കാൻ മുതിർന്നില്ല. മുമ്പ് പലപ്പോഴും കേട്ടിട്ടുള്ള വാക്കുകളുടെ ഒരു പ്രവാഹം ഇളക്കിവിടാൻ മാത്രമേ അതു പര്യാപ്തമാകൂ എന്നയാൾക്കറിയാമായിരുന്നു. വണ്ടിക്കൂലി അവൾ തന്നെയാണു കൊടുത്തത്.

സ്വന്തമായി ഫ്ളാറ്റുള്ള ഒരു സ്ത്രീയിൽനിന്ന് അവൾ ഗൃഹോപകരണങ്ങളടക്കം ചെറിയൊരു മുറി വാടകയ്ക്കെടുത്തിരുന്നു. ഭക്ഷണവും അവിടുന്നാണ് കഴിച്ചിരുന്നത്. അവളുടെ ബെക്കർ പിയാനൊ ബോൽഷായ നിക്കീത്സ്കയ തെരുവിലുള്ള യാർത്സെവിന്റെ വീട്ടിലാണു കൊണ്ടു വച്ചിരുന്നത്. അഭ്യസനത്തിനുവേണ്ടി അവൾ ദിവസവും അവിടെ ചെല്ലുമായിരുന്നു. ഉറയിട്ടിരുന്ന കസേരകൾ, വെളുത്ത് ഘനം കുറഞ്ഞ വിരിപ്പോടുകൂടിയ മെത്ത, വീട്ടുടമസ്ഥയുടെ വകയായി ചട്ടിയിൽ നട്ട കുറെ ചെടികൾ- ഇത്രയുമാണ് ആ മുറിയിലുണ്ടായിരുന്നത്; പെയിന്റിംഗുകളുടെ പകർപ്പുകൾ ഭിത്തിയിൽ തൂക്കിയിരുന്നു. ആ മുറി ഒരു സ്ത്രീയുടേതാണെന്ന- പോരെങ്കിൽ, ഒരു മുൻവിദ്യാർത്ഥിനിയുടേതാണെന്ന - സൂചന നല്കുന്ന യാതൊന്നും

അതിലില്ലായിരുന്നു. വസ്ത്രധാരണമേശയോ പുസ്തകങ്ങളോ ഒരു എഴുത്തുമേശപോലുമോ ഉണ്ടായിരുന്നില്ല. വീട്ടിൽ വന്നു കയറിയാൽ നേരെ മെത്തയിലേക്കാണവൾ പോയിരുന്നതെന്നും രാവിലെ എഴുന്നേറ്റ് അധികം കഴിയുന്നതിനുമുമ്പ് വീട്ടിൽ നിന്നിറങ്ങിയിരുന്നുവെന്നും സ്പഷ്ടമായിരുന്നു.

പാചകക്കാരി സമൊവാർ കൊണ്ടുവന്നു. പൊലീന നിക്കൊലായെവ്ന ചായ കൂട്ടി. മുറിയിൽ തണുപ്പുണ്ടായിരുന്നതുകൊണ്ട് അവൾ അപ്പോഴും വിറയ്ക്കുന്നുണ്ടായിരുന്നു. ഒമ്പതാം സിംഫണിയിൽ പങ്കെടുത്ത പാട്ടുകാരെ അവൾ വിമർശിക്കാൻ തുടങ്ങി. ക്ഷീണംകൊണ്ട് അവളുടെ കണ്ണുകളടഞ്ഞു. അവൾ ആദ്യം ഒരു ഗ്ലാസു ചായ കുടിച്ചു. പുറകെ മറ്റൊരു ഗ്ലാസ്സും പിന്നീട് മൂന്നാമതൊരു ഗ്ലാസും കൂടി കുടിച്ചു.

"അങ്ങിനെ നിങ്ങൾ വിവാഹം ചെയ്തു, അല്ലേ," അവൾ പറഞ്ഞു. "പക്ഷേ വിഷമിക്കണ്ട, ഞാൻ വാടിക്കരിഞ്ഞുപോവുകയൊന്നുമില്ല, നിങ്ങളെ എന്റെ ഹൃദയത്തിൽനിന്നു പറിച്ചു മാറ്റാൻ എനിക്കു കഴിയും. എങ്കിലും എല്ലാ പുരുഷന്മാരേയും പോലെ നിങ്ങളും ചീത്തയാണല്ലോ എന്നു കാണുന്നതിൽ എനിക്ക് അതിയായ വ്യസനമുണ്ട്. നിങ്ങൾക്ക് ഒരു സ്ത്രീയുടെ മനസ്സല്ല ആവശ്യം, അവളുടെ ശരീരമാണ്, അവളുടെ സൗന്ദര്യവും യുവത്വവുമാണ്.....യുവത്വം! "ആരെയോ പരിഹസിക്കാനെന്നപോലെ മൂക്കിലൂടെ ആ വാക്ക് ആവർത്തിച്ചുച്ചരിച്ചുകൊണ്ട് അവൾ ചിരിച്ചു. "യുവത്വം! പരിശുദ്ധിയാണു നിങ്ങൾക്കു വേണ്ടത്. അതെ അതു തന്നെ പരിശുദ്ധി!" കസേരയിലേക്കു മലർന്നുകൊണ്ട് അവൾ പൊട്ടിച്ചിരിച്ചു. "പരിശുദ്ധി!"

ചിരി നിർത്തിയപ്പോൾ അവളുടെ കണ്ണുകളിൽ വെള്ളം നിറഞ്ഞിരുന്നു.

"ചുരുങ്ങിയതു നിങ്ങൾക്കു സന്തോഷമെങ്കിലുമാണോ?" അവൾ ചോദിച്ചു.

"അല്ല."

"അവൾ നിങ്ങളെ സ്നേഹിക്കുന്നുണ്ടോ? "

"ഇല്ല."

അങ്ങേയറ്റത്തെ മനോവൈഷമ്യത്തോടും വ്യസനത്തോടും കൂടി ലാപ്തെവ് എഴുന്നേറ്റ് അങ്ങോട്ടുമിങ്ങോട്ടും ഉലാത്താൻ തുടങ്ങി.

"ഇല്ല," അയാളാവർത്തിച്ചു. "നേരു പറഞ്ഞാൽ, പൊലീന, ഞാൻ വളരെയേറെ വ്യസനിക്കുന്നുണ്ട്. പക്ഷേ ഞാനെന്താണു ചെയ്യേണ്ടത്? 'യുഞാൻ വലിയൊരബദ്ധം പ്രവർത്തിച്ചുപോയി. ഇനി യിപ്പോൾ ഒന്നും ചെയ്യാൻ സാദ്ധ്യമല്ല. വിധിപോലെ വന്നു എന്നു കരുതുകയാണു വേണ്ടത്. സ്നേഹിക്കാതെയാണ് അവർ വിവാഹം കഴിച്ചത്. തീർച്ചയായും ബുദ്ധിശൂന്യമായിട്ടാണ്. ഒരു പക്ഷേ സാമ്പത്തികലക്ഷ്യവും കാണുമായിരിക്കാം. പക്ഷേ അതു മാത്രമല്ല. ചെയ്തതു തെറ്റായിപ്പോയെന്ന് ഇപ്പോൾ അവൾക്കു വ്യക്തമായും ബോദ്ധ്യമുണ്ട്. അവൾ വ്യസനിക്കുന്നുമുണ്ട്. ഞാനതു കാണുന്നുണ്ട്. പകൽസമയത്ത് അഞ്ചുമിനിട്ടുപോലും എന്നോടൊന്നിച്ചിരിക്കാൻ അവൾക്കു ഭയമാണ്. അവളതുകൊണ്ട് നേരം പോകാനുള്ള വഴി ആരായുന്നു, സഹവാസികളെ തേടുന്നു. എന്നോടവൾക്കു തോന്നുന്നത് ഭയവും ലജ്ജയുമാണ്."

"പക്ഷേ നിങ്ങളുടെ പണമെടുക്കാൻ അവൾക്കു ലജ്ജയില്ലല്ലോ."

"അങ്ങിനെ പറയുന്നതിൽ അർത്ഥമില്ല, പൊലീന!"ലാപ്തെവ് ആവേശത്തോടെ പറഞ്ഞു. "കയ്യിൽ പണമുണ്ടെങ്കിലും ഇല്ലെങ്കിലും അവളെ സംബന്ധിച്ചിടത്തോളം വ്യത്യാസമൊന്നുമില്ലാത്തതുകൊണ്ടാണ് അവൾ എന്റെ പക്കൽനിന്നു പണം വാങ്ങുന്നത്. ഒരു നല്ല സ്ത്രീയാണവർ, അവളുടെ മനസ്സ് പരിശുദ്ധമാണ്. അവളുടെ അച്ഛന്റെയടുക്കൽനിന്നു രക്ഷ നേടാൻവേണ്ടി മാത്രം അവളെന്നെ വിവാഹം ചെയ്തുവന്നേയുള്ളൂ."

"നിങ്ങൾക്കു പണമില്ലായിരുന്നെങ്കിൽ അവൾ നിങ്ങളെ വിവാഹം ചെയ്യുമെന്നു നിങ്ങൾക്കു തീർച്ചയുണ്ടോ?" റസ്സുദിന ചോദിച്ചു.

"എനിക്കൊന്നും തീർച്ചയില്ല, "ലാപ്തെവ് നിരാശയോടെ പറഞ്ഞു. "യാതൊന്നും തീർച്ചയില്ല. എനിക്കൊന്നും മനസ്സിലാകുന്നില്ല. ദൈവത്തെയോർത്ത്, പൊലീന, നമുക്കു മറ്റെന്തെങ്കിലും വിഷയം സംസാരിക്കാം."

"നിങ്ങളവളെ സ്നേഹിക്കുന്നുണ്ടോ?"

"കണ്ണുമടച്ച്."

ഒരു നീണ്ട നിശ്ശബ്ദത വ്യാപിച്ചു. അവൾ നാലാമതൊരു ഗ്ലാസ്സ് ചായ കുടിച്ചു. അയാൾ തന്റെ ഭാര്യയെപ്പറ്റി ചിന്തിച്ചുകൊണ്ട് മുറിയിൽ അങ്ങോട്ടുമിങ്ങോട്ടും നടന്നു. അവളിപ്പോൾ ഒരു പക്ഷേ ഡോക്ടേഴ്സ്

ക്ലബ്ബിലിരുന്ന് അത്താഴമുണ്ണുകയായിരിക്കും.

"പക്ഷേ എന്തിനെന്നറിയാതെ സ്നേഹിക്കാൻ സാദ്ധ്യമാണോ?" തോളുയർത്തിക്കൊണ്ട് പൊലീന ചോദിച്ചു. "മൃഗീയവികാരമല്ലാതെ മറ്റൊന്നുമല്ല ഇത്! നിങ്ങൾ ഭ്രമിച്ചു വശായിരിക്കുകയാണ്! ആ മനോഹരരൂപം നിങ്ങളുടെ കാഴ്ച നശിപ്പിച്ചിരിക്കുന്നു! എന്റെ മുന്നിൽനിന്നു പോകൂ! നിങ്ങൾ മലിനപ്പെട്ടിരിക്കുന്നു! നിങ്ങൾ അവളുടെയടുത്തേക്കു പോകൂ!"

അവൾ വാതിലിന്റെ നേരെ വിരൽ ചൂണ്ടി. അയാളുടെ തൊപ്പിയെടുത്ത് അയാളുടെ നേരെ എറിഞ്ഞു. അയാൾ ഒന്നും ശബ്ദിക്കാതെ കോട്ടിട്ട് പുറത്തിറങ്ങി. അവൾ പിന്നാലെ ഓടിച്ചെന്ന് തേങ്ങിക്കരഞ്ഞുകൊണ്ട് അയാളുടെ ചുമലിൽ കടന്നു പിടിച്ചു.

"അരുത്, പൊലീന! ദയവായി അരുത് !" അവളുടെ പിടി വിട്ടുവിക്കാൻ വൃഥാ ശ്രമിച്ചുകൊണ്ട് അയാൾ പറഞ്ഞു. "ശാന്തമായിരിക്കൂ! ഞാൻ നിന്നോടു യാചിക്കുകയാണ്!"

അവൾ കണ്ണടച്ചു. അവളുടെ മുഖം വിളറി. അവളുടെ നീണ്ട നാസിക മൃതദേഹത്തിന്റേതുപോലെ വിവർണ്ണമായി. ലാപ്തെവിന് അവളുടെ വിരലുകൾ നിവർത്താൻ കഴിഞ്ഞില്ല.

അവൾക്കു ബോധക്ഷയമുണ്ടായി. അയാൾ അവളെ മെല്ലെ എടുത്ത് മെത്തയിൽ കിടത്തി. ഏതാണ്ടു പത്തുമിനിട്ടുനേരത്തോളം അവളുടെ സമീപത്തിരുന്നു. അപ്പോഴേക്കും അവൾക്കു ബോധം വന്നു. കൈ തണുത്തിരുന്നു. നാഡിമിടിപ്പ് പതുക്കെയും മുറ തെറ്റിയുമായിരുന്നു.

"വീട്ടിൽ പോകൂ!" കണ്ണു തുറന്നുകൊണ്ട് അവൾ പറഞ്ഞു. "പോകൂ. അല്ലെങ്കിൽ ഞാൻ വീണ്ടും കരയാൻ തുടങ്ങും. എനിക്കു സ്വയം നിയന്ത്രിക്കേണ്ടിയിരിക്കുന്നു.

അവിടെനിന്നുമിറങ്ങി അയാൾ പോയത് വീട്ടിലേക്കാണ്, മറ്റുള്ളവർ അയാളെ പ്രതീക്ഷിച്ചിരിക്കുന്ന ഡാക്ടേഴ്സ് ക്ലബ്ബിലേക്കല്ല. തന്നെ യഥാർത്ഥത്തിൽ സ്നേഹിച്ചിരുന്ന, ഒരു കാലത്ത് തന്റെ ഭാര്യയും സുഹൃത്തുമായിരുന്ന ഈ സ്ത്രീയെ താനെന്തുകൊണ്ട് വിവാഹം ചെയ്തില്ലെന്ന് വഴിനീളെ അയാൾ കടുത്ത മനോവേദനയോടെ സ്വയം ചോദിച്ചു. അയാളോടടുപ്പമുള്ള ഒരേയൊരാൾ അവളായിരുന്നു. തന്നെയല്ല, ബുദ്ധിമതിയും അഭിമാനിയും

കഠിനാധ്വാനിയുമായ ഈ സ്ത്രീക്ക് ആനന്ദവും ഒരു വീട്ടും ശാന്തമായൊരു ജീവിതവും നൽകുകയെന്നത് ഉൽകൃഷ്ടവും ഉചിതവുമായ ഒരു നടപടിയാകുമായിരുന്നില്ലേ? സൗന്ദര്യവും യുവത്വവും അവകാശപ്പെടാൻ താനാരാണ്? അയാൾ സ്വയം ചോദിച്ചു. തനിക്കു കയ്യെത്താത്ത ദൂരത്തിൽ സ്ഥിതി ചെയ്യുന്ന, ശിക്ഷിക്കുകയോ പരിഹസിക്കുകയോ ചെയ്യാനെന്ന മട്ടിൽ കഴിഞ്ഞ മൂന്നു മാസമായി തന്നെ വിഷാദപൂർണ്ണവും നിരുന്മേഷവുമായ ഈ സ്ഥിതിയിൽ വച്ചുകൊണ്ടിരിക്കുന്ന ആ ജീവിതസുഖം അവകാശപ്പെടാൻ താനാരാണ്? തന്റെ മധുവിധു എന്നേ അവസാനിച്ചു. കേട്ടാൽ അസംബന്ധമാണെന്നു തോന്നുമെങ്കിലും, അയാൾക്ക് തന്റെ ഭാര്യ ഏതുതരത്തിലുള്ളവളാണെന്ന് ഇനിയും അറിഞ്ഞുകൂടായിരുന്നു. കോളേജിലെ സ്നേഹിതകൾക്കും അച്ഛനും അവൾ അഞ്ചുപേജു വരുന്ന കത്തുകളയയ്ക്കും. പ്രത്യക്ഷത്തിൽ അവൾക്കെഴുതാൻ വേണ്ടുവോളം കാര്യങ്ങളുണ്ടായിരുന്നു. പക്ഷേ അയാളോട് അവൾ ആകെക്കൂടി സംസാരിച്ചിരുന്നത് കാലാവസ്ഥയെക്കുറിച്ചോ അല്ലെങ്കിൽ ഭക്ഷണത്തിനു സമയമായി എന്നോ മാത്രമായിരുന്നു. രാത്രി വിരമിക്കുന്നതിനുമുമ്പ് അവൾ പ്രാർത്ഥിക്കുകയും അവളുടെ പക്കലുള്ള കൊച്ചു കുരിശുകളിലും ദൈവരൂപങ്ങളിലും ചുംബിക്കുകയും ചെയ്യുന്നതു കാണുമ്പോൾ "എന്തിനുവേണ്ടിയാണവൾ പ്രാർത്ഥിക്കുന്നത്?" എന്നയാൾ വെറുപ്പോടെ ചിന്തിച്ചുപോകും. അവളൊന്നിച്ചു ശയിക്കുകയും അവളെ പുണരുകയും ചെയ്യുമ്പോൾ താൻ വില കൊടുത്തു വാങ്ങിയതെന്തോ അതനുഭവിക്കുകയാണു ചെയ്യുന്നതെന്നു പറഞ്ഞുകൊണ്ട് അയാൾ അവളുടെ ചിന്തകളിൽ അവളെയും തന്നെത്തന്നെയും അധിക്ഷേപിച്ചു. പക്ഷേ അതു ഭയാനകമായി അയാൾക്കു തോന്നി. അവൾ ആരോഗ്യവതിയും തന്റേടക്കാരിയും ദുർവൃത്തയുമായിരുന്നെങ്കിൽ സ്ഥിതി വ്യത്യസ്തമായിരുന്നു. പക്ഷേ എത്ര ചെറുപ്പമാണവൾ! എന്തൊരു വണക്കവും ഒതുക്കവുമാണ്! എത്ര നിഷ്കളങ്കമാണ് അവളുടെ കണ്ണുകൾ! വിവാഹത്തിനു മുമ്പുള്ള ദിവസങ്ങളിൽ അവളുടെ ദൈവഭക്തി അയാളുടെ ഹൃദയത്തെ സ്പർശിക്കുകയുണ്ടായി. എന്നാൽ ആചാരപ്രകാരമുള്ള ആ ആശയങ്ങളും വിശ്വാസങ്ങളും സത്യം മറച്ചുപിടിക്കുന്ന ഒരു ഭിത്തിയായിട്ടാണ് അയാൾക്കിന്നു തോന്നിയത്. അയാളുടെ ജീവിതം ഇതിനകം തന്നെ ദുസ്സഹമായിക്കഴിഞ്ഞിരുന്നു. തിയേറ്ററിൽ തന്റെയടുത്തിരുന്നുകൊണ്ട് തന്റെ ഭാര്യ നെടുവീർപ്പിടുകയോ ഉള്ളു തുറന്നു ചിരിക്കുകയോ

ചെയ്യുന്നതു കാണുമ്പോൾ, തന്നെക്കൂടി അവളുടെ ആനന്ദത്തിൽ പങ്കുകൊള്ളിക്കാതെ അവൾക്കിങ്ങനെ സ്വയം ആനന്ദിക്കാൻ കഴിയുന്നുണ്ടല്ലോ എന്നോർത്ത് അയാളുടെ ഹൃദയം വേദനിക്കും. അയാളുടെ സ്നേഹിതന്മാരുടെയിടയിൽ പ്രത്യക്ഷത്തിൽ വളരെ ഉല്ലാസവതിയായിട്ടാണ് അവൾ കഴിഞ്ഞിരുന്നതെന്നത് അയാളെ അത്ഭുതപ്പെടുത്തി. അവർക്കെല്ലാവർക്കും ഇതിനകം തന്നെ അവളെ ഭംഗിയായി അറിയാമായിരുന്നു. പക്ഷേ അയാൾക്കു മാത്രം യാതൊന്നും അറിഞ്ഞുകൂടാ. വിഷണ്ണനായി ഇതെല്ലാം നോക്കിക്കണ്ടുകൊണ്ട് മൂകമായി അസൂയപ്പെടുക മാത്രമേ അയാൾക്കു നിർവ്വാഹമുണ്ടായിരുന്നുള്ളൂ.

വീട്ടിലെത്തിയതിനുശേഷം ലാപ്തെവ് ജാക്കറ്റും ചെരുപ്പുമെടുത്തിട്ട് പഠനമുറിയിൽപ്പോയി ഒരു നോവൽ വായിക്കാനിരുന്നു. ഭാര്യ ഇനിയും മടങ്ങിയെത്തിയിരുന്നില്ല. അര മണിക്കൂർ കഴിഞ്ഞപ്പോൾ മണിയടിക്കുന്നതും കതകു തുറക്കാൻ പ്യോത്തർ തിടുക്കത്തിൽ പോകുന്നതും അയാൾ കേട്ടു. അതു യൂലിയ ആയിരുന്നു. ഫർക്കോട്ടൂരാതെ അവൾ പഠനമുറിയിലേക്കു കടന്നുവന്നു. അവളുടെ കവിൾത്തടം തണുപ്പുകൊണ്ട് ചുവന്നിരുന്നു.

"പ്രേസ്ന്യയിൽ വലിയൊരു തീപിടുത്തമുണ്ടായിരിക്കുന്നു," അവൾ കിതച്ചുകൊണ്ടു പറഞ്ഞു. "ആകാശത്തു ചുവപ്പുനിറം വ്യാപിച്ചിരിക്കുകയാണ്. എനിക്ക് കേസ്ത്യയുമൊന്നിച്ച് അങ്ങോട്ടു പോകണമെന്നുണ്ട്."

"തീർച്ചയായും പോകാമല്ലോ." ആരോഗ്യകരമായ ഈ [illegible]ക്കും അവളുടെ കണ്ണുകളിലെ ബാലസഹജമായ ഭീതിയും കണ്ടപ്പോൾ ലാപ്തെവിന് കുറെ ആശ്വാസം തോന്നി. അര മണിക്കൂർകൂടി വായിച്ചിട്ട് അയാൾ ഉറങ്ങാൻ കിടന്നു. പിറ്റേ ദിവസം പൊലീന നിക്കൊലായെവ്ന അയാളുടെയടുത്തുനിന്നു മുമ്പൊരിക്കൽ എടുത്തുകൊണ്ടുപോയ രണ്ടു പുസ്തകങ്ങളും അയാളുടെ എല്ലാ കത്തുകളും ഫോട്ടോകളും അയാൾക്കായി പണ്ടകശാലയിലേക്കു കൊടുത്തയച്ചു. അവയുടെ കൂടെ ഒരു കുറിപ്പുമുണ്ടായിരുന്നു. ഒരേയൊരു വാക്കാണ് അതിലെഴുതിയിരുന്നത്: "മതി!"

VIII

ഒക്ടോബർ പകുതി കഴിഞ്ഞപ്പോൾ നീന ഫ്യോദൊറൊവ്നയുടെ രോഗം കലശലായി. അവരുടെ ഉൾക്കം അതിവേഗം കുറഞ്ഞുവരികയും മുഖഭാവമാകെ മാറുകയും ചെയ്തു. കൊട്ടുംവേദനയുണ്ടായിട്ടും താൻ സുഖം പ്രാപിച്ചു വരികയാണെന്ന് അവർ വിശ്വസിച്ചു. എന്നും രാവിലെ തികച്ചും ആരോഗ്യവതിയാണെന്ന മട്ടിൽ അവർ വസ്ത്രമണിയും. എന്നിട്ട് പകൽ മുഴുവനും അനങ്ങാതെ മെത്തയിൽ കിടക്കും. ഒടുവിലൊടുവിൽ അവർ വലിയ സംസാരപ്രിയയായി. മലർന്നു കിടന്നുകൊണ്ട് അവർ താഴ്ന്ന സ്വരത്തിൽ സംസാരിച്ചുകൊണ്ടിരിക്കും. ആയാസംകൊണ്ട് അവർ കിതയ്ക്കുന്നുണ്ടാവും. മരണം പെട്ടെന്നാണു സംഭവിച്ചത്.

തെളിഞ്ഞ നിലാവുള്ള രാത്രിയായിരുന്നു അത്. പട്ടണവാസികൾ പുതുതായി പെയ്ത മഞ്ഞിലൂടെ ഹിമവണ്ടിയോടിക്കുകയായിരുന്നു. തെരുവിൽനിന്നുള്ള ശബ്ദം മുറിയിൽ കേൾക്കാം. നീന ഫ്യോദൊറൊവ്ന മെത്തയിൽ കിടക്കുകയായിരുന്നു. പകരമിരിക്കാൻ മറ്റാരെയും കിട്ടാതെ സാഷ അടുത്തു തന്നെ ഉറക്കം തൂങ്ങിയിരിപ്പുണ്ട്.

"അയാളുടെ പേര് ഞാനോർക്കുന്നില്ല," നീന ഫ്യോദൊറൊവ്ന മന്ദസ്വരത്തിൽ പറയുകയായിരുന്നു. "പക്ഷേ അയാളുടെ പേര് ഇവാനെന്നായിരുന്നു. ഇരട്ടപ്പേര് കൊച്ചെവോയ് എന്നും. ഒരു ഗവൺമെന്റ് ജീവനക്കാരനായിരുന്നു അയാൾ. പക്ഷേ വലിയ ദാരിദ്ര്യത്തിലായിരുന്നു. പോരെങ്കിൽ ഭയങ്കര കുടിയും. അയാളുടെ ആത്മാവിനു

ശാന്തി ലഭിക്കട്ടെ! അയാൾ മുറസ്ക്ക ഞങ്ങളുടെയടുത്തു വരും. ഞങ്ങൾ എല്ലാ മാസവും അയാൾക്ക് ഒരു റാത്തൽ പഞ്ചസാരയും ഒരു പൊതി തേയിലയും കൊടുക്കും. കൂടാതെ വല്ലപ്പോഴും കുറച്ചു പണവും. ഒരു ദിവസം നമ്മുടെ കൊച്ചെവോയ് കുടിച്ചത് കുറേ കൂടിപ്പോയി. അയാൾ മരിച്ചു. വോഡ്ക്കയിൽ സ്വയം ദഹിച്ചു. അയാൾക്കൊരു മകനുണ്ടായിരുന്നു. ഏഴു വയസ്സു വരുന്ന ഒരു കൊച്ചു പയ്യൻ. സാധുവായ ഒരു ചെറിയ അനാഥബാലൻ. ഞങ്ങളവനെ എടുത്ത് ക്ലാർക്കന്മാരുടെ വീട്ടിൽ ആരു കാണാതെ പാർപ്പിച്ചു. ഒരു കൊല്ലം മുഴുവനും അച്ഛൻ അതിനെപ്പറ്റി യാതൊന്നുമറിഞ്ഞില്ല. കണ്ടുപിടിച്ചപ്പോൾ ഒന്നും പറഞ്ഞതുമില്ല. അനാഥബാലനായ കോസ്ത്യയ്ക്ക് ഒമ്പതുവയസ്സാകാറായപ്പോൾ- അപ്പോഴേക്കും എന്റെ വിവാഹനിശ്ചയം കഴിഞ്ഞിരുന്നു-ഞാനവനെ എല്ലാ ഹൈസ്ക്കൂളുകളിലും കൊണ്ടുപോയി. പക്ഷേ എങ്ങുമെടുക്കില്ല. പാവം പയ്യൻ, അവൻ കരഞ്ഞു. 'എടാ മണ്ടാ, നീ എന്തിനാണു കരയുന്നത്?' ഞാനവനോടു ചോദിച്ചു. ഞാനവനേയും കൊണ്ട് റസ്ഗുലായിലുള്ള ഹൈസ്ക്കൂളിൽ പോയി. ദൈവാധീനം കൊണ്ട് അവിടെ അവരവനെ എടുത്തു. ആ കൊച്ചുപയ്യന് ദിവസവും പ്യാത്നിത്സ്കയ മുതൽ റസ്ഗുലായ് വരെയും തിരിച്ച് റസ്ഗുലായ് മുതൽ പ്യാത്നിത്സ്കയ വരെയുള്ള വഴി മുഴുവൻ നടക്കേണ്ടി വന്നു. അലക്സേയാണ് അവന്റെ ഫീസു കൊടുത്തത്. ദൈവാധീനം കൊണ്ട് അവൻ നന്നായി പഠിക്കുകയും അവനു മേൽഗതിയുണ്ടാവുകയും ചെയ്തു. ഇന്നവൻ മോസ്കോയിൽ ഒരു വക്കീലാണ്. അലേക്സേയുടെ സ്നേഹിതനാണ്. അവനോളം പഠിത്തവുമുണ്ട്. ഞങ്ങൾ ആ പാവം പയ്യനെ എടുത്തുകൊണ്ടുവന്ന് അഭയം നൽകിയതു നന്നായി. മിക്കവാറും തീർച്ചയായും അവനിപ്പോൾ പ്രാർത്ഥനാ സമയത്ത് ഞങ്ങളെ ഓർക്കുന്നുണ്ടാവും....അതെ..."

അവരുടെ ശബ്ദം കുറഞ്ഞുകുറഞ്ഞു വന്നു. ഇടയ്ക്കുള്ള നിർത്തലിന്റെ ദൈർഘ്യം കൂടി. അല്പനേരത്തെ മൗനത്തിനുശേഷം അവർ പെട്ടെന്ന് എഴുന്നേറ്റിരുന്നു.

"എനിക്കു.....നല്ല സുഖം തോന്നുന്നില്ല," അവർ പറഞ്ഞു. "ദൈവം എന്നെ കടാക്ഷിക്കണേ! എനിക്കു ശ്വാസം വിടാൻ പറ്റുന്നില്ല!"

അമ്മ അടുത്തുതന്നെ മരിക്കുമെന്നു സാഷയ്ക്കറിയാമായിരുന്നു. അമ്മയുടെ കവിളുകൾ പെട്ടെന്ന് എത്രമാത്രം കുഴിഞ്ഞുപോയിരിക്കുന്നുവെന്നു കണ്ടപ്പോൾ അവസാനനിമിഷം അടുത്തുവെന്നു അവൾ

ഊഹിച്ചു. അതോടെ അവൾക്കു ഭയമായി.

"എന്റെ പൊന്ന് അമ്മേ, അരുത്!" അവൾ തേങ്ങിക്കരഞ്ഞു. "അരുത്!"

"മോള് അടുക്കളയിലേക്കോടിച്ചെന്ന് ആരോടെങ്കിലും പോയി അച്ഛനെ വിളിച്ചുകൊണ്ടു വരാൻ പറ. എനിക്കു തീരെ സുഖം തോന്നുന്നില്ല."

സാഷ വേലക്കാരെ വിളിച്ചുകൊണ്ട് എല്ലാ മുറികളിലും ഓടി നടന്നു. പക്ഷേ ലീദയൊഴികെ മറ്റാരും വീട്ടിലുണ്ടായിരുന്നില്ല. അവൾ ഉടുപ്പു മാറ്റാതെ തീന്മുറിയിലുള്ള ഒരു പെട്ടിയുടെ മുകളിൽ തലയണ വയ്ക്കാതെ കിടന്നുറങ്ങുകയായിരുന്നു. കോട്ടോ റബ്ബർ ചെരിപ്പോ എടുത്തിടാൻ നിൽക്കാതെ സാഷ മുറ്റക്കേക്കും അവിടന്നു റോഡിലേക്കും ഓടി. ഹിമവണ്ടി ഓടിക്കുന്നതും കണ്ടുകൊണ്ട് ആയ പടിക്കു പുറത്ത് ഒരു ബഞ്ചിൽ ഇരിപ്പുണ്ടായിരുന്നു. അങ്ങു താഴെ നദിയിൽ തയ്യാറാക്കിയിരുന്ന സ്കെയിറ്റിംഗ് വളപ്പിന്റെ ഭാഗത്ത് സൈനികബാൻഡിന്റെ മേളം മുഴങ്ങുന്നുണ്ടായിരുന്നു.

"ആയേ! ആയേ! അമ്മ മരിക്കുകയാണ്!" സാഷ തേങ്ങിക്കരഞ്ഞുകൊണ്ടു പറഞ്ഞു. "നമുക്ക് ഉടൻ തന്നെ അച്ഛന് ആളയക്കണം."

ആയ മുകളിലെ ശയനമുറിയിൽ പോയി രോഗിണിയെ ഒന്നു നോക്കുകയും ഒരു മെഴുകുതിരി കത്തിച്ച് അവരുടെ കയ്യിൽ പിടിപ്പിക്കുകയും ചെയ്തു. ആരെങ്കിലും അച്ഛനെ വിളിച്ചുകൊണ്ടുവരണമെന്നു യാചിച്ചുകൊണ്ട് സാഷ പരിഭ്രാന്തയായി അവിടെല്ലാം ഓടി നടന്നു. പിന്നീട് അവൾ തന്നെ കോട്ടും ഷാളുമെടുത്തിട്ട് വെളിയിലേക്കോടി. അച്ഛന് വേറൊരു ഭാര്യയും രണ്ടു ചെറിയ പുത്രിമാരുണ്ടെന്നും അവർ താമസിക്കുന്നത് ബസാർനയ തെരുവിലാണെന്നും വേലക്കാർ പറയുന്നത് അവൾ കേട്ടിട്ടുണ്ട്. വഴിപോക്കരിൽനിന്ന് അകന്നുമാറിയും വഴിയരികിൽ ആഴത്തിൽ കിടക്കുന്ന മഞ്ഞിനുള്ളിലേക്കു കാൽ വഴുതിയും തണുത്തു വിറച്ചുകൊണ്ടും അവൾ തെരുവിലൂടെ കരഞ്ഞുകൊണ്ടോടി.

ഒരു വണ്ടി ആ വഴി വന്നു. പക്ഷേ അവളതിൽ കയറിയില്ല. വണ്ടിക്കാരൻ അവളെ പട്ടണത്തിനു വെളിയിൽ കൊണ്ടുപോയി കയ്യിലുള്ളതെല്ലാം കവർന്നെടുത്ത് ഏതെങ്കിലും ശ്മശാനത്തിൽ തള്ളിവിടുമെന്നായിരുന്നു അവളുടെ ഭയം(വേലക്കാർ ചായ

കുടിച്ചുകൊണ്ടിരിക്കുമ്പോൾ ഒരിക്കൽ ഇങ്ങനെയൊരു സംഭവം വിവരിക്കുന്നത് അവൾ കേട്ടിട്ടുണ്ട്). അവൾ നിൽക്കാതെ മുന്നോട്ടേക്കു തന്നെ ഓടി. ഓടിയോടി തളർന്ന് അവൾ കിതയ്ക്കുന്നുണ്ടായിരുന്നു. കൂടാതെ തേങ്ങിക്കരയുന്നുമുണ്ടായിരുന്നു. ബസാർനയയിലെത്തിയപ്പോൾ, മി. പനൗറൊവിന്റെ വീടേതാണെന്ന് ആ വഴി പോയ ഒരു സ്ത്രീയോട് അവൾ ചോദിച്ചു. പോകേണ്ട വഴി അവർ വിശദമായി വിവരിക്കാൻ തുടങ്ങിയെങ്കിലും കുട്ടിക്കു താൻ പറഞ്ഞതൊന്നും മനസ്സിലായില്ലെന്നു കണ്ട് അവർ അവളെ കയ്യു പിടിച്ച് ഒരു ഒറ്റനിലക്കെട്ടിടത്തിന്റെ മുമ്പിൽ കൊണ്ടുചെന്നാക്കി. മുൻവശത്തെ വാതിൽ പൂട്ടിയിട്ടുണ്ടായിരുന്നില്ല. സാഷ പൂമുഖത്തിലൂടെ ഓടി ഇടനാഴിയിലേക്കും അവിടന്ന് നല്ല ചൂട്ടും പ്രകാശവുമുള്ള ഒരു മുറിയിലേക്കും കടന്നു. അച്ഛൻ ഒരു സമൊവാറിനടുത്തിരുന്ന ഒരു സ്ത്രീയും രണ്ടു കുട്ടികളുമൊന്നിച്ചു ചായ കുടിച്ചുകൊണ്ടിരിക്കുന്നത് അവൾ കണ്ടു. പക്ഷേ സാഷ എന്തെങ്കിലും പറയാൻ തീരെ അശക്തയായിരുന്നു. അവർക്കു തേങ്ങിക്കരയാൻ മാത്രമേ കഴിഞ്ഞുള്ളൂ. അവൾ വന്നതെന്തിനാണെന്ന് പനൗറൊവിന് ഉടൻ മനസ്സിലായി.

"അമ്മയ്ക്കു കൂടുതലാണോ? "അയാൾ ചോദിച്ചു. "പറയൂ, മോളെ, അമ്മയ്ക്കു കൂടുതലാണോ?"

അയാൾ പെട്ടെന്നെഴുന്നേറ്റ് വണ്ടിക്ക് ആളയച്ചു.

അവർ എത്തിയപ്പോൾ നീന ഫ്യോദൊറൊവ്ന കയ്യിലൊരു മെഴുകുതിരി പിടിച്ചുകൊണ്ട് മെത്തയിലിരിക്കുകയായിരുന്നു. ചുറ്റും തലയിണ വച്ചിട്ടുണ്ട്. അവരുടെ മുഖം ഇരുണ്ടിരുന്നു. കണ്ണുകൾ അടഞ്ഞാണിരുന്നത്. കിടപ്പുമുറിയിൽ നിറയെ ആളായിരുന്നു–ആയ, പാചകക്കാരി, പരിചാരിക, കൃഷിക്കാരൻ പ്രോക്കോഫിയ്. ഇവർക്കു പുറമേ പല അപരിചിതരും വാതുക്കൽ തിങ്ങിക്കൂടി നിൽക്കുന്നുണ്ടായിരുന്നു. ആയ എന്തോ മന്ത്രിച്ചുകൊണ്ടിരുന്നു. പക്ഷേ എന്തു ചെയ്യണമെന്നാണ് അവർ പറയുന്നതെന്ന് ആർക്കും മനസ്സിലായില്ല. വിളറിയ മുഖത്തോടെ, ഉറക്കം മുഴുവൻ മാറാതെ, രൂക്ഷമായ കണ്ണുകളോടെ അമ്മയെ തുറിച്ചുനോക്കിക്കൊണ്ട് ലീദ മുറിയുടെ അങ്ങേയറ്റത്തെ ജനലിനടുത്തു നില്പുണ്ടായിരുന്നു.

പനൗറവ് നീരസത്തോടെ നെറ്റി ചുളിച്ചുകൊണ്ട് മെഴുകുതിരി നീന ഫ്യോദൊറൊവ്നയുടെ കയ്യിൽനിന്നെടുത്തു മേശ പുറത്തേക്കു വലിച്ചെറിഞ്ഞു.

"ഇതു ഭയങ്കരം തന്നെ!" അയാൾ പറഞ്ഞു. അയാളുടെ ചുമലുകൾ വിറയ്ക്കുന്നുണ്ടായിരുന്നു.

"നീന! നീ കിടക്കണം," അയാൾ വാത്സല്യത്തോടെ പറഞ്ഞു, "കിടക്കൂ, ഓമനേ."

അവർ അയാളെ നോക്കിയെങ്കിലും തിരിച്ചറിഞ്ഞില്ല....മുറിയിലുണ്ടായിരുന്നവർ ചേർന്ന് അവരെ മെത്തയിൽ കിടത്തി.

പുരോഹിതനും ഡോക്ടർ സെർഗേയ് ബൊറീസിച്ചും വരുമ്പോഴേക്ക് വേലക്കാർ ഭക്തിപുരസ്സരം കുരിശു വരയ്ക്കുകയും തങ്ങളുടെ യജമാനത്തിയുടെ ആത്മാവിനുവേണ്ടി പ്രാർത്ഥിക്കുകയും ചെയ്തു തുടങ്ങിയിരുന്നു.

"വലിയ കഷ്ടം തന്നെ," വിരുന്നുമുറിയിലേക്കു പോകുന്ന വഴി ആരോടെന്നില്ലാതെ ഡോക്ടർ പറഞ്ഞു. "അവർ ചെറുപ്പമായിരുന്നു. നാല്പതുപോലും തികഞ്ഞിരുന്നില്ല."

ചെറിയ കുട്ടികൾ ദയനീയമായി തേങ്ങിക്കരയുന്നതു കേൾക്കാമായിരുന്നു. വിളറിയ മുഖത്തോടും നനഞ്ഞ കണ്ണുകളോടും കൂടി പനൗറൊവ് ഡോക്ടറുടെ അടുത്ത് വന്ന് പതിഞ്ഞു ക്ഷീണിച്ച സ്വരത്തിൽ പറഞ്ഞു:

"സ്നേഹിതാ, എനിക്കുവേണ്ടി ഒരു ഉപകാരം ചെയ്യണം. മോസ്കോയിലേക്ക് ഒരു കമ്പിയടിക്കൂ. ഞാൻ ക്ഷീണിച്ചവശായിരിക്കുകയാണ്."

ഡോക്ടർ കുറച്ചു മഷി കൊണ്ടു വന്ന് മകൾക്കായി ഇങ്ങനെയൊരു കമ്പി തയ്യാറാക്കി: "പനൗറൊവ രാത്രി എട്ടുമണിക്ക് അന്തരിച്ചു. കടം വീട്ടാൻ വേണ്ടി ദ്വര്യാൻസ്കയയിലെ വീടു വിൽക്കാൻ പോവുകയാണെന്നു ഭർത്താവിനെ അറിയിക്കുക. ഒമ്പതിനായിരം കൂടി കൂട്ടുക. ലേലം പന്ത്രണ്ടാംതീയതി. വരാതിരിക്കരുതെന്നു പറയണം."

IX

മാലയ ദ്മിത്രൊവ്ക്കയുടെ പാർശ്വപാതകളിലൊന്നിൽ, പഴയ സെന്റ് പീമെൻസ് ദേവാലയത്തിൽനിന്ന് അധികം ദൂരെയല്ലാതെയാണ് ലാപ്തെവ് താമസിച്ചിരുന്നത്. തെരുവിന് അഭിമുഖമായി നിന്ന വലിയ വീടിനു പുറമെ അയാൾ പറമ്പിലുണ്ടായിരുന്ന രണ്ടു നിലകളുള്ള എടുപ്പുകൂടി വാടകയ്ക്കെടുത്തു തന്റെ സ്നേഹിതനായ കോസ്ത്യ കൊച്ചെവോയ് എന്ന യുവഅഭിഭാഷകന് കൊടുത്തിരുന്നു. കുട്ടിക്കാലം മുതലെ അറിയാമായിരുന്നതിനാൽ ലാപ്തെവിന്റെ വീട്ടിലെ സകലരും അയാളെ വെറും കോസ്ത്യ എന്നാണു വിളിച്ചു വന്നിരുന്നത്. ഭാര്യയും ഭർത്താവും അഞ്ചു പെൺമക്കളുമുള്ള ഒരു ഫ്രഞ്ചു കുടുംബം എതിർവശത്ത് അതേ പോലെയുള്ള എടുപ്പിൽ താമസിച്ചിരുന്നു.

വളരെ തണുപ്പുള്ള ദിവസമായിരുന്നു അന്ന്. ജനാലകളിൽ മഞ്ഞ് ഉറഞ്ഞുകൂടിയിരുന്നു. കോസ്ത്യ രാവിലെ ഉണർന്നെഴുന്നേറ്റ് വ്യാകുലമായ മുഖഭാവത്തോടെ പതിനഞ്ചു തുള്ളി ഏതോ മരുന്നു കഴിച്ചു. പിന്നീട് അലമാരയിൽ നിന്നു ഡംബെൽസ് എടുത്ത് അല്പനേരം വ്യായാമം ചെയ്തു. അയാൾ പൊക്കം കൂടി മെല്ലിച്ചാണിരുന്നത്. കട്ടിയുള്ള ഒരു ചെമ്പൻ മീശയുമുണ്ടായിരുന്നു. പക്ഷേ സാമാന്യത്തിലധികം നീളമുള്ള കാലുകളായിരുന്നു അയാളെ സംബന്ധിച്ചിടത്തോളം ഏറ്റവും ശ്രദ്ധേയമായിരുന്നത്.

മദ്ധ്യവയസ്കനായ പ്യോത്താർ എന്ന ഭൃത്യൻ ഒരു ജാക്കറ്റും ടോപ്ബൂട്സിൽ അറ്റം തിരുകിയ ട്രൗസറുമിട്ട് സമൊവാർ കൊണ്ടു വന്നു ചായ കൂട്ടി.

"ഇന്നു നല്ല ദിവസമാണ്, സർ," അയാൾ പറഞ്ഞു.

"ആയിരിക്കാം, സ്നേഹിതാ, പക്ഷേ നമുക്കതിൽ സന്തോഷിക്കാനൊന്നുമില്ല എന്നതാണു കുഴപ്പം."

പ്യോത്തർ ചെറുതായൊന്നു നിശ്വസിച്ചു.

"ആ കുട്ടികളുടെ കാര്യമെന്തായി?" കോസ്ത്യ ചോദിച്ചു.

"പുരോഹിതൻ ഇനിയും എത്തിയിട്ടില്ല. അലെക്സേയ് ഫ്യോദൊറൊവിച്ചു തന്നെ അവരെ പഠിപ്പിക്കുകയാണ്."

ജനലിന്റെ ഗ്ലാസ്സിൽ മഞ്ഞുറയ്ക്കാത്ത ഒരു ഭാഗം കോസ്ത്യ കണ്ടുപിടിക്കുകയും ബൈനോക്കുലറിലൂടെ ഫ്രഞ്ചു കുടുംബം താമസിക്കുന്ന വീടിന്റെ ജനലുകളിലേക്കു നോക്കുകയും ചെയ്തു.

"ഒന്നും കാണാൻ വയ്യ," അയാൾ പറഞ്ഞു.

അതേ സമയത്ത് അലെക്സേയ് ഫ്യോദൊറൊവിച്ച് സാഷയേയും ലീദയേയും സുവിശേഷം പഠിപ്പിക്കുകയായിരുന്നു. അവർ കഴിഞ്ഞ ആറാഴ്ചയായി മോസ്കോയിലാണ്. ആയയോടൊപ്പം എടുപ്പിന്റെ ചുവട്ടിലെ നിലയിലാണ് അവരുടെ താമസം. ഒരു പുരോഹിതനും പട്ടണത്തിലെ സ്കൂളിൽനിന്ന് ഒരു അദ്ധ്യാപകനും ആഴ്ചയിൽ മൂന്നുതവണ അവരുടെയടുത്തു വരുന്നുണ്ട്. സാഷ പുതിയ നിയമമാണു പഠിക്കുന്നത്. ലീദ പഴയ നിയമം പഠിക്കാൻ തുടങ്ങിയിട്ടേയുള്ളു. അബ്രഹാമിനെക്കുറിച്ചുള്ള ഇടം വരെ വായിക്കണമെന്നു കഴിഞ്ഞ തവണ ലീദയോടു പറഞ്ഞിട്ടുണ്ടായിരുന്നു.

"ആദമിനും ഹവ്വയ്ക്കും രണ്ടു പുത്രന്മാരുണ്ടായിരുന്നു," ലാപ്തെവ് പറഞ്ഞു. "ശരി എന്തായിരുന്നു അവരുടെ പേര്? നിനക്കോർമ്മയുണ്ടോ?"

സഹജമായ ഗൗരവഭാവത്തോടെ ലീദ മേശയിൽ ദൃഷ്ടിയുറപ്പിച്ചിരുന്നു. അവളുടെ ചുണ്ടുകൾ വിറയ്ക്കുന്നുണ്ടായിരുന്നു. ചേച്ചി അവളെ ഉൽക്കണ്ഠാപൂർവ്വം നോക്കി.

"നിനക്ക് ഭംഗിയായിട്ടറിയാം. പരിഭ്രമിക്കണ്ട," ലാപ്തെവ് പറഞ്ഞു. "ആദമിന്റെ പുത്രന്മാരുടെ പേരെന്തായിരുന്നു?"

"ആബേലും കാബേലും, "ലീദ അടക്കിയ സ്വരത്തിൽ പറഞ്ഞു.

"കയീനും ആബേലും" ലാപ്തെവ് അവളുടെ തെറ്റു തിരുത്തി.

വലിയൊരു തുള്ളി കണ്ണുനീർ ലീദയുടെ കവിളിലൂടെ ഒഴുകി പുസ്തകത്തിൽ വീണു. സാഷയും ഏതു നിമിഷവും പൊട്ടിക്കരയുമെന്ന മട്ടിലായിരുന്നു. അവൾ തുടുത്ത മുഖത്തോടെ താഴോട്ടു നോക്കി, അവരുടെ ദയനീയസ്ഥിതി കണ്ട് ലാപ്തെവിന് സംസാരിക്കാൻ കഴിഞ്ഞില്ല. അയാൾ എഴുന്നേറ്റ് ഒരു സിഗററ്റു കൊളുത്തി. അപ്പോഴാണ് കയ്യിൽ പത്രവുമായി കോസ്ത്യ മുകളിൽനിന്നിറങ്ങിവന്നത്. കുട്ടികൾ രണ്ടുപേരും എഴുന്നേറ്റുനിന്ന് മുഖത്തു നോക്കാതെ അയാളെ വന്ദിച്ചു.

"ദൈവത്തെയോർത്ത്, കോസ്ത്യ, നീ ഇവരെ പഠിപ്പിക്കൂ." ലാപ്തെവ് യാചിച്ചു.

"ഞാനും കരഞ്ഞുതുടങ്ങുമെന്നാണ് എന്റെ ഭയം. തന്നെയല്ല, ഭക്ഷണത്തിനുമുമ്പ് എനിക്കു പണ്ടകശാലയിലെത്തണം."

"ശരി, അങ്ങിനെയാവട്ടെ."

അലെക്സേയ് ഫ്യോദൊറൊവിച്ച് പുറത്തേക്കു പോയി. കോസ്ത്യ നെറ്റി ചുളിച്ച് വലിയ ഗൗരവഭാവത്തിൽ കസേരയിൽ ഇരുന്നു. ബൈബിൾ അടുത്തേക്കു നീക്കിവച്ചു.

"ശരി," അയാൾ പറഞ്ഞു, "നിങ്ങൾ ഏതാണു പഠിച്ചുകൊണ്ടിരുന്നത്?"

"അവൾക്കു പ്രളയത്തെപ്പറ്റി അറിയാം." സാഷ പറഞ്ഞു.

"അറിയാമോ? കൊള്ളാം. നമുക്ക് പ്രളയത്തെപ്പറ്റി അല്പം സംസാരിക്കാം. പറയൂ, കേൾക്കട്ടെ."

പ്രളയത്തെപ്പറ്റി പുസ്തകത്തിൽ കൊടുത്തിരിക്കുന്ന ലഘുവിവരണത്തിലൂടെ കണ്ണോടിച്ചിട്ട് കോസ്ത്യ പറഞ്ഞു: "ഒരു കാര്യം നിങ്ങളോടു പറയേണ്ടിയിരിക്കുന്നു. ഇതിൽ പറയുന്നതു പോലുള്ള ഒരു പ്രളയം ഉണ്ടായിട്ടില്ല. നോഹയുമില്ലായിരുന്നു. ക്രിസ്തു ജനിക്കുന്നതിന് അനേകായിരം വർഷങ്ങൾക്കുമുമ്പ് യഥാർത്ഥത്തിൽ വലിയൊരു വെള്ളപ്പൊക്കമുണ്ടായിരുന്നു. യഹൂദബൈബിളിൽ മാത്രമല്ല യവനന്മാർ, കാൽഡിയന്മാർ, ഹിന്ദുക്കൾ തുടങ്ങിയ പൗരാണികജനതകളുടെ ഗ്രന്ഥങ്ങളിലും അതിനെക്കുറിച്ചുള്ള പരാമർശം കാണാൻ കഴിയും. പക്ഷേ അതെത്ര വലിയ വെള്ളപ്പൊക്കമായിരുന്നാലും

ലോകം മുഴുവൻ വെള്ളത്തിനടിയിലായിരുന്നിരിക്കാനിടയില്ല. സമതലപ്രദേശങ്ങൾ മുങ്ങിപ്പോയിക്കാണും. പക്ഷേ പർവ്വതങ്ങൾ വെള്ളത്തിനടിയിലാകാനിടയില്ല. ഈ പുസ്തകം വായിക്കുന്നതുകൊണ്ടു കുഴപ്പമില്ല. എന്നുവച്ച് അതിൽ പറയുന്നതെല്ലാം വിശ്വസിക്കണമെന്നില്ല."

ലീദയുടെ കണ്ണുകളിൽനിന്ന് വീണ്ടും കണ്ണുനീരൊഴുകാൻ തുടങ്ങി. അവൾ മുഖം തിരിച്ച് പെട്ടെന്ന് ഉറക്കെ കരയാനാരംഭിച്ചു. കോസ്ത്യ പരിഭ്രമിച്ച് കസേരയിൽനിന്നു ചാടിയെഴുന്നേറ്റു.

"എനിക്കു വീട്ടിൽ പോകണം," അവൾ തേങ്ങിക്കരഞ്ഞുകൊണ്ടു പറഞ്ഞു. "എനിക്ക് അച്ഛന്റേയും ആയയുടേയുമടുത്തു പോകണം."

സാഷയും കരയാൻ തുടങ്ങി. കോസ്ത്യ മുകളിൽ പോയി. യൂലിയ സെർഗേയെവ്നയ്ക്കു ഫോൺ ചെയ്തു.

"കുട്ടികൾ പിന്നെയും കരയുകയാണ്. എന്തു ചെയ്യണമെന്ന് എനിക്കറിഞ്ഞുകൂടാ."

വസ്ത്രങ്ങളുടെ മേൽ കമ്പിളിപ്പുതപ്പ് എടുത്തിട്ടുകൊണ്ട് യൂലിയ സെർഗേയെവ്ന വലിയ വീട്ടിൽനിന്നു തിടുക്കത്തിൽ വന്നു. തണുപ്പുകൊണ്ട് അവൾ കുറേശ്ശെ വിറയ്ക്കുന്നുണ്ടായിരുന്നു.

"ഞാൻ പറയുന്നതു ശ്രദ്ധിക്കു," അവരെ ദേഹത്തോടു ചേർത്തുപിടിച്ചുകൊണ്ട് അവൾ പറഞ്ഞു. "നിങ്ങളുടെ അച്ഛൻ ഇന്നു വരുന്നുണ്ട്. എനിക്ക് ഒരു കമ്പി കിട്ടി. അമ്മയുടെ കാര്യം വലിയ കഷ്ടമായിപ്പോയി. നിങ്ങളെ രണ്ടുപേരേയും ഓർത്ത് എന്റെ ഹൃദയം നീറുന്നുണ്ട്. പക്ഷേ നമുക്കെന്തു ചെയ്യാൻ കഴിയും? ദൈവത്തിനെതിരായി പോകാൻ നമ്മെക്കൊണ്ടാവില്ലല്ലോ!"

കരച്ചിൽ നിന്നപ്പോൾ അവൾ അവരെ കമ്പിളി പുതപ്പിച്ച് സവാരിക്കു കൊണ്ടുപോയി. അവർ മാലയ ദ്മിത്രൊാവ്ക്കയിലേക്കും അവിടന്നു സ്രൂസ്ത്നോയിലേക്കും ത്വെർസ്ക്കായയിലേക്കും വണ്ടിയോടിച്ചുപോയി. ഈവർസ്ക്കയ ദേവാലയത്തിൽ അവർ ഓരോരുത്തരും വിശുദ്ധരൂപങ്ങളുടെ മുമ്പിൽ ഓരോ മെഴുകുതിരി കൊളുത്തിവച്ചുകൊണ്ട് മുട്ടുകുത്തി നിന്നു പ്രാർത്ഥിച്ചു. മടക്കയാത്രയിൽ അവർ ഫീലിപ്പൊാവിന്റെ കടയിലിറങ്ങി അവീൻ വിത്തുകളിട്ടു കുറെ പൊരിച്ച റൊട്ടിയും വാങ്ങി.

ലാപ്തെവ് കുടുംബം രണ്ടുമണിക്കും മൂന്നുമണിക്കുമിടയ്ക്കാണു ഭക്ഷണം കഴിച്ചിരുന്നത്. പ്യോത്തറായിരുന്നു വിളമ്പുകാരൻ. പ്യോത്തറാണ് സർവ്വപണിയും ചെയ്തിരുന്നത്: പകൽ സമയത്ത് അയാൾ തപാലാപ്പീസിലും പണ്ടകശാലയിലും കോസ്ത്യയ്ക്കു വേണ്ടി ജില്ലാക്കോടതിയിലും പോകും. പുറമെ ഭക്ഷണം വിളമ്പും. വൈകിട്ട് അയാൾ സിഗററ്റുണ്ടാക്കും. രാത്രി വാതിൽക്കൽ മണിയടിച്ചാൽ അയാളാണ് തുറക്കുന്നത്. രാവിലെ അഞ്ചുമണിക്ക് അയാൾ ഉണർന്ന് അടുപ്പു കത്തിക്കുന്നുണ്ടാവും. അയാൾ എപ്പോഴാണ് ഉറങ്ങുന്നതെന്ന് ആർക്കും നിശ്ചയമില്ലായിരുന്നു. സോഡാക്കുപ്പി തുറക്കാൻ അയാൾക്കു വലിയ ഇഷ്ടമായിരുന്നു. അതു വളരെ സമർത്ഥമായി ചെയ്യുകയും ചെയ്യും. ഒരു തുള്ളിപോലും തുളുമ്പിപ്പോകില്ല.

"ചെല്ലട്ടെ ഇവൻ അകത്തേക്ക്," സൂപ്പിനു മുമ്പ് ചെറിയൊരു ഗ്ലാസ്സ് വോഡ്ക്ക അകത്താക്കിക്കൊണ്ട് കോസ്ത്യ പറഞ്ഞു.

യൂലിയ സെർഗേയെവ്നയ്ക്കു കോസ്ത്യയെ ആദ്യം പിടിച്ചില്ല; അയാളുടെ പരുപരുത്ത ശബ്ദം , "അവനെ തൊഴിച്ചു പുറത്താക്കി"."അവന്റെ കരണക്കുറ്റിക്കടിച്ചു", "നാശം", "ചായ അടിക്കുക", തുടങ്ങി അയാളുപയോഗിച്ചുവന്ന വാക്കുകൾ, ഗ്ലാസു കൂട്ടിമുട്ടിക്കുകയും ഓരോ ഗ്ലാസു വീഞ്ഞിന്റെ പുറത്തും പ്രസംഗങ്ങൾ നടത്തുകയും ചെയ്യുന്ന അയാളുടെ സ്വഭാവം-ഇതെല്ലാം വളരെ താണ നിലവാരത്തിലുള്ളതാണെന്ന് അവൾക്കു തോന്നി. പക്ഷേ കൂടുതലടുത്തെറിഞ്ഞപ്പോൾ അയാളുടെ സഹവാസം അവൾക്ക് വളരെ ആശ്വാസപ്രദമായിത്തോന്നി. അയാൾ അവളോടു കാര്യങ്ങൾ തുറന്നു പറഞ്ഞു. സായങ്കാലങ്ങളിൽ അവളോട് ശാന്തമായി ഓരോന്നു സംസാരിച്ചുകൊണ്ടിരിക്കാൻ അയാൾ ഇഷ്ടപ്പെട്ടു. ലാപ്തെവിനേയും യാർത്സെവിനേയും പോലുള്ള ഉറ്റസുഹൃത്തുക്കളിൽനിന്നുപോലും രഹസ്യമായി സൂക്ഷിച്ചുവച്ചിരുന്ന തന്റെ നോവലുകൾ അയാൾ അവൾക്കു വായിക്കാൻ കൊടുത്തു. അവൾ ആ നോവലുകൾ വായിക്കുകയും അയാളുടെ വികാരങ്ങൾ വ്രണപ്പെടുത്താതിരിക്കാൻ വേണ്ടി അവയെ പ്രശംസിക്കുകയും ചെയ്തു. അയാളതുകേട്ട് വളരെ സന്തോഷിച്ചു. കാരണം ഇന്നല്ലെങ്കിൽ നാളെ താൻ പേരുകേട്ട ഒരെഴുത്തുകാരനാകുമെന്നായിരുന്നു അയാളുടെ വിശ്വാസം. സ്നേഹിതന്മാരെ കാണാൻ പോയിട്ടുള്ള ചുരുക്കം സന്ദർഭങ്ങളിൽ മാത്രമേ അയാൾ നാട്ടുമ്പുറത്തു താമസിച്ചിട്ടുള്ളു; കോടതിക്കാര്യം സംബന്ധിച്ച്

വൊലൊക്കൊലാംസ്കിൽ ഒരിക്കൽ പോയപ്പോൾ മാത്രമാണ് അയാൾ ആകെക്കൂടി ഒരു പ്രഭുമന്ദിരത്തിൽ പ്രവേശിച്ചിട്ടുള്ളത്. എങ്കിലും കർഷകരും ഭൂപ്രഭുക്കളും മാത്രമായിരുന്നു അയാളുടെ നോവലുകളിലെ പ്രതിപാദ്യം. പ്രേമത്തെപ്പറ്റി എഴുതുന്നതിൽനിന്ന് അയാൾ ഒഴിഞ്ഞുമാറി, അമ്പരപ്പുണ്ടാക്കുന്ന ഒരു വിഷയമാണതെന്ന മട്ടിൽ. പക്ഷേ അയാൾ കുടെക്കൂടെ പ്രകൃതിയെ വർണ്ണിക്കുമായിരുന്നു. "കുന്നുകളുടെ വിചിത്രരൂപങ്ങൾ", "മേഘങ്ങളുടെ വികൃതഭാവങ്ങൾ", "നിഗൂഢസ്വരങ്ങളുടെ മേളം", തുടങ്ങിയ പ്രയോഗങ്ങൾ അയാളുടെ ഒരു ദൗർബല്യമായിരുന്നു. അയാളുടെ നോവലുകൾ ഒരിക്കലും അച്ച ടിച്ചിരുന്നില്ല. സെൻസർഷിപ്പാണ് അതിനുകാരണമെന്ന് അയാൾ കുറ്റപ്പെടുത്തി.

അഭിഭാഷകവൃത്തി അയാൾക്കിഷ്ടമായിരുന്നു. പക്ഷേ തനിക്കു പറ്റിയ രംഗം നിയമമല്ല, സാഹിത്യമാണ്, എന്നയാൾ വിശ്വസിച്ചു. കല അയാളെ എന്നും ഹഠാദാകർഷിച്ചിരുന്നു. വളരെ സംപുഷ്ട മായ ഒരു കലാബോധം തനിക്കുണ്ടെന്ന കാര്യത്തിൽ അയാൾക്കു സംശയമേയില്ലായിരുന്നു. അയാൾക്കു പാടാനോ ഏതെങ്കിലും സംഗീതോപകരണം കൈകാര്യം ചെയ്യാനോ അറിയാമായിരുന്നില്ല. പോരെങ്കിൽ പാട്ടിൽ യാതൊരു വാസനയുമില്ലായിരുന്നു. എങ്കിലും അയാൾ എല്ലാ സംഗീതക്കച്ചേരികളിലും ഹാജരാവുകയും എന്തി ന്റെയെങ്കിലും ധനശേഖരണാർത്ഥം പലതരം സംഗീതക്കച്ചേരികൾ ഏർപ്പെടുത്തുകയും സംഗീതജ്ഞന്മാരുമായി പരിചയം സമ്പാദിക്കു കയും ചെയ്തിരുന്നു.

ഭക്ഷണസമയത്ത് അവർ പലതും സംസാരിച്ചു.

"നിങ്ങൾ വിശ്വസിച്ചാലും ഇല്ലെങ്കിലും ശരി, ഫ്യോദൊർ പുതിയൊരു നിർദ്ദേശവുമായി ഇറങ്ങിയിരിക്കുകയാണ്", ലാപ്തെവ് പറഞ്ഞു. "ഞങ്ങളുടെ കമ്പനിയുടെ ശതവാർഷികംഎന്നാണെന്നറി യണമെന്നാണ് അവൻ പറയുന്നത്. ഈ അവസരം നോക്കി പ്രഭുപ ദവിയിലേക്ക് കയറ്റം കിട്ടാൻവേണ്ടി അപേക്ഷിക്കാമത്രെ. അവൻ വളരെ ഗൗരവമായിട്ടാണ് ഇതു പറയുന്നത്. എന്താണു വേണ്ടതെന്ന് എനിക്കറിഞ്ഞുകൂടാ. തുറന്നു പറഞ്ഞാൽ, എനിക്കു കുറേശ്ശെ ഭയമാ കുന്നു."

ഫ്യോദൊറിനെക്കുറിച്ചും ഓരോരോ ഭാവം നടിക്കുന്നത് ഇക്കാ ലത്ത് ഒരു കമ്പമായിത്തീർന്നിട്ടുള്ളതിനെക്കുറിച്ചുമായി സംസാരം.

ഉദാഹരണത്തിന് ഫ്യോദൊർ ശ്രുദ്ധഗതിക്കാരനായ ഒരു റഷ്യൻ വ്യാപാരിയുടെ ഭാഗമഭിനയിക്കാനാണു നോക്കുന്നത്. അയാൾ എന്നേ അതല്ലാതായിത്തീർന്നിരിക്കുന്നു. പിതാവിന്റെ രക്ഷാധികാരത്തിൽ നടന്നു വന്നിരുന്ന സ്കൂളിലെ അദ്ധ്യാപകൻ ശമ്പളത്തിനായി വരുമ്പോൾ അയാൾ ഗൗരവം വിടാതെ മേലധികാരിയെപ്പോലെയാണ് സംസാരിക്കുന്നത്.

ഭക്ഷണം കഴിഞ്ഞ്, മറ്റൊന്നും ചെയ്യാൻ കാണാത്തതുകൊണ്ടു, അവർ ലൈബ്രറിയിലേക്കു പോയി. അധഃപതനസാഹിത്യകാരന്മാരെക്കുറിച്ചും "ഓർലിയൻസിലെ കന്യക'യെക്കുറിച്ചും അവർ സംസാരിച്ചു. കോസ്ത്യ ആ നാടകത്തിൽനിന്നും നീണ്ട ഒരു ആത്മഗതം വായിച്ചു. യെർമോലൊവ[6]യുടെ ഒന്നാന്തരമൊരു അനുരണനമാണു താൻ നടത്തുന്നതെന്നായിരുന്നു അയാളുടെ വിശ്വാസം. അതു കഴിഞ്ഞ് അവർ ചീട്ടു കളിക്കാനിരുന്നു. ചെറിയ കുട്ടികൾ, വിളറിയ മുഖത്തോടെ , അവരുടെ മുറികളിലേക്കു പോകാതെ ഒരുമിച്ച് ഒരു ചാരുകസേരയിൽ വിഷാദമൂകരായി ഇരിപ്പുണ്ടായിരുന്നു. ഏതു വണ്ടി ആ വഴി പോകുമ്പോഴും അച്ഛൻ വന്നുവെന്ന ആശയിൽ അവർ ചാടിയെഴുന്നേല്ക്കും. പ്രത്യേകിച്ചും സായംകാലങ്ങളിൽ അവർക്കു വളരെയേറെ ദുഃഖം അനുഭവപ്പെട്ടു. മെഴുകുതിരി കത്തിച്ചാലും അതായിരുന്നു സ്ഥിതി. ചീട്ടുകളിച്ചുകൊണ്ടിരിക്കുമ്പോഴുള്ള മുതിർന്നവരുടെ സംസാരവും പ്യോത്താറുടെ കാലടിശബ്ദവും അടുപ്പിൽ വിറകു ചീറുന്ന ഒച്ചയും അവരെ അസ്വസ്ഥരാക്കി. അടുപ്പിൽ തീ കത്തുന്നതു നോക്കിയിരിക്കാൻ പോലും അവർക്കു കഴിഞ്ഞില്ല. അത്രയേറെ പരിതാപകരമായിരുന്നു അവരുടെ അവസ്ഥ.

കൂടുതൽ കരയാനും അവർ അശക്തരായിരുന്നു. പക്ഷേ, അവർക്കിതെല്ലാം ഭയാനകമായിത്തോന്നി. അവരുടെ ഹൃദയം ഭാരിച്ചതായിത്തീർന്നു. അമ്മ മരിച്ചതിനുശേഷം ഇങ്ങനെ വർത്തമാനം പറയാനും ചിരിക്കാനും ആളുകൾക്കെങ്ങിനെ കഴിയുന്നുവെന്ന് അവർക്കു മനസ്സിലായില്ല.

"ഇന്ന് ബൈനോക്കുലറിൽക്കൂടി എന്താണു കണ്ടത്?" യൂലിയ സെർഗേയെവ്നയും കോസ്ത്യയും മാലിയ് തിയേറ്ററിലേക്കു പുറപ്പെട്ടു.

6 എം.എൻ. യെർമോലൊവ (1853-1928)- ഒരു പ്രഗത്ഭയായ റഷ്യൻ നടി. ഫ്രെഡറിക് ഷില്ലറിന്റെ "ഓർലിയൻസിലെ കന്യക" എന്ന ദുരന്തനാടകത്തിൽ അവർ നായികയായ ജോൻ ഒഫ് ആർക്കിന്റെ ഭാഗം അഭിനയിച്ചതിനെയാണ് ഇവിടെ സൂചിപ്പിക്കുന്നത്.-എഡിറ്റർ

ലാപ്തെവ് കുട്ടികളുമായി വീട്ടിലിരുന്നു.

“നിങ്ങളുടെ അച്ഛൻ വരേണ്ട സമയം കഴിഞ്ഞു.” വാച്ചിൽ നോക്കിക്കൊണ്ട് അയാൾ പറഞ്ഞു. “വണ്ടി വൈകിക്കാണും.”

തണുത്തു വിറച്ചിരിക്കുന്ന കൊച്ചുമൃഗങ്ങളെപ്പോലെ കുട്ടികൾ ചാരുകസേരയിൽ ഒന്നും മിണ്ടാതെ പറ്റിക്കൂടിയിരുന്നു. ലാപ്തെവ്, കൂടെക്കൂടെ അക്ഷമനായി വാച്ചിൽ നോക്കിക്കൊണ്ട്, മുറിയിൽ അങ്ങോട്ടുമിങ്ങോട്ടും ഉലാത്തി. വീട് നിശ്ശബ്ദമായിരുന്നു. ഒമ്പതുമണിയോടടുത്ത് കതകിന്റെ മണിയടിച്ചു. പ്യോത്തർ കതക് തുറക്കാൻ പോയി. അച്ഛന്റെ ശബ്ദം കേട്ട് കുട്ടികൾ ഉറക്കെ തേങ്ങിക്കരഞ്ഞുകൊണ്ട് അങ്ങോട്ടോടി. വില കൂടിയ ഫർക്കോട്ടാണ് അയാൾ ധരിച്ചിരുന്നത്. താടിയിലും മീശയിലും മഞ്ഞുപറ്റിപ്പിടിച്ചിരുന്നു.

“സാരമില്ല, സാരമില്ല,” അയാൾ സാഷയോടും ലീദയോടും മന്ത്രിച്ചു. അവർ ഒരേ സമയം ചിരിക്കുകയും കരയുകയുമായിരുന്നു. അയാളുടെ കയ്യിലും തൊപ്പിയിലും ഫർക്കോട്ടിലും അവർ തെരുതെരെ ഉമ്മ വച്ചു. സുമുഖനും സ്ത്രീകളുടെ അമിതലാളനംകൊണ്ട് സ്വഭാവം ദുഷിച്ചവനുമായ അയാൾ ആലസ്യഭാവത്തിൽ അശ്രദ്ധയോടെ അവരെ താലോലിച്ചതിനുശേഷം പഠനമുറിയിലേക്കു പോയി. കൈ തിരുമ്മിക്കൊണ്ട് അയാൾ പറഞ്ഞു:

“ഞാനധികം നിൽക്കുന്നില്ല, ചങ്ങാതികളേ, നാളെ ഞാൻ പീറ്റേഴ്സ്ബർഗ്ഗിലേക്കു പോവുകയാണ്. എനിക്കു മറ്റൊരു നഗരത്തിൽ ഒരു ജോലി തരാമെന്നു പറഞ്ഞിട്ടുണ്ട്.”

അയാൾ “ഡ്രേസ്ഡെൻ” ഹോട്ടലിലാണ് താമസിച്ചത്.

X

ലാപ്തെവ് കുടുംബത്തിൽ കൂടെക്കൂടെ വരുന്ന ഒരു സന്ദർശകനായിരുന്നു ഇവാൻ ഗവ്രീലിച്ച് യാർത്സെവ്. കറുത്ത തലമുടിയും ബുദ്ധി സ്ഫുരിക്കുന്ന മുഖവും ഉറച്ച ദേഹവുമുള്ള ഒരാളായിരുന്നു അയാൾ. അയാൾ ഒരു സുമുഖനായിട്ടാണു പൊതുവെ അംഗീകരിക്കപ്പെട്ടിരുന്നത്. എങ്കിലും അടുത്ത കാലത്തായി വണ്ണം വച്ചതും മുടി പറ്റെ വെട്ടുന്നതും ഈയിടെ അ.യാളുടെ ആകാരത്തെ പ്രതികൂലമായി ബാധിച്ചിട്ടുണ്ട്. സർവ്വകലാശാലയിൽ പഠിച്ചുകൊണ്ടിരിക്കുമ്പോൾ അയാളുടെ ബലിഷ്ഠശരീരം അയാൾക്ക് "ആളിരുത്തുന്നവൻ" എന്ന പരിഹാസപ്പേര് സമ്പാദിച്ചുകൊടുത്തിട്ടുള്ളതാണ്.

അയാൾ ലാപ്തെവ് സഹോദരന്മാരോടൊപ്പം ഭാഷാശാസ്ത്രവകുപ്പിൽനിന്നു ബിരുദം നേടുകയും പിന്നീട് പ്രകൃതിശാസ്ത്രമെടുത്തു പഠിക്കുകയും ചെയ്തു. ഇപ്പോൾ രസതന്ത്രത്തിൽ ഒരു ബിരുദമുണ്ട്. രസതന്ത്രവകുപ്പദ്ധ്യക്ഷനാകാമെന്ന് അയാൾക്ക് ആശയുണ്ടായിരുന്നില്ല. ഒരു ലാബറട്ടറിയിൽ പണിയെടുക്കുക പോലും ചെയ്തിരുന്നില്ല. പകരം ഒരു ടെക്നിക്കൽ സ്ക്കൂളിലും പെൺകുട്ടികൾക്കുവേണ്ടിയുള്ള രണ്ടു ഹൈസ്ക്കൂളുകളിലും ഊർജ്ജതന്ത്രവും പ്രകൃതിചരിത്രവും പഠിപ്പിക്കുകയാണു ചെയ്തത്. തന്റെ വിദ്യാർത്ഥികളെപ്പറ്റി, പ്രത്യേകിച്ച് വിദ്യാർത്ഥിനികളെപ്പറ്റി, അയാൾക്കു വലിയ മതിപ്പായിരുന്നു. ഒന്നാന്തരമൊരു തലമുറയാണു വളർന്നു വരുന്നതെന്നായിരുന്നു അയാളുടെ ഉറച്ച അഭിപ്രായം. രസതന്ത്രത്തിനു പുറമെ അയാൾ

സ്വയം സാമൂഹ്യശാസ്ത്രവും റഷ്യൻചരിത്രവും പഠിച്ചിട്ടുണ്ട്. "വ" എന്ന പേരിൽ അയാൾ പത്രങ്ങളിലും മാസികകളിലും കൊച്ചുകൊച്ചു ലേഖനങ്ങളെഴുതുമായിരുന്നു. സസ്യശാസ്ത്രത്തേയും ജന്തുശാസ്ത്രത്തേയും കുറിച്ച് സംസാരിക്കുന്നതു കേട്ടാൽത്തോന്നും അയാളൊരു ചരിത്രകാരനാണെന്ന്. എന്നാൽ ഏതെങ്കിലും ചരിത്ര പ്രശ്നമാണ് പരാമർശിക്കുന്നതെങ്കിൽ അയാളൊരു പ്രകൃതിശാസ്ത്രജ്ഞനാണെന്നേ ശ്രോതാക്കൾ ധരിക്കൂ.

ലാപ്തെവ് സഹോദരന്മാരുടെ മറ്റൊരു ഉറ്റസ്നേഹിതൻ കിഷ് ആയിരുന്നു. "നിത്യവിദ്യാർത്ഥി" എന്നാണയാൾ അറിയപ്പെട്ടിരുന്നത്. അയാൾ മൂന്നു വർഷം ഒരു മെഡിക്കൽ കോളേജിൽ പഠിച്ചു. പിന്നീട് ഗണിതശാസ്ത്രത്തിലേക്കു മാറുകയും അതിൽ ഓരോ ക്ലാസ്സിലും രണ്ടു വർഷം വീതം പഠിക്കുകയും ചെയ്തു. ഒരു ഉൾനാടൻ അപ്പോത്തിക്കരിയായ അയാളുടെ പിതാവ് പ്രതിമാസം നാല്പതു റൂബിൾ അയയ്ക്കുന്നതിനു പുറമെ അമ്മ രഹസ്യമായി പത്തു റൂബിൾകൂടി അയാൾക്കു അയച്ചുകൊടുത്തിരുന്നു. ജീവിക്കാനതു മതിയായിരുന്നു. തന്നെയല്ല, പോളിഷ് ബീവറിന്റെ കോളറുള്ള ഒരു ഓവർകോട്ട്, കയ്യുറകൾ, വാസനതൈലങ്ങൾ എന്നിവ വാങ്ങാനും ഫോട്ടോ എടുപ്പിക്കാനും കൂടി അതു തികഞ്ഞിരുന്നു(അയാൾ പലപ്പോഴും സ്വന്തം ഫോട്ടോ എടുപ്പിച്ച് പരിചയക്കാർക്ക് സമ്മാനിക്കാറുണ്ടായിരുന്നു.) അല്പം കഷണ്ടിയും ചെമ്പിച്ച കൃതാവും ഭവ്യമായ പെരുമാറ്റവുമുള്ള ഒരു ചെറിയ മനുഷ്യനായിരുന്നു. അയാൾ, സദാസമയവും അയാൾ മറ്റുള്ളവർക്കുവേണ്ടി എന്തെങ്കിലും ചെയ്തുകൊണ്ടിരുന്നു. ഒന്നുകിൽ സംഭാവന പിരിക്കാൻ ഓടിനടക്കുകയായിരിക്കും. അല്ലെങ്കിൽ പരിചയത്തിലുള്ള ഏതെങ്കിലും സ്ത്രീക്കു തിയേറ്റർ ടിക്കറ്റു വാങ്ങാൻവേണ്ടി വെളുപ്പുകാലത്ത് തണുത്തു വിറച്ചുകൊണ്ട് വല്ല ക്യൂവിലും നില്പുണ്ടാവും. അതുമല്ലെങ്കിൽ ആർക്കെങ്കിലും വേണ്ടി ഒരു ഹാരമോ പൂച്ചെണ്ടോ വാങ്ങാൻ ബദ്ധപ്പെട്ടു പോവുകയായിരിക്കും. കിഷ് അവിടെ പോകും, കിഷ് അതു സാധിക്കും, കിഷ് ഇതു വാങ്ങും എന്നെല്ലാം ആളുകൾ എപ്പോഴും പറയുമായിരുന്നു. പലപ്പോഴും അയാൾ ഏറ്റ കാര്യം ആകെ കുഴയ്ക്കും. അപ്പോൾ അയാൾ പെട്ട പാടിന് ശകാരങ്ങൾ തുരുതുരെയാണു വന്നുവീഴുന്നത്. പലപ്പോഴും ആളുകൾ അവർക്കുവേണ്ടി അയാൾ വാങ്ങുന്ന സാധനങ്ങൾക്കു പണം കൊടുക്കാൻ മറന്നുപോകും. പക്ഷേ അയാൾ പരാതിപ്പെടാറില്ല. ഒന്നു നെടുവീർപ്പിടുക മാത്രം

ചെയ്യും. അയാൾ ഒരിക്കലും പ്രത്യേകിച്ച് സന്തോഷമോ ദേഷ്യമോ പ്രകടിപ്പിച്ചിരുന്നില്ല. അയാളുടെ സംഭാഷണം വിരസവും വളച്ചുകെട്ടിയതുമായിരുന്നു. അയാളുടെ തമാശകൾ കേട്ട് ആളുകൾ ചിരിച്ചത് അവയിൽ ഫലിതമൊന്നുമില്ലാത്തതുകൊണ്ടാണ്. "പ്യോത്തർ, താനൊരു കുതിരയാണ്," അയാളൊരിക്കൽ പ്യോത്തറോട് പറഞ്ഞു. സകലരും ചിരിച്ചു. തന്റെ ഫലിതത്തിൽ അയാൾ അഭിമാനിച്ചു. ഏതെങ്കിലും പ്രൊഫസർ അന്തരിച്ചാൽ വിലാപയാത്രയുടെ മുമ്പിൽ പന്തം പിടിച്ചു നടക്കുന്നവരുടെ കൂട്ടത്തിൽ നിങ്ങൾക്കയാളെ തീർച്ചയായും കണ്ടെത്താൻ കഴിയും.

യാർത്സെവും കിഷും വൈകിട്ട് ചായകുടിക്കാൻ വരിക പതിവായിരുന്നു. ആതിഥേയർ നാടകത്തിനോ സംഗീതക്കച്ചേരിക്കോ പോകാനിടയില്ലെങ്കിൽ ചായകുടി അത്താഴം വരെ നീണ്ടു നിൽക്കും. ഫെബ്രുവരിയിൽ ഒരു ദിവസം വൈകിട്ട് അവർ തീന്മുറിയിൽ ഇരിക്കുമ്പോൾ സംസാരം കലയിലേക്കു തിരിഞ്ഞു.

"ഗൗരവമായ ഏതെങ്കിലും സാമൂഹ്യപ്രശ്നം കൈകാര്യം ചെയ്താൽ മാത്രമേ ഒരു കലാസൃഷ്ടിക്കു വിലയുള്ളൂ."

യാർത്സെവിനെ രൂക്ഷമായി നോക്കിക്കൊണ്ട് കോസ്ത്യ പറയുകയായിരുന്നു. "അടിയാളത്തത്തിനെതിരായ പ്രതിഷേധമോ ഉയർന്ന സമുദായവൃത്തങ്ങളിലെ കൊള്ളരുതായ്മകളോടുള്ള കലാകാരന്റെ കോപമോ പ്രകടിപ്പിക്കുന്ന ഒരു കലാസൃഷ്ടി പ്രധാനപ്പെട്ടതും വിലപ്പെട്ടതുമാണ്. എന്നാൽ നാഴികയ്ക്കു നാല്പതുവട്ടം ഓ! എന്നും ഹാ! എന്നും പറഞ്ഞുകൊണ്ടുള്ള നോവലുകളും കഥകളും- അവളവനുമായി പ്രേമത്തിലായി എന്നും അവനവളെ പ്രേമിക്കാതായി എന്നും പറഞ്ഞുകൊണ്ടുള്ള കഥകൾ-അത്തരം പുസ്തകങ്ങൾകൊണ്ടു യാതൊരു പ്രയോജനവുമില്ലെന്നു ഞാൻ പറയും. അവ പോയി തുലയട്ടെ."

"ഞാൻ നിങ്ങളോട് പൂർണ്ണമായി യോജിക്കുന്നു, കോസ്ത്യ." യൂലിയ സെർഗേയെവ്ന പറഞ്ഞു. "ഒരു സാഹിത്യകാരൻ കാമുകീകാമുകന്മാരുടെ സമാഗമങ്ങൾ വിവരിക്കുന്നു. മറ്റൊരാൾ വിശ്വാസവഞ്ചനയെപ്പറ്റി എഴുതുന്നു, മൂന്നാമതൊരാൾ അവർ വീണ്ടും ഒന്നിച്ചുചേരുന്നതിനെപ്പറ്റി പറയുന്നു. വേറൊന്നിനെപ്പറ്റിയും ഇവർക്കെഴുതാനില്ലേ? രോഗബാധിതരും ദുഃഖിതരും ദാരിദ്ര്യത്തിന്റെ പീഢയനുഭവിക്കുന്നവരുമായ എത്രയോ ആളുകളുണ്ട്. അവർക്കിത്തരം പുസ്തകങ്ങളോടു വെറുപ്പായിരിക്കുമുണ്ടാവുക."

ഇരുപത്തിരണ്ടുപോലും തികയാത്ത തന്റെ ഭാര്യ പ്രേമത്തെപ്പറ്റി ഇത്ര ഗൗരവമായും നിർവ്വികാരമായും സംസാരിക്കുന്നതു കേൾക്കാൻ ലാപ്തെവ് ഇഷ്ടപ്പെട്ടില്ല. അവളെന്തുകൊണ്ടാണിങ്ങനെ സംസാരിക്കുന്നതെന്നു തനിക്കറിയാമെന്ന് അയാൾ വിചാരിച്ചു.

"നിങ്ങൾക്ക് ഇത്രയേറെ പ്രധാനമായി തോന്നുന്ന പ്രശ്നങ്ങൾക്ക് കവിത പരിഹാരം കാണുന്നില്ലെങ്കിൽ, എന്തുകൊണ്ടു സാങ്കേതികസാഹിത്യത്തിലേക്കു തിരിഞ്ഞുകൂടാ? നിയമപുസ്തകങ്ങളും ധനശാസ്ത്രഗ്രന്ഥങ്ങളും ശാസ്ത്രീയലേഖനങ്ങളുമൊക്കെയുണ്ടല്ലോ. അവയിലേക്കെന്തുകൊണ്ടു തിരിഞ്ഞുകൂടാ?" യാർത്സെവ് ചോദിച്ചു. "ഉദാഹരണത്തിന് 'റോമിയോയും ജൂലിയറ്റും" എന്തുകൊണ്ടു പ്രേമത്തിനു പകരം അദ്ധ്യയനസ്വാതന്ത്ര്യത്തെപ്പറ്റിയും ജയിലുകളുടെ ശുചിത്വത്തെപ്പറ്റിയും പ്രതിപാദിക്കണം? പ്രത്യേകലേഖനങ്ങളിലും പ്രസക്തമായ പ്രമാണ ഗ്രന്ഥങ്ങളിലും അവയെക്കുറിച്ചു വേണ്ടുവോളം സംഗതികൾ കിട്ടുമല്ലോ."

"നിങ്ങളുടനെ അങ്ങേയറ്റത്തു പോയി, ചങ്ങാതി," കോസ്ത്യ ഇടയ്ക്കു കയറി പറഞ്ഞു.

"ഷേക്സ്പിയറേയും ഗ്യോത്തെയേയും പോലുള്ള മഹാന്മാരെപ്പറ്റിയല്ല നാം സംസാരിക്കുന്നത്, കഴിവുള്ളവരും ഇല്ലാത്തവരുമായ നൂറു കണക്കിനുള്ള എഴുത്തുകാരെപ്പറ്റിയാണ്. പ്രേമത്തെ അതിന്റെ പാട്ടിനു വിട്ടിട്ട്, ജനങ്ങൾക്ക് വിജ്ഞാനവും ധർമ്മബോധവും പകരാൻ ശ്രദ്ധപതിപ്പിച്ചിരുന്നെങ്കിൽ അവരെത്രയോ കൂടുതൽ നല്ല കാര്യമായിരിക്കും ചെയ്യുക."

കിഷ് താനീയിടെ വായിച്ച ഒരു കഥ പറയാൻ തുടങ്ങി. ഇടറിയ സ്വരത്തിലും തെല്ലൊരു കിണുക്കത്തോടെയുമായിരുന്നു അയാളുടെ സംസാരം വളരെ സാവധാനത്തിലും ആലോചിച്ചും വിസ്തരിച്ചുമാണ് അയാൾ കഥ പറഞ്ഞത്; മൂന്നു മിനിട്ടായി, അഞ്ചു മിനിട്ടായി, പത്തു മിനിട്ടായി. അയാളെന്നിട്ടും സംസാരം നിർത്തുന്നില്ല. അയാളെന്തിനെപ്പറ്റിയാണു പറയുന്നതെന്ന് ആർക്കുമൊട്ടു മനസ്സിലായതുമില്ല. സംസാരിക്കുംതോറും അയാളുടെ ഭാവം കൂടുതൽ കൂടുതൽ വിരസമായി വന്നു.

"കിഷ്, കഥ ഒന്നു വേഗം പറഞ്ഞു തീർക്കൂ," യൂലിയ സെർഗേയെവ്ന അക്ഷമയോടെ പറഞ്ഞു.

"നിങ്ങൾ ഞങ്ങളെ ദണ്ഡിപ്പിക്കുകയാണ്!"

"ഒന്നു നിർത്ത്, കിഷ്!" കോസ്ത്യ വിളിച്ചു പറഞ്ഞു.

കിഷ് ഉൾപ്പെടെ എല്ലാവരും ചിരിച്ചു.

ഫ്യോദൊർ തുടുത്ത മുഖവുമായി കയറി വന്നു. തിടുക്കത്തിൽ എല്ലാവർക്കും കൈ കൊടുത്തതിനുശേഷം അയാൾ ചേട്ടനെ നേരെ പഠനമുറിയിലേക്കു കൂട്ടിക്കൊണ്ടുപോയി. അയാൾ അടുത്ത കാലത്തായി ഒരുപാടാളുകൾ കൂടിയിരിക്കുന്ന ഇടങ്ങൾ വർജ്ജിക്കാൻ തുടങ്ങിയിരിക്കുന്നു.

"ചെറുപ്പക്കാർ ഉല്ലസിക്കട്ടെ. നമുക്കു രണ്ടുപേർക്കും മാത്രം മാറിയിരുന്ന് ശാന്തമായി സംസാരിക്കാം", വെളിച്ചത്തുനിന്നു മാറി ഒരു ചാരുകസേരയിലിരുന്നുകൊണ്ട് അയാൾ പറഞ്ഞു.

"എന്താണ് കുറേയധികം നാളായല്ലൊ കണ്ടിട്ട്. പണ്ടകശാലയിൽ ചേട്ടൻ വന്നിട്ട് എത്ര ദിവസമായി? ഒരാഴ്ച കഴിഞ്ഞു, ഇല്ലേ?"

"ശരിയാണ്. എനിക്കവിടെ ചെയ്യാനൊന്നുമില്ല.തന്നെയല്ല, തുറന്നു പറയാമല്ലൊ, അച്ഛൻ ഓരോന്നു പറയുന്നത് എനിക്കു സഹിക്കാനൊക്കുന്നില്ല."

"തീർച്ചയായും നമ്മൾ രണ്ടുപേരുമില്ലെങ്കിലും പണ്ടകശാല ഭംഗിയായി നടന്നുകൊള്ളും. പക്ഷേ, എന്തെങ്കിലും ചെയ്യണ്ടേ. മനുഷ്യൻ ആഹാരം കഴിക്കുന്നത് അവന്റെ നെറ്റി വിയർപ്പിച്ചിട്ടായിരിക്കണം. അറിയാമല്ലോ? ദൈവത്തിനിഷ്ടം പണിയെടുക്കുന്നവരോടാണ്."

പ്യോത്തർ ഒരു ട്രേയിൽ ഒരു ഗ്ലാസ്സ് ചായ കൊണ്ടു വന്നു. ഫ്യോദാർ അതു പഞ്ചസാരയിടാതെ കുടിച്ചശേഷം ഒരു ഗ്ലാസുകൂടി ആവശ്യപ്പെട്ടു. അയാൾ എപ്പോഴും ധാരാളം ചായ കുടിക്കുമായിരുന്നു. ചിലപ്പോൾ ഒറ്റരാത്രിയിൽ പത്തു ഗ്ലാസ്സു വരെ കുടിക്കും.

"അലെക്സേയ്, ഇങ്ങോട്ടു നോക്കു," എഴുന്നേറ്റ് ചേട്ടന്റെ അടുക്കലേക്കു നടന്നുകൊണ്ട് അയാൾ പറഞ്ഞു. "ചേട്ടന് എന്തുകൊണ്ട് സിറ്റിഡൂമയിലേക്കു നിന്നുകൂടാ? ക്രമേണ, പടിപടിയായി ഞങ്ങൾ ചേട്ടനെ ഒരു കൗണ്ടസിലറും പിന്നീട് ഒരു ഡെപ്യൂട്ടിമേയറുമാക്കാം. ചേട്ടനു ബുദ്ധിയുണ്ട്. വിദ്യാഭ്യാസമുണ്ട്. കുറച്ചുകഴിയുമ്പോൾ ചേട്ടനെ അവർ പരിഗണിക്കാതിരിക്കില്ല. ചേട്ടൻ പീറ്റേഴ്സ്ബർഗിലേക്കു ക്ഷണിക്കപ്പെടും. നഗരത്തിലെയും ഗ്രാമത്തിലെയും നേതാക്കൻമാർക്ക്

ഇപ്പോൾ അവിടെ വലിയ സ്ഥാനമാണ്. ആർക്കറിയാം, ഒരു പക്ഷേ, അമ്പതു വയസ്സാകുന്നതിനു മുമ്പ് ചേട്ടൻ തോളിൽ കിന്നരിപ്പട്ടയും വച്ച് ഒരു പ്രിവി കൗൺസിലറാകുമായിരിക്കും."

ലാപ്തെവ് ഒന്നും മിണ്ടിയില്ല. പ്രിവി കൗൺസിലർ സ്ഥാനവും കിന്നരിപ്പട്ടയും ഫ്യോദൊർ സ്വയം കാംക്ഷിച്ചിരുന്ന കാര്യങ്ങളാണെന്ന് അയാൾക്കറിയാമായിരുന്നു. എന്താണു പറയേണ്ടതെന്ന് അയാൾക്കു നിശ്ചയമില്ലായിരുന്നു.

രണ്ടു സഹോദരന്മാരും മൗനംപൂണ്ട് ഇരുന്നു. ഫ്യോദൊർ വാച്ചെടുത്തു തുറന്ന് സൂചികളനങ്ങുന്നതു ശ്രദ്ധിക്കുകയാണെന്ന മട്ടിൽ അതിലേക്കു തുറിച്ചു നോക്കിക്കൊണ്ടിരുന്നു. അയാളുടെ ഭാവം അസാധാരണമായി ലാപ്തെവിനു തോന്നി.

അത്താഴം തയ്യാറായി എന്നറിയിച്ചു. ലാപ്തെവ് തീന്മുറിയിലേക്കു പോയി. ഫ്യോദൊർ അവിടെത്തന്നെ ഇരുന്നു. അത്താഴസമയത്ത് വാദപ്രതിവാദമൊന്നും നടന്നില്ല. പകരം യാർത്സെവ് ഒരദ്ധ്യാപകന്റെ സ്വരത്തിൽ സംസാരിച്ചു തുടങ്ങി:

"ശീതോഷ്ണസ്ഥിതിയിലും ഊർജ്ജസ്വലതയിലും അഭിരുചിയിലും പ്രായത്തിലുമുള്ള വ്യത്യാസം നിമിത്തം സമത്വമെന്നത് പ്രായോഗികമായി സാദ്ധ്യമല്ല. പക്ഷേ, സംസ്കാരസമ്പന്നനായ ഒരാൾക്ക് ഈ അസമത്വത്തെ നിരുപദ്രവകരമാക്കാനൊക്കും- ചതുപ്പുനിലങ്ങളേയും കരടികളേയും മെരുക്കിയെടുത്തപോലെ . ഒരു പൂച്ച, എലി, പരുന്ത്, കുരുവി ഇവയെ ഒരു പാത്രത്തിൽനിന്നു തിന്നാൻ പഠിപ്പിച്ച ശാസ്ത്രജ്ഞനെപ്പറ്റി നമുക്കറിയാം. വിദ്യാഭ്യാസം മനുഷ്യരെ സംബന്ധിച്ചിടത്തോളം ഇതേ ഫലമുണ്ടാക്കുമെന്നു നമുക്കാശിക്കാം. ജീവിതം സദാസമയവും മുന്നോട്ടു പോയ്ക്കൊണ്ടിരിക്കുകയാണ്. സംസ്കാരംവമ്പിച്ച പുരോഗതിയാണു നേടിക്കൊണ്ടിരിക്കുന്നത്. കർഷകപെൺകിടാങ്ങൾ പട്ടികൾക്കുവേണ്ടി കൈമാറ്റം ചെയ്യപ്പെട്ടിരുന്ന അടിയാളത്തത്തെപ്പോലെതന്നെ ഫാക്ടറിത്തൊഴിലാളികളുടെ ഇന്നത്തെ സ്ഥിതിയും വിഡ്ഢിത്തമായിത്തോന്നുന്ന ഒരു കാലം വരാതിരിക്കില്ല."

"അതിനു വളരെക്കാലം പിടിക്കും," ഒരു ചെറുചിരിയോടെ കോസ്ത്യ പറഞ്ഞു. "തന്റെ സ്വർണ്ണയറകൾക്കു യാതൊരർത്ഥവുമില്ലെന്നു റോത്ഷീൽഡിനു തോന്നാൻ വളരെ വളരെക്കാലം വേണ്ടി വരും.

പാവപ്പെട്ട തൊഴിലാളി അക്കാലമത്രയും എല്ലുമുറിയെ പണിയെടു ക്കുകയും പട്ടിണി കിടക്കുകയും വേണം. ഇല്ല, സാർ. അതു പറ്റില്ല. നാം കാത്തിരുന്നുകൂടാ, പൊരുതണം. ഒരു പൂച്ച എലിയൊന്നിച്ച് ഒരേ പാത്രത്തിൽ നിന്നു തിന്നുന്നുണ്ടെങ്കിൽ അതിന്റെ തെറ്റായ മാർഗ്ഗത്തെക്കുറിച്ചു ബോദ്ധ്യപ്പെട്ടിട്ടാണ് അതങ്ങിനെ ചെയ്യുന്നതെ ന്നു നിങ്ങൾ കരുതുന്നുണ്ടോ? അല്ലേയല്ല. അങ്ങിനെ ചെയ്യാൻ അതു നിർബന്ധിതമായി എന്നു മാത്രം."

"ഫ്യോദൊറും ഞാനും പണക്കാരാണ്. ഞങ്ങളുടെ അച്ഛൻ ഒരു മുതലാളിയാണ്, ഒരു കോടീശ്വരനാണ്, അതുകൊണ്ട് ആളുകൾ ഞങ്ങൾക്കെതിരായി സമരം ചെയ്യണം, അല്ലേ?" നെറ്റി തടവിക്കൊ ണ്ട് ലാപ്തെവ് പറഞ്ഞു.

"എനിക്കെതിരായി സമരം ചെയ്യണമത്രെ-എനിക്കതു മനസ്സി ലാകുന്നില്ല! ഞാൻ പണക്കാരനാണ്, ശരി തന്നെ. പക്ഷേ എന്റെ പണംകൊണ്ട് ഞാനെന്താണ് നേടിയത്? ആ അധികാരശക്തികൊ ണ്ട് ഞാനെന്താണു നേടിയത്? ഞാൻ നിങ്ങളേക്കാൾ സന്തോഷവാ നാണോ? വെറുമൊരു അടിമയെപ്പോലെയാണു ഞാൻ കുട്ടിക്കാലം കഴിച്ചത്. എന്റെ പണം എന്നെ അടി കൊള്ളുന്നതിൽനിന്നു രക്ഷി ച്ചില്ല. രോഗം പിടിപ്പെട്ടു മരിക്കാൻ കിടക്കുമ്പോൾ നീനയ്ക്ക് എന്റെ പണം കൊണ്ട് യാതൊരു പ്രയോജനവുമുണ്ടായില്ല. എന്നെ സ്നേ ഹിക്കുന്നില്ലെങ്കിൽ ഞാൻ കോടിക്കണക്കിനു പണം ചെലവിട്ടാലും എനിക്കൊരാളെ നിർബന്ധിച്ചു സ്നേഹിപ്പിക്കാൻ സാദ്ധ്യമല്ല."

"പക്ഷേ, നിങ്ങൾക്കു ഒട്ടേറെ നല്ല കാര്യങ്ങൾ ചെയ്യാനൊക്കും." കിഷ് പറഞ്ഞു.

"അസംബന്ധം! ഒരു ഗണിതശാസ്ത്രജ്ഞനെ ജോലി കിട്ടാൻ സഹായിക്കണമെന്നു നിങ്ങൾ എന്നോടു ഇന്നലെ പറയുകയുണ്ടാ യല്ലോ. എന്നെ വിശ്വസിക്കൂ. നിങ്ങൾക്കു ചെയ്യാവുന്നത്ര തുച്ഛമായ സഹായമേ എനിക്കു അയാൾക്കുവേണ്ടി ചെയ്യാനൊക്കൂ. എനിക്കു പണം കൊടുക്കാനൊക്കും. ശരിയാണ്. പക്ഷേ, അയാൾക്കു വേണ്ടതല്ല. ഒരു സാധുവായ വയലിൻവായനക്കാരന് ഒരു ജോലി യുണ്ടാക്കിക്കൊടുക്കണമെന്ന് ഞാനൊരിക്കൽ ഒരു പേരുകേട്ട സംഗീതജ്ഞനോടു പറയുകയുണ്ടായി. അദ്ദേഹമപ്പോൾ പറഞ്ഞതി താണ്: 'നിങ്ങളൊരു സംഗീതജ്ഞനായിരുന്നുവെങ്കിൽ നിങ്ങളിത് ഒരിക്കലും എന്നോടാവശ്യപ്പെടുകയില്ലായിരുന്നു.' എനിക്കും അതു

തന്നെ നിങ്ങളോടു പറയാൻ കഴിയും: നിങ്ങളെന്നെങ്കിലും ഒരു പണക്കാരന്റെ നിലയിലായിരുന്നുവെങ്കിൽ ഇത്ര തീർച്ചയോടെ നിങ്ങൾ സഹായത്തിനുവേണ്ടി എന്നെ സമീപിക്കില്ലായിരുന്നു."

"ഇതു തമ്മിലെന്താണു സാദൃശ്യമെന്ന് എനിക്ക് അശേഷം മനസ്സിലാകുന്നില്ല." തുടുത്ത മുഖത്തോടെ യൂലിയ സെർഗേയെവ്ന പറഞ്ഞു. "ആ പേരു കേട്ട സംഗീതജ്ഞന് ഇതുമായി എന്താണു ബന്ധം?"

അവളുടെ മുഖം വെറുപ്പുകൊണ്ടു പിടഞ്ഞു. അതു മറയ്ക്കാൻ വേണ്ടി അവൾ പെട്ടെന്ന് താഴോട്ടു നോക്കി. പക്ഷേ, അവളുടെ ഭർത്താവിനു മാത്രമല്ല, ആ മേശയ്ക്കു ചുറ്റുമിരുന്നിരുന്ന എല്ലാവർക്കും അതു മനസ്സിലാക്കാൻ കഴിഞ്ഞു.

"ആ പേരുകേട്ട സംഗീതജ്ഞന് ഇതുമായി എന്താണു ബന്ധം? താഴ്ന്ന സ്വരത്തിൽ അവൾ വീണ്ടും ചോദിച്ചു. "ഒരു പാവത്തിനെ സഹായിക്കുകയെന്നത് ലോകത്തിൽ ഏറ്റവും എളുപ്പമുള്ള കാര്യമാണ്."

അവിടം നിശ്ശബ്ദത വ്യാപിച്ചു. പ്യോത്തർ പൊരിച്ച കാട്ടുകോഴി വിളമ്പിയെങ്കിലും സലാഡു മാത്രമേ അവർ കഴിച്ചുള്ളൂ. താൻ പറഞ്ഞ കാര്യം ലാപ്തെവ് ഇതിനകം മറന്നു കഴിഞ്ഞിരുന്നു. അതെന്തായാലും വേണ്ടില്ല. തന്റെ വാക്കുകളേക്കാൾ താൻ സംസാരിച്ചുവെന്ന വസ്തുതയാണ് അവൾക്ക് അരോചകമായിത്തോന്നിയതെന്ന് അയാൾക്കറിയാമായിരുന്നു.

അത്താഴം കഴിഞ്ഞ് അയാൾ പഠനമുറിയിലേക്കു പോയി. കൂടുതൽ അപമാനങ്ങളും കാത്ത് അയാൾ മിടിക്കുന്ന ഹൃദയത്തോടെ വിരുന്നുമുറിയിൽ നടക്കുന്ന സംഭാഷണം ജാഗ്രതയോടെ ശ്രദ്ധിച്ചുകൊണ്ടിരുന്നു. അവർ വീണ്ടും തർക്കിക്കുകയായിരുന്നു. പിന്നീട് യാർത്സെവ് പിയാനൊ വായിച്ചുകൊണ്ട് വികാരനിർഭരമായ ഒരു ഗാനമാലപിച്ചു. അയാളൊരു സർവകലാവല്ലഭനായിരുന്നു: പാടാനും പിയാനൊ വായിക്കാനും ചില ചെപ്പടിവിദ്യകൾ കാണിക്കാൻപോലും അയാൾക്കു കഴിവുണ്ടായിരുന്നു.

"നിങ്ങളെന്തു പറയുമെന്ന് എനിക്കറിയില്ല, പക്ഷേ, എനിക്കു വീട്ടിലിരിക്കാൻ താല്പര്യമില്ല," യൂലിയ പ്രഖ്യാപിച്ചു. "നമുക്കെവിടെയെങ്കിലും പോകാം."

പട്ടണത്തിനു വെളിയിൽ സവാരി പോകാൻ അവർ തീരുമാനിച്ചു.

ഒരു ത്രോയ്ക്ക[7] വിളിച്ചുകൊണ്ടുവരാൻ വേണ്ടി അവർ കിഷിനെ മർച്ചന്റ്സ് ക്ലബ്ബിലേക്കയച്ചു. ലാപ്തെവ് സാധാരണ പട്ടണത്തിനു വെളിയിൽ സവാരി പോകാത്തതുകൊണ്ടും അയാളുടെ സഹോദരൻ വന്നിട്ടുള്ളതുകൊണ്ടും അവർ അയാളെ ക്ഷണിച്ചില്ല. പക്ഷേ തന്നെ ഒരു വിരസനായിട്ടാണ് അവർ കണക്കാക്കുന്നതെന്നും ഉല്ലാസവാന്മാരായ ഈ ചെറുപ്പക്കാരുടെ കൂട്ടത്തിൽ താൻ ഒരു അധികപറ്റായിരിക്കുമെന്നുള്ളതിന്റെ ലക്ഷണമായിട്ടാണ് അയാളതെടുത്തത്. അയാൾക്ക് കടുത്ത നിരാശ തോന്നി. കരയാൻപോലും അയാൾ തയ്യാറായിരുന്നു. തന്നോടവർ ഹീനമായി പെരുമാറുകയും തന്നെ അവഗണിക്കുകയും വിരസനും വിഡ്ഢിയുമായ ഒരു ഭർത്താവും നികൃഷ്ടനായ ഒരു ധനികനുമായി കണക്കാക്കുകയും ചെയ്യുന്നതിൽ അയാൾ സന്തോഷം കൊള്ളുകപോലും ചെയ്തു.

തന്റെ ഭാര്യ വിശ്വാസവഞ്ചന കാണിച്ചെങ്കിൽ, തന്റെ ഏറ്റവും ഉറ്റസ്നേഹിതനോടൊപ്പം ആ രാത്രി തന്നെ ഓടിപ്പോവുകയും വെറുപ്പ് സ്ഫുരിക്കുന്ന കണ്ണുകളോടെ പിന്നീടതു തുറന്നുപറയുകയും ചെയ്തെങ്കിൽ, കുറേക്കൂടി നന്നാകുമായിരുന്നുവെന്നയാൾക്കു തോന്നി.... അയാൾക്കു സകലരോടും അസൂയ തോന്നി- അവളുടെ വിദ്യാർത്ഥി സുഹൃത്തുക്കളോടും നടന്മാരോടും പാട്ടുകാരോടും യാർത്സെവിനോടും വഴിപോക്കരോടുപോലും. അവൾ വിശ്വാസവഞ്ചന കാണിക്കാൻ അയാൾ എത്ര തന്നെ കാംക്ഷിച്ചില്ല! അവളെ ആരെങ്കിലുമൊത്തു പിടിക്കാനൊത്തെങ്കിൽ അയാൾക്കു വിഷംകഴിച്ച് ഈ പേടിസ്വപ്നത്തിന് ഒരു വിരാമമിടാമായിരുന്നു.

ഫ്യോദൊർ ശബ്ദം കേൾപ്പിച്ചു ചായ കുടിച്ചുകൊണ്ട് ഇരിപ്പുണ്ടായിരുന്നു. അവസാനം അയാളും പോകാനെഴുന്നേറ്റു.

"അച്ഛൻ അന്ധനായി വരികയാണെന്നു തോന്നുന്നു," കോട്ടിട്ടുകൊണ്ട് അയാൾ പറഞ്ഞു.

"അച്ഛന്റെ കാഴ്ച കുറഞ്ഞു വരികയാണ്."

ലാപ്തെവും കോട്ടിട്ടു പുറത്തിറങ്ങി. സ്രസ്ത്നോയ് ബുൽവാർ വരെ സഹോദരനെ അനുഗമിച്ചതിനുശേഷം അയാൾ ഒരു വണ്ടിയിൽ കയറി "യാർ" റെസ്റ്റോറന്റിലേക്കു തിരിച്ചു.

---

7 * മൂന്നു കുതിരയെ കെട്ടിയ വണ്ടി-എഡിറ്റർ.

"ദാമ്പത്യസുഖമെന്നു പറയുന്നത് ഇതാണ്!" അയാൾ സ്വയം പരിഹസിച്ചു.

"പ്രേമം പോലും!"

അയാളുടെ പല്ല് കൂട്ടിയടിക്കുന്നുണ്ടായിരുന്നു. അസൂയകൊണ്ടാണോ മറ്റെന്തെങ്കിലും കാരണത്താലാണോ എന്ന് അയാൾക്കു തന്നെ നിശ്ച യമില്ലായിരുന്നു. റെസ്റ്റോറന്റിലെത്തിയശേഷം അയാൾ മേശകൾ ക്കിടയിലൂടെ അലക്ഷ്യമായി നടക്കുകയും ഹാളിൽ ഒരു ഗായകൻ പാടുന്നതു ശ്രദ്ധിക്കുകയും ചെയ്തു. തന്റെ ഭാര്യയേയും കൂട്ടുകാരേയും കണ്ടുമുട്ടാനിടയായാൽ എന്തു പറയണമെന്ന് അയാൾ അത്ഭുതപ്പെ ടുകയായിരുന്നു. അവരെ കണ്ടുമുട്ടുന്ന പക്ഷം താൻ ദയനീയമായി ഒരു വിഡ്ഢിച്ചിരി ചിരിക്കുകയായിരിക്കും ചെയ്യുന്നതെന്നും താൻ വന്നതിന്റെ ഉദ്ദേശം അവരെല്ലാവരും ഊഹിക്കുമെന്നും അയാൾ ക്കറിയാമായിരുന്നു. വിളക്കുകളുടെ തീക്ഷ്ണമായ തെളിച്ചവും ഉച്ച ത്തിലുള്ള പാട്ടും മുഖത്തിടുന്ന പൗഡറിന്റെ വാസനയും സ്ത്രീകളുടെ തുറിച്ചുനോട്ടവും അയാൾക്കു തലചുറ്റലുണ്ടാക്കി. സ്വകാര്യമുറികളിൽ നടക്കുന്നതു കാണാനും കേൾക്കാനും ശ്രമിച്ചുകൊണ്ട് അയാൾ വാതിൽപ്പടിയിൽ നിന്നു താനും ആ പാട്ടുകാരനും ആ സ്ത്രീകളും എല്ലാവരും കൂടിച്ചേർന്ന് വിലകെട്ടതും നിന്ദ്യവുമായ ഏതോ ഒരു കളിയിൽ ഏർപ്പെട്ടിരിക്കുകയാണെന്ന് അയാൾക്കു തോന്നി. കുറച്ചു കഴിഞ്ഞ് അയാൾ വണ്ടിയിൽക്കയറി സ്രേൽനയിൽ പോയി. പക്ഷേ അയാളുടെ ഭാര്യ അവിടെയുമുണ്ടായിരുന്നില്ല. മടക്കയാത്രയിൽ മാത്രമാണ് "യാർ" റെസ്റ്റോറന്റിനടുത്തു വച്ച് ഒരു ത്രോയ്ക്ക വലിയ ഒച്ചവച്ചുകൊണ്ട് അയാളെ കടന്നുപോയത്. മദ്യപിച്ചിരുന്ന വണ്ടിക്കാ രന്റെ ഉച്ചത്തിലുള്ള അട്ടഹാസങ്ങൾക്കുപരിയായി യാർത്സെവിന്റെ "ഹോ! ഹോ!" വിളികൾ കേൾക്കാമായിരുന്നു.

അവസാനം അയാൾ വീട്ടിലെത്തിയപ്പോൾ മണി നാലാകാറാ യിരുന്നു. യൂലിയ സേർഗേയെവ്ന കിടന്നുകഴിഞ്ഞിരുന്നു. അവൾ ഉറങ്ങിയിട്ടില്ലെന്നു കണ്ടപ്പോൾ അയാൾ അവളുടെയടുത്തു ചെന്ന് ശുണ്ഠി കയറുന്നവിധം പറഞ്ഞു:

"നിന്റെ മടുപ്പും വെറുപ്പും എനിക്കു മനസ്സിലാകുന്നുണ്ട്. പക്ഷേ അന്യരുടെ മുമ്പിൽവച്ച് നീ എന്നെ ദണ്ഡിപ്പിക്കേണ്ടതില്ലായിരുന്നു."

അവൾ എഴുന്നേറ്റിരുന്ന കാൽ താഴെയിട്ടു. എണ്ണവിളക്കിന്റെ വെളിച്ചത്തിൽ അവളുടെ കണ്ണുകൾ ഇരുണ്ടു വലുതായി കാണപ്പെട്ടു.

"ഞാൻ വ്യസനിക്കുന്നു," അവൾ പറഞ്ഞു.

അയാൾ മൂകനായി നിന്നതേയുള്ളൂ. മനഃക്ഷോഭം കൊണ്ട് അയാൾക്ക് ഒന്നും പറയാൻ കഴിഞ്ഞില്ല. അയാളുടെ മുമ്പിൽ അപരാധത്തോടെ ഇരുന്നിരുന്ന അവളും വിറയ്ക്കുന്നുണ്ടായിരുന്നു.

"എനിക്ക് ഈ കൊടുംദുഃഖം സഹിക്കാൻ സാദ്ധ്യമല്ല." തല അള്ളിപ്പിടിച്ചുകൊണ്ട് അയാൾ പറഞ്ഞു. "എനിക്കു ഭ്രാന്തു പിടിക്കാൻ പോകുന്നുവെന്നാണ തോന്നുന്നത്."

"എനിക്ക് എളുപ്പമാണെന്നു നിങ്ങൾക്കു തോന്നുന്നുണ്ടോ?" അവൾ ആവേശപൂർവ്വം പറഞ്ഞു. "ഞാനെന്തെല്ലാം സഹിക്കുന്നുവെന്നു ദൈവത്തിനേ അറിഞ്ഞുകൂടൂ."

"നീ എന്റെ ഭാര്യയായിട്ട് ആറുമാസമായി. എന്നിട്ടും സ്നേഹത്തിന്റെ ഒരു കണിക പോലും നിന്റെ ഹൃദയത്തിലില്ല. എന്തിനാണു നീ എന്നെ വിവാഹം ചെയ്തത്?" എല്ലാ ആശയും വെടിഞ്ഞുകൊണ്ട് ലാപ്തെവ് ചോദിച്ചു. "എന്തിനാണ്? ഏതൊരു രാക്ഷസശക്തിയാണ് നിന്നെ എന്റെ കരങ്ങളിലേക്കു തള്ളിവിട്ടത്? എന്താണു നീ പ്രതീക്ഷിച്ചത്? എന്താണു നീ ആശിച്ചത്?"

അയാൾ കൊല്ലുമെന്നു പേടിച്ചിട്ടെന്നപോലെ അവൾ ഭയവിഹ്വലയായി അയാളെ തുറിച്ചുനോക്കിക്കൊണ്ടേയിരുന്നു.

"നിനക്കെന്നെപ്പറ്റി എന്തെങ്കിലും ശ്രദ്ധയുണ്ടായിരുന്നോ? കിതച്ചുകൊണ്ടയാൾ ചോദ്യം തുടർന്നു. "ഇല്ല!

പിന്നെന്താണ് ? എന്താണ്? പറയൂ!" അയാൾ വിളിച്ചു പറഞ്ഞു. "എന്റെ നശിച്ച പണമാണു കാരണം! ആ നശിച്ച പണമാണ്!"

ആ അധിക്ഷേപം കേട്ട് അവൾ ഞെട്ടി പിന്മാറി. "അതല്ല കാരണമെന്നു ഞാൻ ദൈവത്തോടു സത്യം ചെയ്യാം!" കുരിശു വരച്ചുകൊണ്ട് അവൾ പറഞ്ഞു; അവൾ കരയുന്നത് അയാൾ ആദ്യമായി കേട്ടു. "അതല്ല എന്നു ഞാൻ ദൈവത്തോടു സത്യം ചെയ്യാം!" അവൾ വീണ്ടും പറഞ്ഞു. "ഞാൻ നിങ്ങളുടെ പണത്തെപ്പറ്റി ചിന്തിച്ചില്ല. എനിക്കതു വേണ്ട. ഞാൻ നിരസിച്ചാൽ അതൊരു തെറ്റാവുമെന്നു ഞാൻ കരുതിയെന്നുമാത്രം. നിങ്ങളുടേയും എന്റേയും ജീവിതം നശിപ്പിക്കാൻ എനിക്കു ഭയമായിരുന്നു. ഇപ്പോൾ ഞാൻ ആ തെറ്റിനു

വില കൊടുത്തുകൊണ്ടിരിക്കുകയാണ്. എനിക്കിതു സഹിക്കാനൊക്കുന്നില്ല!"

അവൾ സങ്കടം സഹിക്കവയ്യാതെ തേങ്ങിത്തേങ്ങിക്കരഞ്ഞു. അവളെത്രമാത്രം ദുരിതമനുഭവിക്കുന്നുണ്ടെന്ന് അയാൾക്കു ബോദ്ധ്യമായി. എന്തു പറയണമെന്നറിയാതെ അയാൾ അവളുടെ മുമ്പിൽ മുട്ടുകുത്തി.

"കരയണ്ട." അയാൾ അടക്കിയ സ്വരത്തിൽ പറഞ്ഞു. "നിന്നെ ഭ്രാന്തെടുത്തു പ്രേമിക്കുന്നതുകൊണ്ടാണ് ഞാൻ നിന്നെ അധിക്ഷേപിച്ചത്." പെട്ടെന്ന് അയാൾ അവളുടെ കാലടി ചുംബിക്കുകയും അവളെ വികാരാവേശത്തോടെ ആശ്ലേഷിക്കുകയും ചെയ്തു. "സ്നേഹത്തിന്റെ ഒരു കണിക മാത്രമാണു ഞാൻ ചോദിക്കുന്നത്!" അയാൾ മന്ത്രിച്ചു. "നീ എന്നോടു കളവു പറഞ്ഞോളൂ ! ഇതൊരു തെറ്റായിപ്പോയി എന്നു പറയല്ലെ!"

പക്ഷേ അവൾ തേങ്ങിക്കരഞ്ഞുകൊണ്ടിരുന്നതേയുള്ളൂ. ചെയ്ത തെറ്റിന്റെ ശിക്ഷയെന്ന നിലയ്ക്കു മാത്രം തന്റെ ആശ്ലേഷങ്ങൾ അവൾ സഹിക്കുകയാണെന്ന് അയാൾക്കു മനസ്സിലായി. അയാൾ ചുംബിച്ച പാദം അവൾ പുറകോട്ടുവലിച്ച് ഒരു പക്ഷിയെപ്പോലെ മടക്കി വച്ചു. അയാൾക്കു പെട്ടെന്ന് അവളോട് സഹതാപം തോന്നി.

അവൾ കിടന്നു തല വഴി പുതച്ചു. അയാളും വസ്ത്രം മാറ്റി അവളുടെയടുത്തു കിടന്നു. രാവിലെയായപ്പോൾ രണ്ടുപേർക്കും തെല്ലൊരു മനപ്രയാസം തോന്നി. എന്താണു പറയേണ്ടതെന്ന് അവർക്കറിഞ്ഞുകൂടായിരുന്നു. താൻ ചുംബിച്ച പാദം അവൾ വേണ്ടത്ര ഉറപ്പോടെ നിലത്തു ഊന്നുന്നില്ലെന്നുപോലും അയാൾ സംശയിച്ചു.

ഭക്ഷണത്തിന് അല്പം മുമ്പ് പനൗറൊവ് യാത്ര ചോദിക്കാൻ വന്നു. യൂലിയയ്ക്കു പെട്ടെന്ന് ഒരാഗ്രഹം തോന്നി. അവൾ ജനിച്ചു വളർന്ന പട്ടണത്തിലൊന്നു പോകണമെന്ന്. ഈ വല്ലാത്ത പരിതസ്ഥിതിയിൽനിന്നും, സദാസമയവുമുള്ള ഈ അപരാധബോധത്തിൽനിന്നും, സദാസമയവുമുള്ള ഈ അപരാധബോധത്തിൽനിന്നും, രക്ഷ കിട്ടുകയെന്നുവച്ചാൽ അതെത്ര നന്നായിരിക്കും! അവൾ പനൗറൊവിനോടൊപ്പം പുറപ്പെടുമെന്നും പിതാവിന്റെ കൂടെ രണ്ടോ മൂന്നോ ആഴ്ചക്കാലം താമസിക്കുമെന്നും ഭക്ഷണസമയത്തു തീർച്ചപ്പെടുത്തി.

XI

ഡ്യൂലിയ സെർഗേയെവ്നയ്ക്കും പനൗറൊവിനുമായി ഒരു കമ്പാർട്ടു മെന്റ് മുഴുവനുമുണ്ടായിരുന്നു. പനൗറവ് വിചിത്രാകൃതിയിലുള്ള ഒരു തുകൽത്തൊപ്പി ധരിച്ചിരുന്നു.

"ഇല്ല, എന്റെ സെന്റ് പീറ്റേഴ്സ് ബർഗ്ഗ് യാത്ര തീരെ തൃപ്തികര മായിരുന്നില്ല," നെടുവീർപ്പിട്ടുകൊണ്ട് അയാൾ പറഞ്ഞു. "എനിക്കു പല വാഗ്ദാനങ്ങളും ലഭിച്ചിട്ടുണ്ട്. പക്ഷേ ഖണ്ഡിതമായിട്ടൊന്നുമില്ല. അതാണു സ്ഥിതി. ഞാനൊരു കീഴ്കോടതിയിലെ ജഡ്ജിയും സ്ഥിരം മെമ്പറും അദ്ധ്യക്ഷനും ഒട്ടുവിലൊരു ഗുബേർനിയയിലെ കൗൺസിലറുമായിരുന്നിട്ടുണ്ട്; ഞാൻ എന്റെ നാടിനെ നന്നായി സേവിച്ചിട്ടുണ്ട്. ഞാൻ അതുകൊണ്ട് പരിഗണന അർഹിക്കുന്നു എന്നാണെന്റെ വിശ്വാസം. എന്നിട്ടും എനിക്കു മറ്റൊരു പട്ടണത്തി ലേക്കു മാറ്റം വാങ്ങാൻ കഴിയുന്നില്ല."

അയാൾ കണ്ണടച്ചു തലയാട്ടി.

"എന്നെ ആളുകൾ വില മതിക്കുന്നില്ല, "അയാൾ നിരുത്സാഹ ഭാവത്തിൽ തുടർന്നു. "തീർച്ചയായും ഞാനൊരു ഉജ്ജ്വലനായ ഭരണാധികാരിയല്ല. എങ്കിലും ഞാൻ സത്യസന്ധതയോടും ആത്മാർ ത്ഥതയോടും കൂടിയാണ് ജോലി ചെയ്യുന്നത്. ഇക്കാലത്ത് ദുർലഭമാ യിക്കാണുന്ന ഗുണങ്ങളാണിവ. സ്ത്രീകളോടു ഞാൻ വിശ്വാസം വച്ചു പുലർത്തിയിട്ടില്ലെന്നു തുറന്നു സമ്മതിക്കാം. പക്ഷെ റഷ്യൻ ഗവൺ മെന്റിനോട് ഞാൻ എന്നും മാന്യനായിട്ടാണു പെരുമാറിയിട്ടുള്ളത്.

അതു പോകട്ടെ, "കണ്ണു തുറന്നു കൊണ്ട് അയാൾ പറഞ്ഞു. "നമുക്കു നിന്നെപ്പറ്റി സംസാരിക്കാം, എന്താണു പെട്ടെന്ന് അച്ഛനെ കാണാൻ തീരുമാനിച്ചത്?"

"ഓ, ഭർത്താവുമായി ചെറിയൊരു തെറ്റിദ്ധാരണ," അയാളുടെ തൊപ്പിയിലേക്കു നോക്കിക്കൊണ്ട് യൂലിയ പറഞ്ഞു.

"ശരിയാണ്, അയാൾക്ക് അല്പം എന്തോ തകരാറുണ്ട്. ലാപ്തെവ് കുടുംബത്തിലെ സകലരും അങ്ങിനെയാണ്. നിന്റെ ഭർത്താവ് അത്ര ചീത്തയൊന്നുമല്ല. പക്ഷേ അയാളുടെ ആ അനിയനുണ്ടല്ലോ, ഫ്യോദൊർ. അയാളൊരു തനിമഠയനാണ്."

പനൗറൊവ് നെടുവീർപ്പിട്ടു. അയാൾ തികച്ചും ഗൗരവത്തിൽ അവളോടു ചോദിച്ചു.

"നിനക്കൊരു കാമുകനുണ്ടോ?"

യൂലിയ അയാളെ അത്ഭുതത്തോടെ നോക്കി ചിരിച്ചു.

"ദൈവമേ! പറയാൻ കണ്ട കാര്യം!"

പതിനൊന്നു മണിയോടുകൂടി അവർ വലിയൊരു സ്റ്റേഷനിലിറങ്ങി അവിടത്തെ ഭോജനശാലയിൽ പോയി അത്താഴം കഴിച്ചു. കമ്പാർട്ടുമെന്റിലേക്കു മടങ്ങിയപ്പോൾ പനൗറവ് കോട്ടും തൊപ്പിയും ഊരി യൂലിയയുടെ അടുത്തു ചെന്നിരുന്നു.

"നീ വളരെ ഓമനത്തമുള്ളവളാണെന്നു പറഞ്ഞേ തീരൂ." അയാൾ പറഞ്ഞുതുടങ്ങി. "എന്റെ വിരസമായ ഈ ഉപമ നീ പൊറുക്കണം. പക്ഷേ പുതുതായി ഉപ്പിലിട്ട വെള്ളരിക്കയെയാണ് നീ എന്നെ ഓർമ്മപ്പെടുത്തുന്നത്; അതിന്റെ പച്ച ഇനിയും മാറിയിട്ടില്ല. എങ്കിലും അല്പം ഉപ്പും ചതകപ്പയുടെ സൗരഭ്യവും അതിൽ ഇപ്പോൾത്തന്നെ കലർന്നിട്ടുണ്ട്, സുന്ദരിയും സുഭഗയുമായ ഒരു തരുണിയുടെ എല്ലാ ലക്ഷണങ്ങളും നിനക്കുണ്ട്. അഞ്ചുകൊല്ലം മുമ്പാണ് നാം ഒന്നിച്ചു യാത്ര ചെയ്തിരുന്നെങ്കിൽ നിന്റെ ആരാധകരുടെ കൂട്ടത്തിൽച്ചേരുകയെന്നത് ഞാൻ ഒരു സുഖകരമായ കടമയായി കണക്കാക്കിയേനെ. പക്ഷേ ഇന്ന്, കഷ്ടം! ഞാനൊരു രോഗിയാണ്," അയാൾ നെടുവീർപ്പിട്ടുകൊണ്ടു പറഞ്ഞു.

വിഷാദത്തോടെയും അതേ സമയം സൗമ്യമായും പുഞ്ചിരിച്ചുകൊണ്ട് അയാൾ അവളുടെ അരക്കു ചുറ്റി പിടിച്ചു.

"നിങ്ങൾക്കു ഭ്രാന്താണ്!" തുടുത്ത മുഖത്തോടെ, ഭയംകൊണ്ട് സ്തംഭിച്ച അവൾ കിതച്ചുകൊണ്ടു പറഞ്ഞു. "എന്നെ വിടൂ, ഗ്രിഗോരിയ് നിക്കൊലായെവിച്ച്!"

"നീ എന്താണു ഭയക്കുന്നത്, ഓമനേ?" അയാൾ സൗമ്യമായി ചോദിച്ചു. "എന്താണു കാര്യം? നിനക്കിതു പരിചയമില്ലന്നേയുള്ളൂ."

ഒരു സ്ത്രീ അയാളുടെ പ്രേമപ്രകടനങ്ങൾ ചെറുക്കുകയാണെങ്കിൽ അവൾ തനിക്കടിപെട്ടതിന്റെ നിസ്സംശയമായ ഒരു ലക്ഷണമായി ട്ടേ അയാൾ അതിനെ കണ്ടിരുന്നുള്ളൂ. യൂലിയയെ അരയ്ക്കു മുറുകെ പിടിച്ചുകൊണ്ട് അയാൾ അവളുടെ കവിളത്തും ചുണ്ടിലും ചുംബിച്ചു. താനവൾക്ക് ഏറ്റവും വലിയ ആനന്ദം നൽകുന്നുവെന്ന പൂർണ്ണവി ശ്വാസത്തോടെയാണ് അയാളതു ചെയ്തത്, യൂലിയയുടെ ഭയവും അമ്പരപ്പും നീങ്ങി. അവൾ പൊട്ടിച്ചിരിച്ചു.

"ഒരു രോഗിയിൽനിന്നും ഇത്ര മാത്രമേ പ്രതീക്ഷിക്കാവൂ," അവളെ ഒരിക്കൽക്കൂടി ചുംബിച്ചതിനുശേഷം തന്റെ കോമാളിത്തൊപ്പിവച്ചു കൊണ്ട് അയാൾ പറഞ്ഞു. "ടർക്കിയിൽ വൃദ്ധനായ ഒരു പാഷയു ണ്ടായിരുന്നു ഒരിക്കൽ ഭാര്യമാരുടെ ഒരു പറ്റം അങ്ങിനെതന്നെ അയാൾക്കു സമ്മാനിക്കപ്പെട്ടു. അതോ അയാൾക്ക് ഒസ്യത്തായി കിട്ടിയതാണോ എന്നു ഞാൻ ഓർക്കുന്നില്ല. തന്റെ ഭാര്യമാരായ ആ യുവസുന്ദരികൾ അയാളുടെ മുമ്പിൽ നിരന്നുനിന്നപ്പോൾ അയാൾ ഒരറ്റം മുതൽ നടന്ന് അവരെ ഓരോരുത്തരേയും ചുംബിച്ചുകൊണ്ടു പറഞ്ഞു: 'എനിക്കിപ്പോൾ ഇതു മാത്രമേ തരാനാവൂ.' ഞാനും അതു തന്നെയാണു പറയുന്നത്."

ഇതെല്ലാം വളരെ വിചിത്രവും ബുദ്ധിശൂന്യവുമായിട്ടാണ് അവൾക്കു തോന്നിയത്. എങ്കിലും അതവളെ രസിപ്പിച്ചു. കുസൃതി കാട്ടാനുള്ള ഒരു മനോഭാവം അവളിൽ കടന്നുകൂടി. സീറ്റിൽ എഴു ന്നേറ്റുനിന്നുകൊണ്ട് അവൾ മുകളിലത്തെ തട്ടിൽനിന്ന് ഒരു പെട്ടി ചോക്കളേറ്റ് എടുത്തു. "പിടിക്കൂ" എന്നു പറഞ്ഞുകൊണ്ട് ഒരെണ്ണം അയാൾക്കെറിഞ്ഞുകൊടുത്തു.

അയാളതു പിടിച്ചു. അവൾ ഉത്സാഹത്തോടെ ചിരിച്ചുകൊണ്ട് രണ്ടാ മതൊന്നും പിന്നെ മൂന്നാമതൊരെണ്ണവും അയാൾക്കെറിഞ്ഞുകൊടു ത്തു. അയാളവയെല്ലാം പിടിച്ച് വായിലാക്കി, അവളെ അപേക്ഷാ ഭാവത്തിൽ നോക്കി. വളരെ സ്ത്രീസഹജവും ബാലസഹജവുമായ

എന്തോ ഒന്ന് അയാളുടെ മുഖത്തിനും ഭാവത്തിനുമുണ്ടെന്ന് അവൾക്ക് തോന്നി. കിതച്ചുകൊണ്ട് അവൾ വീണ്ടും സീറ്റിലിരുന്ന് അയാളെ തമാശയോടെ നോക്കി. രണ്ടു വിരൽകൊണ്ട് അവളുടെ കവിളിൽ തൊട്ടുകൊണ്ട് അയാൾ പരിഭവം നടിച്ചു പറഞ്ഞു: "നീ ഒരു മഹാകുസൃതിപ്പെണ്ണാണ്!"

"ഇതെടുത്തോളൂ," പെട്ടി അയാൾക്കു നീട്ടിക്കൊണ്ട് അവൾ പറഞ്ഞു. "എനിക്കു മധുരപലഹാരങ്ങൾ ഇഷ്ടമല്ല."

അയാൾ അവയെല്ലാം വായിലാക്കി. കാലിപ്പെട്ടി അയാളുടെ ബാഗിൽ വച്ചു. പടങ്ങളുള്ള പെട്ടികൾ അയാൾക്കു പ്രത്യേകിച്ച് ഇഷ്ടമായിരുന്നു.

"കുട്ടിക്കളി നിർത്താം," അയാൾ പറഞ്ഞു.

"രോഗിക്ക് ഉറങ്ങാൻ നേരമായി."

അയാൽ തന്റെ വില കൂടിയ ഡ്രസ്സിംഗ് ഗൗണും തലയിണയും പുറത്തെടുത്തു. ഗൗൺ പുതച്ചുകൊണ്ട് കിടന്നു.

"ഗുഡ്നൈറ്റ്, ഓമനേ," അയാൾ മന്ത്രിച്ചു. ദേഹമാസകലം വേദനിക്കുന്നുവെന്ന മട്ടിൽ അയാൾ ദീർഘമായി നിശ്വസിച്ചു.

ഏതാനും മിനിട്ടുകൾക്കകം അയാൾ കൂർക്കം വലിക്കാൻ തുടങ്ങി. അല്പം പോലും ലജ്ജ തോന്നാതെ യൂലിയയും കിടന്നു. താമസിയാതെ അവളും ഉറക്കമായി.

പിറ്റേന്നു രാവിലെ സ്റ്റേഷനിൽനിന്നു വണ്ടിയിൽക്കയറി വീട്ടിലേക്കു പോകുമ്പോൾ തന്റെ പട്ടണത്തിലെ തെരുവുകൾ ജനശൂന്യമായി അവൾക്കു തോന്നി. മഞ്ഞിനു തെളിച്ചമില്ലെന്നും വീടുകൾ ചെറുതായും എങ്ങിനെയോ അടിച്ചു പരത്തിയതുപോലെയും അവൾക്കു തോന്നി. ഒരു വിലാപയാത്ര വഴിക്ക് അവളെ കടന്നുപോയി. പള്ളിയുടെ കൊടികളുടെ നടുവിൽ ശവമഞ്ചത്തിനു മുകളിലായി ഒരു തുറന്ന ശവപ്പെട്ടി വച്ചിരുന്നു.

"ശവസംസ്കാരം കാണുന്നതു ശുഭശകുനമാണെന്നു പറയാറുണ്ട്," അവൾ വിചാരിച്ചു.

നീന ഫ്യോദൊറൊവ്ന പാർത്തിരുന്ന വീടിന്റെ മുമ്പിൽ 'വാടകയ്ക്കു കൊടുക്കപ്പെടും' എന്നെഴുതിവച്ചിരിക്കുന്നത് അവൾ കണ്ടു.

മിടിക്കുന്ന ഹൃദയത്തോടെ അവൾ സ്വന്തം വീട്ടിലേക്കു വണ്ടിയോടിച്ചുപോയി. വീട്ടിലെത്തി മണിയടിച്ചപ്പോൾ പുതിയൊരു പരിചാരികയാണ് കതകു തുറന്നത്. ഉറക്കം തൂങ്ങിയ കണ്ണുകളോടുകൂടിയ ഒരു തടിച്ച പെണ്ണായിരുന്നു അവൾ. തണുപ്പേല്ക്കാതെ കട്ടിയുള്ള ഒരു ജാക്കറ്റിട്ടിരുന്നു. തൂത്തുവാരാതെ വൃത്തികേടായി കിടന്നിരുന്ന കോവണി കയറിപ്പോകുമ്പോൾ, ലാപ്തെവ് വിവാഹാഭ്യർത്ഥന നടത്തിയത് അവിടെ വെച്ചായിരുന്നുവെന്ന കാര്യം അവളോർത്തു. മുകളിൽ, ചൂടുപിടിപ്പിക്കാത്ത ഇടനാഴിയിൽ അവളുടെ പിതാവിനെ കാണാൻ വന്ന രോഗികൾ തടിച്ച ഓവർക്കോട്ടു ധരിച്ച് തങ്ങളുടെ മുറയും കാത്ത് കൂനിക്കൂടിയിരിപ്പുണ്ടായിരുന്നു. എന്തുകൊണ്ടോ അവളുടെ ഹൃദയം വളരെ വേഗത്തിൽ മിടിച്ചു. കൈകാലുകൾ തളർന്ന പോലെ അവൾക്കു തോന്നി.

ഇഷ്ടികപോലെ ചുവന്ന മുഖത്തോടും കോതി വയ്ക്കാത്ത മുടിയോടുംകൂടി ഡോക്ടർ ചായ കുടിക്കുകയായിരുന്നു. അദ്ദേഹം മുമ്പത്തെക്കാൾ വണ്ണം വച്ചിരുന്നു. അവളെ കണ്ടത് അദ്ദേഹത്തിനു സന്തോഷമായി, അദ്ദേഹം അല്പം കരയുകപോലും ചെയ്തു. ആ വൃദ്ധന്റെ ജീവിതത്തിലെ ഏക ആനന്ദം അവളായിരുന്നു. അവൾ വികാരവായ്പോടെ അച്ഛനെ ആശ്ലേഷിച്ചു. കുറെ ഏറെ നാളത്തേക്ക്, ഈസ്റ്റർവരെ, അച്ഛന്റെ കൂടെ താമസിക്കാനാണു താൻ വന്നിരിക്കുന്നതെന്നു പറഞ്ഞു. വസ്ത്രം മാറിയതിനുശേഷം അവൾ ചായ കുടിക്കാൻവേണ്ടി തീന്മുറിയിൽ വന്നു. പക്ഷേ അദ്ദേഹം രണ്ടുകയ്യും പോക്കറ്റിൽ തിരുകികൊണ്ട് മൂളിപ്പാട്ടും പാടി മുറിയിൽ അങ്ങോട്ടുമിങ്ങോട്ടും നടക്കുകയായിരുന്നു. എന്തോ കാര്യത്തിൽ അദ്ദേഹം അതൃപ്തനായിരുന്നുവെന്നതിന്റെ ലക്ഷണമായിരുന്നു അത്.

“നീ ഒരു ഉല്ലാസജീവിതമാണ് മോസ്കോയിൽ നയിക്കുന്നത്, “അദ്ദേഹം പറഞ്ഞു. “അതിലെനിക്കു സന്തോഷമേയുള്ളു. എന്റെ കാര്യമാണെങ്കിൽ, എന്നേപ്പോലെ ഒരു കിളവന് എന്താവശ്യമാണുള്ളത്? ഞാൻ അടുത്തുതന്നെ ചാകും. എല്ലാവർക്കും ആശ്വാസമാവുകയും ചെയ്യും. എന്റെ ഈ ശരീരത്തിന് അസാമാന്യമായ കരുത്തുണ്ടെന്നുള്ളതാണ് ഏറ്റവും അത്ഭുതകരമായിട്ടുള്ളത്. ഞാനിപ്പോഴും ജീവിച്ചിരിക്കുന്നുവെന്നതാണ് അത്ഭുതം!”

സകലരുടേയും ചവിട്ടേറ്റുകൊണ്ട് കഠിനാധ്വാനം ചെയ്യുന്ന ഒരു കഴുതയാണു താനെന്ന് അദ്ദേഹം പറഞ്ഞു. അദ്ദേഹത്തിന്

നീനഫ്യോദൊറൊവ്നയെ ശുശ്രൂഷിക്കുകയും അവരുടെ കുട്ടികളെ നോക്കുകയും ശവസംസ്കാരത്തിന് ഏർപ്പാട്ടു ചെയ്യുകയുമെല്ലാം വേണ്ടി വന്നു. ആ മേനിക്കണ്ടപ്പൻ പനൗറൊവ് യാതൊന്നും ചെയ്യാൻ തയ്യാറായില്ല. തന്നെയല്ല, അയാൾ ഒരു നൂറു റൂബിൾ കടം വാങ്ങിയത് ഇനിയും മടക്കിക്കൊടുത്തിട്ടില്ല.

"നീ എന്നെ മോസ്കോയിൽ കൊണ്ടുപോയി ഒരു ഭ്രാന്താസ്പത്രിയിലിടുകയാണു നല്ലത്!" ഡോക്ടർ പറഞ്ഞു. 'ഞാനൊരു ഭ്രാന്തനാണ്, ശുദ്ധഗതിക്കാരനായ ഒരു ശിശു. കാരണം ഞാനിപ്പോഴും സത്യത്തിലും ധർമ്മത്തിലും വിശ്വസിക്കുന്നു!"

അല്പംപോലും ദീർഘദൃഷ്ടിയില്ലാത്തതിനും കുറഞ്ഞ വിലയ്ക്കു കിട്ടുമായിരുന്ന വീടുകൾ വാങ്ങാത്തതിനും അദ്ദേഹം അവളുടെ ഭർത്താവിനെ കുറ്റപ്പെടുത്തി. ഈ വൃദ്ധന്റെ ജീവിതത്തിലെ ഒരേയൊരു ആനന്ദം താൻ മാത്രമാണെന്ന ചിന്ത യൂലിയയെ വിട്ടുപിരിഞ്ഞു. അദ്ദേഹം രോഗികളെ സ്വീകരിക്കുകയും വീടുകളിൽ ചെന്നു രോഗികളെ കാണുകയും ചെയ്ത സമയത്ത് അവൾ ലക്ഷ്യമില്ലാതെ എല്ലാ മുറികളിലും കയറിയിറങ്ങി നടന്നു. അവൾ ജനിച്ചു വളർന്ന പട്ടണത്തിലും അവളുടെ സ്വന്തം ഗൃഹത്തിലും അവൾക്ക് എന്തോ ഒരു വ്യത്യാസം അനുഭവപ്പെട്ടു; പുറത്തിറങ്ങണമെന്നോ ആരെയെങ്കിലും പോയി കാണണമെന്നോ അവൾക്കാഗ്രഹം തോന്നിയില്ല; തന്റെ കുട്ടിക്കാലത്തെ സ്നേഹിതകളെ ക്കുറിച്ചും വിവാഹത്തിനു മുമ്പുള്ള ജീവിതത്തെക്കുറിച്ചും ആലോചിച്ചപ്പോൾ അവൾക്കു കുണ്ഠിതമോ ഖേദമോ തോന്നിയില്ല.

സന്ധ്യയ്ക്ക് അവൾ ഏറ്റവും നല്ല വസ്ത്രം ധരിച്ച് സായാഹ്നക്കുർബാനയ്ക്കു പോയി. പക്ഷേ, പള്ളിയിൽ വെറും സാധാരണക്കാരല്ലാതെ മറ്റാരുമുണ്ടായിരുന്നില്ല. അവളുടെ ഒന്നാന്തരം ഫർക്കോട്ടും തൊപ്പിയും യാതൊരു മതിപ്പും ഉളവാക്കിയില്ല. പള്ളിയിലും തന്നിൽത്തന്നെയും എന്തോ മാറ്റം സംഭവിച്ചതായി അവൾക്കു തോന്നി. കുർബാന സമയത്ത് സുവിശേഷം വായിക്കുന്നതും പാട്ടുകാർ സ്തോത്രം ചൊല്ലുന്നതും- പ്രത്യേകിച്ച്, "ഞാനെന്റെ ശബ്ദമുയർത്തുന്നു" എന്ന സ്തോത്രം - കേൾക്കാനും അതിനുശേഷം പുരോഹിതൻ നിന്നിരുന്ന പള്ളിയുടെ മദ്ധ്യഭാഗത്തേക്ക് ആൾക്കൂട്ടത്തോടൊപ്പം സാവധാനത്തിൽ നീങ്ങാനും നെറ്റിത്തടത്തിൽ വിശുദ്ധ തൈലത്തിന്റെ സ്പർശമനുഭവിക്കാനും അവൾക്കെന്തിഷ്ടമായിരുന്നു! ഇപ്പോഴാകട്ടെ

കുർബാന തീരാൻവേണ്ടി അവൾ അക്ഷമയോടെ കാത്തുനിന്നു. പള്ളിക്കു പുറത്തു കടക്കുമ്പോൾ യാചകർ ഭിക്ഷ ചോദിച്ചുകൊണ്ടു വരല്ലേ എന്നവൾ ആശിച്ചു. നടപ്പുനിർത്തി പോക്കറ്റുകൾ തപ്പുന്നത് ഒരു ശല്യമാണ്. തന്നെയല്ല, ഇപ്പോൾ അവൾ പോക്കറ്റിലിട്ടിരുന്നത് ചെമ്പുതുട്ടുകൾക്കു പകരം റൂബിളുകളാണ്.

നേരത്തെ ഉറങ്ങാൻ കിടന്നെങ്കിലും ദീർഘനേരത്തേക്ക് അവൾക്ക് ഉറക്കം വന്നില്ല. ഉറങ്ങിയപ്പോൾ അവൾ ചില ചിത്രങ്ങളെക്കുറിച്ചും രാവിലെ കണ്ട വിലാപയാത്രയെക്കുറിച്ചും സ്വപ്നം കണ്ടു; ആ തുറന്ന ശവപ്പെട്ടി വീട്ടുമുറ്റത്തു കൊണ്ടുവന്നുവെന്നും കുറേയേറെനേരത്തേക്ക് അങ്ങോട്ടുമിങ്ങോട്ടും ആട്ടിയതിനുശേഷം അതു പെട്ടെന്ന് കതകിനുനേരെ എടുത്തെറിഞ്ഞുവെന്നും അവൾ സ്വപ്നം കണ്ടു. അവൾ ഉറക്കത്തിൽനിന്നു ഞെട്ടിയുണർന്ന് മെത്തയിൽ നിന്ന് ചാടിയെഴുന്നേറ്റു. താഴെ ആരോ കതകിനു മുട്ടുന്നുണ്ടായിരുന്നു; കതകിലെ മണിയിൽ നിന്നുമുള്ള കമ്പി ഭിത്തിയിന്മേൽ ഉരസിക്കൊണ്ടിരുന്നെങ്കിലും മണിയടിച്ചില്ല.

ഡോക്ടർ ചുമയ്ക്കുകയും പരിചാരിക താഴെപ്പോയി മടങ്ങുകയും ചെയ്യുന്ന ശബ്ദം അവൾ കേട്ടു. അവളുടെ കതകിൽ ആരോ മുട്ടി.

"മാഡം," പരിചാരിക വിളിച്ചു. "മാഡം!"

"എന്താണ്?" യൂലിയ ചോദിച്ചു.

"ഒരു കമ്പി വന്നിരിക്കുന്നു!"

യൂലിയ മെഴുകുതിരിയെടുത്തുകൊണ്ട് ഇടനാഴിയിലേക്കു ചെന്നു. പരിചാരികയുടെ പിന്നിലായി ശയനവസ്ത്രത്തിന്റെ മുകളിൽ ഒരു കോട്ട് അലക്ഷ്യമായി ഇട്ടുകൊണ്ട് ഡോക്ടർ നില്പുണ്ടായിരുന്നു. അദ്ദേഹവും ഒരു മെഴുകുതിരി പിടിച്ചിരുന്നു.

"മണി കേട്ടു വന്നിരിക്കുകയാണ്," കോട്ടുവായിട്ടുകൊണ്ട് അദ്ദേഹം പറഞ്ഞു. "അതു പണ്ടേ നന്നാക്കേണ്ടതായിരുന്നു."

യൂലിയ കമ്പി പൊട്ടിച്ചു വായിച്ചു: "ഞങ്ങൾ നിങ്ങളുടെ ആരോഗ്യത്തിനുവേണ്ടി പാനോപചാരം നടത്തുന്നു. യാർത് സെവ്, കൊച്ചെവോയ്."

"മായന്മാർ!" അവൾ പൊട്ടിച്ചിരിച്ചുകൊണ്ടു പറഞ്ഞു. അവൾക്കു പെട്ടെന്നു ഹൃദയലാഘവവും ഉന്മേഷവും തോന്നി.

മുറിയിൽ തിരിച്ചെത്തിയതിനുശേഷം അവൾ സാവധാനം മുഖം കഴുകി വസ്ത്രം ധരിച്ചു. രാത്രി ശേഷം സമയം കൊണ്ട് പെട്ടിയടുക്കി. പിറ്റേദിവസം ഉച്ചയ്ക്ക് അവൾ മോസ്കോയ്ക്കു തിരിച്ചു.

XII

ഈസ്റ്റർ വാരത്തിലൊരു ദിവസം ലാപ്തെവും ഭാര്യയും കലാനികേതനത്തിൽ ഒരു ചിത്രകലാപ്രദർശനം കാണാൻ പോയി. മോസ്കോയിലെ പതിവനുസരിച്ച് രണ്ടു കുട്ടികളുൾപ്പെടെ കുടുംബമടച്ചാണ് പോയത്. പുറമെ, കുട്ടികളെ നോക്കുന്ന സ്ത്രീയും കോസ്ത്യയും കൂടെയുണ്ടായിരുന്നു.

പ്രശസ്തരായ എല്ലാ കലാകാരന്മാരുടേയും പേര് ലാപ്തെവിനറിയാമായിരുന്നു. ഒരൊറ്റ പ്രദർശനം പോലും അയാൾ കാണാതെ വിട്ടില്ല. വേനൽക്കാലത്തു നാട്ടുമ്പുറത്തു വിശ്രമിക്കുമ്പോൾ അയാൾ ചിലപ്പോൾ ചില പ്രകൃതിദൃശ്യങ്ങൾ വരയ്ക്കുകപോലും ചെയ്യുമായിരുന്നു. തനിക്കു കലയിൽ വളരെയേറെ അഭിരുചിയുണ്ടെന്നും അതു പഠിച്ചിരുന്നെങ്കിൽ താൻ നല്ലൊരു കലാകാരനാകുമായിരുന്നുവെന്നും അയാൾ വിശ്വസിച്ചു. വിദേശത്തു പോകുമ്പോൾ അയാൾ പുരാതോനവസ്തുക്കൾ വില്ക്കുന്ന കടകളിൽ ചെന്ന് ഒരു വിദഗ്ധന്റെ ഭാവത്തിൽ അവ പരിശോധിക്കുകയും അഭിപ്രായം പറയുകയും അവസാനം കടയുടമസ്ഥൻ പറയുന്ന എന്തു വിലയും കൊടുത്ത് ഏതെങ്കിലുമൊരു സാധനം വാങ്ങുകയും ചെയ്യും. വാങ്ങിയ സാധനം പൊതിയഴിക്കാതെ വണ്ടിപ്പുരയിൽ കിടക്കും. അവസാനം അത് അപ്രത്യക്ഷമാകും. എവിടെപ്പോയെന്ന് ആർക്കും അറിഞ്ഞുകൂടായിരിക്കും. അതുമല്ലെങ്കിൽ അയാളേതെങ്കിലും കൊത്തുപണിക്കാരന്റെ കടയിൽ പോയി ചിത്രങ്ങളോ പ്രതിമകളോ നിഷ്കർഷയോടെ

പരിശോധിക്കും. അവയുടെ ശില്പശൈലിയെക്കുറിച്ച് അഭിപ്രായം പറയും. എന്നിട്ട് വിലകുറഞ്ഞ ചെറിയൊരു ഫ്രെയിമോ ഒന്നിനും കൊള്ളാത്ത ഒരു പെട്ടി കടലാസോ വാങ്ങും. അയാളുടെ വീട്ടിലുണ്ടായിരുന്ന ചിത്രങ്ങളെല്ലാംതന്നെ വലുതായിരുന്നെങ്കിലും അവയിൽ മിക്കതും മോശമായിരുന്നു; അയാൾക്കുണ്ടായിരുന്ന നല്ല ചിത്രങ്ങളാകട്ടെ മോശമായിട്ടാണ് തൂക്കിയിരുന്നത്. അയാൾ വളരെ വിലകൊടുത്തു വാങ്ങുന്ന പടങ്ങൾ പലപ്പോഴും അകുശലമായ അനുകരണങ്ങളാണെന്ന് പിന്നീട് തെളിഞ്ഞിട്ടുണ്ട്. മിക്ക കാര്യങ്ങളിലും അങ്ങേയറ്റം ശങ്കിച്ചു സംസാരിച്ചിരുന്നെങ്കിലും കലാപ്രദർശനങ്ങളിൽവച്ച് അയാൾ അസാമാന്യമായ ആത്മവിശ്വാസവും ധൈര്യവും പ്രകടിപ്പിച്ചിരുന്നുവെന്നതാണ് ഏറ്റവും അതിശയകരമായിരുന്ന ഒരു വസ്തുത.

തന്റെ ഭർത്താവിനെപ്പോലെ ബൈനോക്കുലറിൽക്കൂടിയോ ചുരുട്ടിയ മുഷ്ടിയുടെ ഇടയിൽക്കൂടിയോ ആണ് യൂലിയ സെർഗേയെവ്ന ചിത്രങ്ങൾ പരിശോധിച്ചത്. അവയിലെ ആളുകൾക്കു ജീവനുള്ളതുപോലെ തോന്നുകയും വൃക്ഷങ്ങൾ യഥാർത്ഥത്തിലുള്ളവയെപ്പോലെയിരിക്കുകയും ചെയ്യുന്നതു കണ്ട് അവൾ അത്ഭുതപ്പെട്ടു. പക്ഷേ മിക്ക പടങ്ങളും ഒരുപോലെയായിട്ടാണവൾക്കു തോന്നിയത്. ഒരു കണ്ണടച്ച് മറ്റേക്കണ്ണുകൊണ്ട് ചുരുട്ടിയ മുഷ്ടിയിലൂടെ നോക്കുമ്പോൾ ചിത്രത്തിൽ കാണുന്ന ആളുകളും മറ്റും യഥാർത്ഥമായിത്തോന്നണമെന്നതാണ് കലയുടെ ഒരേയൊരു ലക്ഷ്യമെന്ന് അവൾ വിശ്വസിച്ചു.

“ആ വനം വരച്ചിരിക്കുന്നതു ഷീഷ്കിനാണ്,” ഭർത്താവ് അവളോടു പറഞ്ഞു. “അദ്ദേഹം മറ്റൊന്നും വരയ്ക്കാറില്ല. ആ മഞ്ഞു നോക്കു. മഞ്ഞ് ഒരിക്കലും അതുപോലെ കടുംചുവപ്പു നിറത്തിലല്ല ഇരിക്കുന്നത്... ആ കുട്ടിയുടെ ഇടതുകൈ വലതുകൈയേക്കാൾ ചെറുതാണ്.”

അവസാനം അവരെല്ലാവരും ക്ഷീണിച്ചു. വീട്ടിലേക്കു മടങ്ങാൻ വേണ്ടി ലാപ്തെവ് കോസ്ത്യയെ അന്വേഷിച്ചു പുറപ്പെട്ടു. യൂലിയ ആ സമയത്ത് ഒരു ചെറിയ പ്രകൃതിചിത്രത്തിന്റെ മുമ്പിൽ ചെന്നുനിന്ന് അതിലേക്ക് അശ്രദ്ധമായി നോക്കി. ഒരു ചെറിയ നദി, അതിന്റെ മുകളിൽ ഒരു മരപ്പാലം. നദിയ്ക്കക്കരെ വഴി ഇരുൾ മൂടിയ ഒരു പുൽപ്രദേശത്തു ചെന്നവസാനിക്കുന്നു. ആ പുൽപ്രദേശത്തിന്റെ വലതുഭാഗത്തു കുറ്റിക്കാടാണ്. അവിടെ ആരോ തീ കൂട്ടിയിട്ടുണ്ട്. കുതിരകളെ മേയ്ക്കുന്നവരായിരിക്കാം. ചക്രവാളത്തിനപ്പുറത്ത് നീറിക്കത്തുന്ന തീ

പോലെ മങ്ങിയ ചുവപ്പുനിറത്തിൽ ആകാശം കാണാം.

പക്ഷികൾ ഉറക്കം തൂങ്ങിക്കൊണ്ട് ശബ്ദിക്കുന്നതൊഴിച്ചാൽ മൂകത വ്യാപിച്ചിരിക്കുകയും അകലെ തീയെരിഞ്ഞുകൊണ്ടിരിക്കുകയും ചെയ്യുന്ന ഒരു സന്ധ്യാവേളയിൽ താൻ ആ പാലം കടന്ന് ആ വഴിയിലൂടെ മുമ്പോട്ടുതന്നെ പൊയ്ക്കൊണ്ടിരിക്കുന്നതായി യൂലിയ ഭാവനയിൽ കണ്ടു. ആ മേഘങ്ങളും ആ കാടും പുൽപ്രദേശവുമെല്ലാം എന്തുകൊണ്ടോ അവൾക്കു സുപരിചിതമായിത്തോന്നി. വളരെക്കാലം മുമ്പ് അവൾ പലതവണ കണ്ടിട്ടുള്ളതാണവ. അവൾക്കു തീവ്രമായ ഏകാന്തത അനുഭവപ്പെട്ടു. സൂര്യാസ്തമനത്തെ ലക്ഷ്യമാക്കി നിഗൂഢമായ ആകാശശകലത്തിന്റെ നേരെ ആ പാതയിലൂടെ നടക്കാൻ അവളാഗ്രഹിച്ചു.

"എത്ര അത്ഭുതകരമായ ചിത്രം!" ആ ചിത്രം ഗ്രഹിക്കാൻ തനിക്കു കഴിഞ്ഞല്ലൊ എന്ന് ആശ്ചര്യപ്പെട്ടുകൊണ്ട് അവൾ പറഞ്ഞു. "നോക്കൂ, അലെക്സേയ്! നിങ്ങൾക്ക് ആ പടത്തിന്റെ ശാന്തത അനുഭവപ്പെടുന്നില്ലേ?"

താനെന്തുകൊണ്ടാണ് ആ പ്രകൃതിചിത്രം ഇഷ്ടപ്പെടുന്നതെന്നു വിശദീകരിക്കാൻ അവൾ ശ്രമിച്ചെങ്കിലും അവളുടെ ഭർത്താവിനോ കോസ്ത്യയ്ക്കോ അവൾ പറഞ്ഞതു മനസ്സിലായില്ല. വിഷാദാത്മകമായ പുഞ്ചിരിയോടെ അവൾ ആ പ്രകൃതിചിത്രത്തെ നോക്കിക്കൊണ്ടു നിന്നു. അതിൽ അസാധാരാരണമായിട്ടൊന്നും തന്നെ മറ്റാരും കാണാത്തതിൽ അവൾക്കു മനസ്താപം തോന്നി. ഹാളുകളിലൂടെ തിരിച്ചു നടന്ന് അവൾ ആ ചിത്രങ്ങളെല്ലാം ഒന്നുകൂടി നോക്കി. അവ ഒരുപോലെയാണെന്ന് ഇപ്പോൾ അവൾക്കു തോന്നിയില്ല. തിരിച്ചു വീട്ടിലെത്തിയപ്പോൾ വിരുന്നുമുറിയിൽ പിയോനൊയുടെ മുകളിൽ തൂക്കിയിരുന്ന വലിയ ചിത്രം ആദ്യമായി അവളുടെ ശ്രദ്ധയിൽ പെട്ടു.

"ഇത്തരം പടങ്ങൾ വേണമെന്ന് എന്തിനാണ് ആളുകൾ ആഗ്രഹിക്കുന്നത്?" പെട്ടെന്നു മനസ്സിൽ തിങ്ങിവന്ന വെറുപ്പോടെ അവൾ പറഞ്ഞു.

അതിനുശേഷം സ്വർണ്ണം പൂശിയ ചിത്രപ്പണികളും പുഷ്പാകൃതിയിലുള്ള അലങ്കാരങ്ങളോടുകൂടിയ വെനിഷ്യൻ കണ്ണാടികളും പിയാനോയുടെ മുകളിൽ തൂക്കിയിട്ടിരുന്നതുപോലുള്ള ചിത്രങ്ങളും കലയെപ്പറ്റി അവളുടെ ഭർത്താവും കോസ്ത്യയും തമ്മിൽ

നടത്തിയിരുന്ന ചർച്ചകളും അവളിൽ അസുഖവും നീരസവും മാത്രമല്ല ചിലപ്പോൾ വെറുപ്പുപോലും ഉളവാക്കി.

ജീവിതം സംഭവരഹിതമായി, ആശിക്കാൻ വകയൊന്നുമില്ലാതെ, ഓരോ ദിവസവും പിന്നിട്ടുകൊണ്ട് കടന്നുപോയി. നാടകക്കാലം കഴിഞ്ഞു. ചൂടു തുടങ്ങി. ഇനിയങ്ങോട്ട് കുറേക്കാലത്തേക്ക് രസികൻ കാലാവസ്ഥയാണ്.

ഒരു ദിവസം രാവിലെ ലാപ്തെവും പത്നിയും ജില്ലാക്കോടതിയിൽ പോയി. ഭവനഭേദനത്തിന്റെ കുറ്റം ചുമത്തപ്പെട്ട ഒരു കരുതൽ പട്ടാളക്കാരനുവേണ്ടി കോസ്ത്യ നടത്തുന്ന വാദം കേൾക്കാനാണ് അവൾ പോയത്. അവർ വീട്ടിൽനിന്നിറങ്ങിയത് കുറെ താമസിച്ചാണ്. കോടതിയിലെത്തിയപ്പോഴേക്കും സാക്ഷികളെ വിസ്തരിക്കാൻ തുടങ്ങിക്കഴിഞ്ഞിരുന്നു. സാക്ഷികൾ അനേകം പേരുണ്ടായിരുന്നു. എല്ലാവരും അലക്കുകാരികൾ; പ്രതി കൂടെക്കൂടെ അവരുടെ യജമാനത്തിയായ അലക്കുകടയുടമസ്ഥയെ കാണാൻ വരാറുണ്ടായിരുന്നുവെന്ന് അവർ മൊഴി കൊടുത്തു. വിശുദ്ധകുരിശുദിനത്തിന്റെ തലേന്നു രാത്രി വളരെ വൈകിയിട്ട് അയാൾ മദ്യപിച്ചു കയറി വന്നു. വീണ്ടും മദ്യപിക്കാൻവേണ്ടി അയാൾ പണം ചോദിച്ചെങ്കിലും കൊടുത്തില്ല. ഒരു മണിക്കൂറിനകം അയാൾ അവിടുത്തെ പെണ്ണുങ്ങൾക്കു കൊടുക്കാൻ വേണ്ടി ബിയറും പെപ്പർമെന്റ് ബിസ്ക്കറ്റുകളുമായി അവിടെയെത്തി. കുടിച്ചും പാട്ടുപാടിയും അവർ രാത്രി മുഴുവൻ ഒന്നിച്ചു കഴിച്ചു. മേലറ പൊളിച്ചു കയറി ആരോ അഴയിൽ നിന്ന് മൂന്നു ഷർട്ടും ഒരു പാവാടയും രണ്ടു പുതപ്പും മോഷ്ടിച്ചതായി പിറ്റേ ദിവസം രാവിലെ അവർ കണ്ടുപിടിച്ചു. വിശുദ്ധകുരിശുദിനത്തിന്റെ തലേന്ന് പ്രതി കൊണ്ടു വന്ന ബിയറിന്റെ പങ്കു കിട്ടിയോ എന്ന് കോസ്ത്യ ഒരു പരിഹാസപുഞ്ചിരിയോടെ ഓരോ സാക്ഷിയോടും മാറി മാറി ചോദിച്ചു. അലക്കുകാരികൾ തന്നെ സാധനങ്ങൾ മോഷ്ടിച്ചുവെന്നു സ്ഥാപിക്കാനായിരുന്നു വ്യക്തമായും അയാളുടെ ശ്രമം. യാതൊരു വികാരവും പ്രകടിപ്പിക്കാതെ, ജ്ജൂറിയുടെ മേൽ ആദ്യന്തം കണ്ണു തറപ്പിച്ചുകൊണ്ടാണ് അയാൾ പ്രസംഗിച്ചത്.

ഭവനഭേദനവും സാധാരണ മോഷണവും തമ്മിലുള്ള വ്യത്യാസം അയാൾ വിശദീകരിച്ചു. തികച്ചും കാര്യഗൗരവത്തോടെ , വളരെ ദീർഘമായി അയാൾ സംസാരിച്ചു. സാധാരണ അറിയാവുന്ന കാര്യങ്ങൾ ഗൗരവഭാവത്തിൽ ചർച്ച ചെയ്യാനുള്ള അസാമാന്യപാടവം

അയാൾ പ്രകടിപ്പിച്ചു. എങ്കിലും അയാളുടെ ഉദ്ദേശം എന്താണെന്നു മനസ്സിലാക്കുക ദുഷ്കരമായിരുന്നു. മോഷണം പോയ തുണി അലക്കുകാരികൾ കുടിച്ച ബിയർ വാങ്ങാൻവേണ്ടി ഉപയോഗപ്പെടുത്തിയതുകൊണ്ട് നടന്നതു മോഷണമല്ല, ഭവനഭേദനമാണെന്നും അതല്ല മോഷണമാണു നടന്നതെങ്കിൽ അതിൽ ഭവനഭേദനമടങ്ങിയിട്ടില്ലെന്നുമാണ് അയാളുടെ പ്രസംഗത്തിൽനിന്ന് ജൂറിയിലുള്ള ഒരാൾക്ക് ആകെക്കൂടി അനുമാനിക്കാൻ കഴിയുമായിരുന്നത്. ഏതായാലും കാര്യങ്ങളെല്ലാം വേണ്ടതുപോലെ നടന്നുവെന്നു സ്പഷ്ടമായിരുന്നു. കാരണം ജൂറിയിലും പൊതുജനങ്ങളിലും അയാളുടെ പ്രസംഗം വളരെയേറെ മതിപ്പുളവാക്കിയതായിത്തോന്നി. തികച്ചും ഒരു വിജയമായിരുന്നു ആ പ്രസംഗം. പ്രതി കുറ്റക്കാരനല്ലെന്നു കോടതി വിധിച്ചപ്പോൾ യൂലിയ കോസ്റ്റ്യയെ നോക്കി തലയാട്ടുകയും പിന്നീട് ഹൃദ്യമായി അയാളുടെ കൈപിടിച്ചു കുലുക്കുകയും ചെയ്തു.

മേയ് മാസത്തിൽ ലാപ്തെവിന്റെ കുടുംബം സൊക്കോൽനിക്കിയിലുള്ള അവരുടെ ഗ്രാമീണവസതിയിലേക്കു താമസം മാറ്റി. യൂലിയയ്ക്ക് അപ്പോൾ ഗർഭമുണ്ടായിരുന്നു.

XIII

ഒരു വർഷത്തിനപ്പുറം കഴിഞ്ഞ് യൂലിയയും യാർത്സെവും സൊക്കോൽനിക്കിയിൽ യറൊസ്ലാവ്ൽ റെയിൽവെ ലൈനിൽ നിന്ന് അധികം അകലെയല്ലാത്ത ഒരു പുൽത്തകിടിയിലിരിക്കുകയായിരുന്നു. ഏതാനും വാര അകലെ കൈ തലയ്ക്കടിയിൽ വച്ച് ആകാശത്തേക്കു നോക്കിക്കൊണ്ട് കോസ്ത്യ നീണ്ടുനിവർന്നു കിടക്കുന്നുണ്ട്. അവരെല്ലാവരും നടന്നു തളർന്നിരുന്നു. ചായകുടിക്കാൻ വീട്ടിലേക്കു മടങ്ങുന്നതിനു മുമ്പ് ആറുമണിക്കുള്ള ട്രെയിൻ പോകാൻ വേണ്ടി കാത്തിരിക്കുകയായിരുന്നു അവർ.

"അമ്മമാർ എപ്പോഴും തങ്ങളുടെ കുഞ്ഞുങ്ങളിൽ അസാമാന്യമായ എന്തെങ്കിലും കാണും. അതു സ്വാഭാവികമാണു താനും," യൂലിയ പറയുകയായിരുന്നു. "കുട്ടിയുടെ കട്ടിലടുത്തു വന്ന് അതിന്റെ പിഞ്ചു കാതും കണ്ണും മൂക്കും കണ്ടുകൊണ്ട് അവരെത്രനേരം വേണമെങ്കിലും നോക്കി നിൽക്കും. തന്റെ കുഞ്ഞിനെ ചുംബിക്കുന്നത് ഏതൊരാൾക്കും അങ്ങേയറ്റം ആനന്ദകരമാണെന്ന് ആ പാവം വിശ്വസിക്കുന്നു. അവൾക്ക് അവളുടെ കുഞ്ഞിനെപ്പറ്റി മാത്രമേ സംസാരിക്കാനുള്ളൂ. ആ മാതൃദൗർബ്ബല്യത്തെക്കുറിച്ച് എനിക്കു ബോധമുണ്ട്. ഞാൻ സ്വയം നിയന്ത്രിക്കാൻ ശ്രമിക്കുന്നുമുണ്ട്. എന്നാലും എന്റെ ഓൽഗ യഥാർത്ഥത്തിൽ ഒരസാധാരണ ശിശുവാണ്. എത്ര ബുദ്ധിയുള്ള കൊച്ചുമുഖമാണ് അവളുടേത്! മുലകുടിക്കുമ്പോൾ അവൾ എന്നെ നോക്കുന്ന നോട്ടം കാണണം! അതുപോലെതന്നെ അവളുടെ

ചിരിയും! അവൾക്ക് എട്ടു മാസമേ ആയിട്ടുള്ളു. പക്ഷേ മൂന്നു വയസ്സായ ഒരു കുട്ടിക്കുപോലും ഇത്ര ബുദ്ധിയുള്ള കണ്ണുകൾ ഞാൻ കണ്ടിട്ടില്ല."

"ഇടയ്ക്കൊന്നു ചോദിക്കട്ടെ." യാർത്സെവ് പറഞ്ഞു. "നിങ്ങൾക്ക് കൂടുതൽ സ്നേഹം ആരോടാണ്- ഭർത്താവിനോടാണോ കുഞ്ഞിനോടാണോ?"

യൂലിയ തോൾ ചലിപ്പിച്ചു.

"എനിക്കറിഞ്ഞുകൂടാ", അവൾ പറഞ്ഞു.

"ഞാനൊരിക്കലും ഭർത്താവിനെ വലുതായി സ്നേഹിച്ചിരുന്നില്ല. ഞാൻ ആദ്യമായി സ്നേഹിക്കുന്നത് ഓൾഗയെയാണ്. നിങ്ങൾക്കറിയാമോ, അലക്സേയിയെ വിവാഹം ചെയ്യുമ്പോൾ എനിക്കദ്ദേഹത്തോടു സ്നേഹമുണ്ടായിരുന്നില്ല. ഞാൻ വളരെ ബുദ്ധിശൂന്യമായിട്ടാണ് അന്നു പ്രവർത്തിച്ചത്. അദ്ദേഹത്തിന്റെയും എന്റെയും ജീവിതം ഞാൻ നശിപ്പിച്ചുവെന്നു കരുതി ഞാൻ അത്യധികം വ്യസനിച്ചു. എന്നാൽ സ്നേഹം ഒഴിച്ചുകൂടാൻ വയ്യാത്ത ഒന്നല്ലെന്നും അങ്ങിനെ പറയുന്നത് വെറും അസംബന്ധമാണെന്നും ഇന്നെനിക്കു കാണാൻ കഴിയുന്നുണ്ട്."

"നിങ്ങൾ ഭർത്താവിനെ സ്നേഹിക്കുന്നില്ലെങ്കിൽ പിന്നെ നിങ്ങളെ അദ്ദേഹവുമായി ബന്ധിപ്പിക്കുന്നത് എന്താണ്? എന്തിനാണു നിങ്ങൾ അദ്ദേഹത്തിന്റെ കൂടെ താമസിക്കുന്നത്?"

"എനിക്കറിഞ്ഞുകൂടാ...ഒരു പക്ഷേ അങ്ങിനെ ശീലിച്ചതുകൊണ്ടാവാം. ഞാൻ അദ്ദേഹത്തെ ബഹുമാനിക്കുന്നു. അദ്ദേഹത്തെ ദീർഘനേരത്തേക്കു കണ്ടില്ലെങ്കിൽ എനിക്കു വിഷമം തോന്നുന്നു. പക്ഷേ അതു സ്നേഹമല്ല. അദ്ദേഹം ബുദ്ധിമാനും സത്യസന്ധനുമാണ്. എന്നെ സന്തുഷ്ടയാക്കാൻ അതു ധാരാളം മതി. അദ്ദേഹം വളരെ ദയാശീലനും നല്ല പ്രകൃതക്കാരനുമാണ്..."

"അലെക്സേയ് ബുദ്ധിമാനാണ്, അലെക്സേയ് ദയാശീലനാണ്," അലസഭാവത്തിൽ തല പൊക്കിക്കൊണ്ട് കോസ്ത്യ പറഞ്ഞു. "പക്ഷേ അയാൾ എത്രത്തോളം ബുദ്ധിമാനും ദയാശീലനും മിടുക്കനുമാണെന്നറിയണമെങ്കിൽ അയാളൊന്നിച്ച് ഒരു മുപ്പതുകൊല്ലം കഴിയണം. തന്നെയല്ല, അയാളുടെ ദയാശീലവും ബുദ്ധിയും കൊണ്ട് എന്തു പ്രയോജനമാണുള്ളത്? ചോദിക്കുന്ന പണം തരും, അതയാൾക്കു ചെയ്യാൻ കഴിയും. പക്ഷേ അല്പമൊരു തന്റേടം

ആവശ്യമുള്ളപ്പോൾ, ആഭാസന്മാരേയും തെമ്മാടികളേയും നിലയ്ക്കു നിർത്തുന്ന പ്രശ്നം വരുമ്പോൾ അയാൾ അയാളുടെ പുറംതോടിനുള്ളിലേക്ക് വലിയും. നിങ്ങളുടെ അലെക്സേയിയെപ്പോലുള്ളവർ ഒന്നാന്തരം ആളുകളാണ്. പക്ഷേ പോരാളികളെന്ന നിലയ്ക്ക് അവർ കാശിനു കൊള്ളില്ല. പൊതുവിൽ വലിയ പ്രയോജനമില്ലാത്ത കൂട്ടരാണവർ."

അവസാനം വണ്ടി കാണാറായി. പുകക്കുഴലിൽനിന്ന് ഇളം ചുവപ്പുനിറത്തിൽ വമിച്ചിരുന്ന ആവി കാടുമുഴുവൻ വ്യാപിച്ചു. അവസാനത്തെ കമ്പാർട്ടുമെന്റിലെ രണ്ടു ജനാലകൾ വെയിലടിച്ച് ശക്തിയായി തിളങ്ങുന്നുണ്ടായിരുന്നു. അങ്ങോട്ടു നോക്കുമ്പോൾ കണ്ണു വേദനിച്ചു.

"ചായ കുടിക്കാൻ നേരമായി," എന്നു പറഞ്ഞുകൊണ്ട് യൂലിയ സെർഗേയെവ്ന എഴുന്നേറ്റു.

അവൾ ഈയിടെ ഒന്നു കൊഴുത്തിട്ടുണ്ട്. പാകത വന്ന സ്ത്രീയുടെ അല്പം അലസഭാവത്തിലുള്ള നടപ്പാണ് ഇപ്പോൾ അവൾക്കു കിട്ടിയിരിക്കുന്നത്.

"ഏതായാലും സ്നേഹമില്ലാതിരിക്കുന്നതു നല്ലതല്ല," അവളുടെ പിന്നാലെ നടന്നുകൊണ്ട് യാർത്സെവ് പറഞ്ഞു. "നമ്മൾ സ്നേഹത്തെപ്പറ്റി എത്രയോ സംസാരിക്കുന്നു. എത്രയോ വായിക്കുന്നു. പക്ഷേ നമ്മളാകട്ടെ വളരെക്കുറച്ചേ സ്നേഹിക്കുന്നുള്ളു. അതു നല്ലതല്ല."

"അതൊക്കെ അസംബന്ധമാണ്." യൂലിയ പറഞ്ഞു. "സുഖമെന്നു പറയുന്നത് അതല്ല."

ചെറിയ ഉദ്യാനത്തിലിരുന്നാണ് അവർ ചായ കുടിച്ചത്. ചിലതരം പൂക്കൾ വിരിഞ്ഞു നില്ക്കുന്നുണ്ടായിരുന്നു. മറ്റു ചിലവ മൊട്ടിട്ടു വരുന്നതേയുള്ളു. യൂലിയ സെർഗേയെവ്ന തികച്ചും സംതൃപ്തമായ ഒരവസ്ഥയിലായിരുന്നെന്നും കൂടുതലായി ഒന്നും ആഗ്രഹിച്ചില്ലെന്നും അവളുടെ മുഖത്തു നോക്കിയപ്പോൾ യാർത്സെവിനും കൊച്ചെവോയിക്കും മനസ്സിലായി. അവളെ നോക്കിയപ്പോൾ അവർക്കും മനശ്ശാന്തി ലഭിച്ചു. അവിടെ പറഞ്ഞതെല്ലാം ബുദ്ധിപൂർവ്വവും കാര്യമാത്രപ്രസക്തവുമായിരുന്നു. പൈൻവൃക്ഷങ്ങൾ മനോഹരവും അവയുടെ കറ പതിവിലേറെ സുരഭിലവും ക്രീം ഒന്നാന്തരവും സാഷ ഒരു നല്ല കുട്ടിയുമായിരുന്നു.

ചായകുടി കഴിഞ്ഞ് അവർ വീട്ടിനകത്തു പോയി. യാർത്സെവ് പിയാനൊ വായിച്ചുകൊണ്ട് പ്രേമഗാനങ്ങൾ പാടി; ഇടയ്ക്കിടെ യൂലിയ എഴുന്നേറ്റ് ഒച്ച കേൾപ്പിക്കാതെ മുറിക്കു പുറത്തുപോയി അവളുടെ കുഞ്ഞിനെയും ലീദയേയും നോക്കും. ലീദ കഴിഞ്ഞ രണ്ടു ദിവസമായി പനി പിടിച്ച് ഭക്ഷണമൊന്നും കഴിക്കാതെ കിടപ്പാണ്.

"എന്റെ ഓമനേ, എത്രയും പ്രിയപ്പെട്ട ഓമനേ," യാർത്സെവ് പാടി. "ഇല്ല, ചങ്ങാതികളേ," അയാൾ തലയാട്ടിക്കൊണ്ട് പറഞ്ഞു. "നിങ്ങളെന്തു വേണമെങ്കിലും പറഞ്ഞു കൊള്ളൂ. പക്ഷേ നിങ്ങൾ എന്തുകൊണ്ടാണ് പ്രേമത്തെ എതിർക്കുന്നതെന്ന് എനിക്കു മനസ്സിലാകുന്നേയില്ല! ദിവസം പതിനഞ്ചു മണിക്കൂർ ജോലിത്തിരക്കില്ലായിരുന്നെങ്കിൽ ഞാൻ തീർച്ചയായും പ്രേമിക്കുമായിരുന്നു."

ടെറസിന്റെ മുകളിൽവച്ചാണ് അവർ അത്താഴം കഴിച്ചത്. ഊഷ്മളവും പ്രശാന്തവുമായ ഒരു സന്ധ്യയായിരുന്നു അത്. എങ്കിലും ഈർപ്പമുണ്ടെന്നു പരാതിപ്പെട്ടുകൊണ്ട് യൂലിയ ഒരു പുതപ്പു പുതച്ചിരുന്നു. നേരം ഇരുട്ടിയപ്പോൾ അവൾ അസ്വസ്ഥയായി അവളുടെ ദേഹം വിറച്ചു. അതിഥികളോടു കുറെ സമയം കൂടി ഇരിക്കാൻ അവളഭ്യർത്ഥിച്ചു. വേലക്കാരോടു വീഞ്ഞും അത്താഴത്തിനുശേഷം കൊന്യാക്കും കൊണ്ടുവരാൻ അവൾ കല്പിച്ചു. കുട്ടികളോടും വേലക്കാരോടുമൊപ്പം തനിച്ചിരിക്കാൻ അവൾ ഇഷ്ടപ്പെട്ടില്ല.

"ഞങ്ങളുടെ അയൽവാസികളും ഞാനും കൂടി ഈ നാട്ടുമ്പുറത്തുവച്ച് കുട്ടികൾക്കുവേണ്ടി ഒരു നാടകം കളിക്കാൻ പ്ലാനിടുകയാണ്," അവൾ പറഞ്ഞു. "ഞങ്ങൾക്ക് ആവശ്യമുള്ളതെല്ലാമുണ്ട്- തിയേറ്ററും കളിക്കാരുമെല്ലാം. ഒരു നാടകം മാത്രമാണില്ലാത്തത്. പല തരത്തിലുള്ള പത്തിരുപതു നാടകങ്ങൾ ഞങ്ങൾക്കു കിട്ടി. പക്ഷേ, അവയൊന്നും പറ്റുകയില്ല. നിങ്ങൾക്കു നാടകവേദി ഇഷ്ടമാണല്ലൊ. ചരിത്രം ഭംഗിയായിട്ടറിയുകയും ചെയ്യും," യാർത്സെവിന്റെ നേരെ തിരിഞ്ഞ് അവൾ പറഞ്ഞു. "നിങ്ങൾ ഞങ്ങൾക്കുവേണ്ടി ഒരു ചരിത്രനാടകം എഴുതുമോ?"

"വിരോധമില്ല."

അതിഥികൾ കൊന്യാക്ക് മുഴുവൻ കുടിച്ചു തീർത്ത് യാത്ര പറയാനൊരുങ്ങി. നേരം പത്തു മണി കഴിഞ്ഞിരുന്നു. നാട്ടുമ്പുറത്തെ സംബന്ധിച്ചിടത്തോളം വൈകിയ സമയമാണത്.

"എന്തിരുട്ട്! എനിക്കൊന്നും കാണാനൊക്കുന്നില്ല!" പടി വരെ അവരെ അനുഗമിച്ചുകൊണ്ട് യൂലിയ പറഞ്ഞു. "നിങ്ങളെങ്ങിനെയാണാവോ വീടെത്തുന്നത്. ഹോ! വല്ലാത്ത തണുപ്പ്!"

പുതപ്പ് കുറേക്കൂടി ചേർത്തിട്ടുകൊണ്ട് അവൾ വീട്ടിലേക്ക് മടങ്ങി.

"എന്റെ അലക്സേയ് എവിടെയെങ്കിലും ചീട്ടുകളിച്ചിരിപ്പുണ്ടാവും," അവൾ അവരുടെ പിന്നാലെ വിളിച്ചു പറഞ്ഞു. "ഗുഡ്നൈറ്റ്!"

നല്ല വെളിച്ചമുള്ള മുറികളിൽനിന്നിറങ്ങിയ യാർത്സെവിനും കോസ്ത്യയ്ക്കും പുറത്ത് യാതൊന്നും കാണാൻ വയ്യായിരുന്നു. അവർ തപ്പിത്തടഞ്ഞ് റെയിൽവെലൈൻ വരെ എത്തി അപ്പുറം കടന്നു.

"ഒരു കുന്തവും കാണാൻ പറ്റുന്നില്ല," കോസ്ത്യ വിളിച്ചു പറഞ്ഞു. അയാൾ നടപ്പു നിർത്തി ആകാശത്തേക്കു നോക്കി. "പക്ഷേ നക്ഷത്രങ്ങളെ നോക്കൂ. പുത്തൻ പതിനഞ്ചുകോപ്പെക്ക് തുട്ടുകളെപ്പോലെ ഇരിക്കുന്നു!"

"എന്താണു പറഞ്ഞത്?" ഇരുട്ടിൽനിന്ന് യാർത്സെവിന്റെ ശബ്ദം കേട്ടു.

"കൂരിരുട്ടാണെന്നു പറഞ്ഞതാണ്. നിങ്ങളെവിടെയാണ്?"

യാർത്സെവ് ചൂളമടിച്ചുകൊണ്ടെത്തി അയാളുടെ കൈയ്ക്കു പിടിച്ചു.

"അല്ലയോ നല്ല മനുഷ്യരേ!" കോസ്ത്യ പെട്ടെന്ന് ഉച്ചത്തിൽ അട്ടഹസിച്ചു. "അവർ ഒരു സോഷ്യലിസ്റ്റിനെ പിടികൂടി!"

മദ്യം തലയ്ക്കു പിടിച്ചു കഴിഞ്ഞാൽ വലിയ ഒച്ചപ്പാടുണ്ടാക്കുകയും ഉറക്കെ അട്ടഹസിക്കുകയും പോലീസുകാരും വണ്ടിക്കാരുമായി കലഹിക്കുകയും പാട്ടുപാടുകയും തൊള്ള തുറന്നു ചിരിക്കുകയും ചെയ്യുകയെന്നത് കോസ്ത്യയുടെ ഒരു പതിവായിരുന്നു.

"പ്രകൃതി! നിന്നെ ചെകുത്താൻ പിടിക്കട്ടെ!" അയാൾ അലറി.

"അപ്പോഴെ," യാർത്സെവ് ശകാരിച്ചു,

"ദയവുചെയ്ത് ഒന്നു നിർത്ത്."

താമസിയാതെ അവരുടെ കണ്ണുകൾ ഇരുട്ടുമായി പഴകി. ഉയരം കൂടിയ പൈൻ മരങ്ങളുടേയും കമ്പിത്തൂണുകളുടേയും രൂപങ്ങൾ പ്രത്യക്ഷപ്പെടാൻ തുടങ്ങി. മോസ്കോയിലെ റെയിൽവെ സ്റ്റേഷനുകളിൽ ഇടയ്ക്കിടെ ഒരെഞ്ചിൻ കൂവി വിളിക്കുന്നതും ടെലഗ്രാഫ് കമ്പികൾ നേരിയ ശബ്ദത്തിൽ മൂളിക്കൊണ്ടിരിക്കുന്നതും കേൾക്കാമായിരുന്നു.

പക്ഷേ കാട്ടിൽനിന്നു യാതൊരു ശബ്ദവും കേട്ടില്ല. പ്രൗഢഗംഭീരവും നിഗൂഢവുമായ എന്തോ ഒന്ന് ആ നിശ്ശബ്ദതയിൽ അന്തർലീനമായിരുന്നു. പൈൻവൃക്ഷങ്ങളുടെ തലപ്പുകൾ മാനത്തു മുട്ടുന്നതുപോലെ തോന്നി. ആ സ്നേഹിതന്മാർ അവർക്കു പോകേണ്ട വഴി കണ്ടുപിടിക്കുകയും അതിലേക്കു തിരിയുകയും ചെയ്തു. അവിടെ ഇരുട്ട് പൂർണ്ണമായിരുന്നു. നക്ഷത്രഖചിതമായ ആകാശത്തിന്റെ നേരിയ ശകലവും കാൽച്ചുവട്ടിലെ പതിഞ്ഞ മണ്ണും മാത്രമാണ് അവർ നേരായ വഴിയിലൂടെയാണു പോകുന്നതെന്നതിന് ഉറപ്പു നൽകിയത്. അവർ ഒന്നും മിണ്ടാതെ ഒപ്പം നടന്നു. ഇരുട്ടിൽ ആരോ തങ്ങളുടെ നേർക്കു നടന്നുവരുന്നതായി രണ്ടുപേർക്കും തോന്നി. മദ്യത്തിന്റെ ലഹരി മാഞ്ഞുതുടങ്ങി. പ്രാചീനമോസ്കോയിലെ സാർ ചക്രവർത്തിമാരുടേയും പ്രഭുക്കന്മാരുടേയും മതാധിപന്മാരുടേയും പ്രേതങ്ങൾ ഒരു പക്ഷേ ഈ കാട്ടിൽ അലഞ്ഞുതിരിയുന്നുണ്ടാവുമെന്ന് യാർത്സെവിനു തോന്നി. കോസ്ത്യയോട് അതേപ്പറ്റി പറയണമെന്ന് ആഗ്രഹിച്ചെങ്കിലും പിന്നീടയാൾ അത് വേണ്ടെന്നുവച്ചു.

അവർ നഗരത്തിന്റെ പ്രാന്തപ്രദേശത്തെത്തിയപ്പോഴേക്കും നേരം പരപരാ വെളുത്തു തുടങ്ങിയിരുന്നു. വില കുറഞ്ഞ ഗ്രാമീണവസതികളും മദ്യശാലകളും തടിടിപ്പോകളും കടന്ന് അവർ റെയിൽവെപ്പാലത്തിനടിയിലെത്തി. അവിടെ ലിൻഡൻപൂക്കളുടെ പരിമളം കലർന്ന ഈർപ്പമുള്ള കാറ്റ് അവരെ തഴുകി. അവിടന്നവർ നീണ്ടു വിശാലമായ റോഡിൽ കയറി. വിജനവും ഇരുൾ മൂടിയതുമായിരുന്നു അത്..... അവർ ചെമ്പൻകുളത്തിലെത്തിയപ്പോഴേക്കും നേരം വെളുത്തു കഴിഞ്ഞിരുന്നു.

“മോസ്കോ ഇനിയും എത്രയോ ദുരിതം സഹിക്കേണ്ടതായിട്ടാണിരിക്കുന്നത്,” അലെക്സേയെവ്സ്കി മഠത്തിനടുത്തുകൂടി പോകുമ്പോൾ യാർത്സെവ് പറഞ്ഞു.

“നിങ്ങളെന്താണങ്ങനെ പറയാൻ കാരണം?”

“എന്തോ, എനിക്കറിഞ്ഞുകൂടാ. ഞാൻ മോസ്കോയെ സ്നേഹിക്കുന്നു.”

യാർത്സെവും കോസ്ത്യയും രണ്ടുപേരും മോസ്കോക്കാരല്ലായിരുന്നു; അവരതിനെ സ്നേഹിച്ചു. മറ്റെല്ലാ നഗരങ്ങളെപ്പറ്റിയും എന്തുകൊണ്ടോ അവർക്കു ചീത്ത അഭിപ്രായമായിരുന്നു. മോസ്കോ അസാമാന്യമായ

ഒരു നഗരവും റഷ്യ അസാമാന്യമായ ഒരു നാടുമാണെന്നായിരുന്നു അവരുടെ ഉറച്ച ബോദ്ധ്യം. ക്രൈമിയയിലോ കോക്കസസ്സിലോ വിദേശത്തോ ആയിരിക്കുമ്പോൾ അവർക്ക് മടുപ്പും അസ്വാസ്ഥ്യവും അനുഭവപ്പെട്ടു. മോസ്കോയിലെ അപ്രസന്നമായ കാലാവസ്ഥയോളം ആരോഗ്യകരവും ഉന്മേഷജനകവുമായ ഒന്നില്ലെന്നവർ വിശ്വസിച്ചു. ജനാലയ്ക്കു നേരെ തണുപ്പുള്ള മഴ ആഞ്ഞടിക്കുകയും നേരത്തെ സന്ധ്യ യാവുകയും വീടുകളുടേയും പള്ളികളുടേയും ചുവരുകൾ മ്ലാനമായ തവിട്ടുനിറം പൂണ്ടിരിക്കുകയും പുറത്തിറങ്ങുമ്പോൾ എന്തു ധരിക്കണ മെന്നു നിശ്ചയമില്ലാതിരിക്കുകയും ചെയ്യുന്ന ദിവസങ്ങൾ അവർക്ക് ഉല്ലാസകരമായിട്ടാണ് തോന്നിയിരുന്നത്.

അവസാനം അവർ സ്റ്റേഷനിലെത്തി ഒരു വണ്ടി പിടിച്ചു.

"യുഞാൻ വാസ്തവത്തിലൊരു ചരിത്രനാടകമെഴുതിയാലെന്താ?" യാർത്സെവ് പറഞ്ഞു.

"ഞാൻ വാസ്തവത്തിലൊരു ചരിത്രനാടകമെഴുതിയാലെന്താ? യാർത്സെവ് പറഞ്ഞു.

"പക്ഷേ ലപ്പുനോവ്മാരും ഗൊദുനോവ്മാരുമൊന്നും വേണ്ട[8]. യറൊസ്ലാവ് ഘട്ടത്തിൽനിന്നോ മൊനൊമാഹ് ഘട്ടത്തിൽനിന്നോ പുതുതായ എന്തെങ്കിലുമായിരിക്കണമത്.[9] പീമെന്റെ ആത്മഗതം[10] ഒഴികെ എല്ലാ റഷ്യൻ ചരിത്രനാടകങ്ങളും ഞാൻ വെറുക്കുന്നു. റഷ്യയെ സംബന്ധിക്കുന്ന സർവ്വതും അസാമാന്യമാംവണ്ണം

8 ബൊറീസ് ഗൊദുനോവ്-1598-1605-ലെ പോളിഷ് ആക്രമണത്തെപ്പോലു ള്ള കുഴപ്പം നിറഞ്ഞ കാലഘട്ടത്തിലെ റഷ്യയുടെ സാർ. പ്രൊക്കോപ്പിയ് ലപ്പുനോവ്- ഒരു റിയസാൻ പ്രഭു. 17-ാം നൂറ്റാണ്ടിന്റെ ആരംഭത്തിൽ നടന്ന പോളിഷ് ആക്രമണകാലത്ത് ഇദ്ദേഹം ജനങ്ങളുടെ സന്നദ്ധസംഘത്തിനു നേതൃത്വം നൽകി. പത്തൊമ്പതാം നൂറ്റാണ്ടിലെ റഷ്യൻ നാടകങ്ങൾ പലപ്പോഴും ഈ ചരിത്രപുരുഷന്മാരെക്കുറിച്ചുള്ളതായിരുന്നു. താനെഴുതാൻ ഉദ്ദേ ശിക്കുന്ന നാടകത്തിന്റെ പുതുമയും അന്യാദൃശത്വവും ഊന്നാൻ യാർത്സെവ് ആഗ്രഹിക്കുന്നു. -എഡിറ്റർ

9 വിവേകശാലിയായ യറൊസ്ലാവ്-പ്രാചീന റഷ്യയിലെ ഒരു പ്രമുഖ രാജ്യതന്ത്ര ജ്ഞൻ. കീവിലെ ഗ്രാൻഡ്ഡ്യൂക്ക് (978-1054). വ്ളദീമീർ മൊനോമാഹ് (1053-1125)-കീവിലെ ഗ്രാൻഡ്ഡ്യൂക്ക്; റഷ്യയുടെ ഐക്യം പുനസ്ഥാപിക്കുന്നതിനുവേ ണ്ടി പൊരുതിക്കൊണ്ട് ചരിത്രത്തിൽ ഒരു പ്രധാനപങ്കു വഹിക്കുകയുണ്ടായി. പഴക്കം കൂടിയതും പ്രചാരം കുറഞ്ഞതുമായ വസ്തുതകളാണു ചരിത്രനാടകത്തിനു കൂടുതൽ പറ്റിയതെന്നു യാർത്സെവ് കരുതുന്നു. - എഡിറ്റർ.

10 പീമെന്റെ ആത്മഗതം - പുഷ്കിന്റെ "ബൊറീസ് ഗോദുനോവ്" എന്ന നാടക ത്തിൽ പീമെൻ എന്ന ചരിത്രകാരൻ നടത്തുന്ന ആത്മഗതത്തെയാണ് ഇവിടെ സൂചിപ്പിക്കുന്നത്- എഡിറ്റർ.

കഴിവുറ്റതും ആകർഷകവുമാണെന്ന പ്രതീതിയാണ് ചരിത്രപ്രമാണങ്ങളും റഷ്യൻ ചരിത്രപുസ്തകങ്ങൾ പോലും വായിച്ചാൽ ഉണ്ടാവുക. എന്നാൽ ഒരു ചരിത്രനാടകം കാണുമ്പോൾ, കഴമ്പില്ലാത്തതും അനാരോഗ്യകരവും പുതുമയില്ലാത്തതുമായ ഒന്നാണു റഷ്യൻ ജീവിതമെന്ന് എനിക്കു തോന്നിത്തുടങ്ങുന്നു."

ദ്മിത്രോവ്ക്കയുടെ അടുത്തുവച്ച് സ്നേഹിതന്മാർ യാത്ര പറഞ്ഞു പിരിഞ്ഞു. യാർത്സെവ് നികീത്സ്കയ തെരുവിലുള്ള തന്റെ വീട്ടിലേക്കു വണ്ടിയിൽ യാത്ര തുടർന്നു.

അയാൾ സീറ്റിലിരുന്ന് ഉറക്കം തൂങ്ങുകയും വണ്ടി കുട്ടുങ്ങുന്നതനുസരിച്ച് രണ്ടു വശത്തേക്കും ആടുകയും ചെയ്തു. താനെഴുതാൻ പോകുന്ന നാടകത്തെക്കുറിച്ച് ആലോചിക്കുകയായിരുന്നു അയാൾ. പെട്ടെന്ന് ഭയാനകമായ ഒരു ശബ്ദം കേട്ടപോലെ അയാൾക്കു തോന്നി. ആയുധങ്ങൾ കൂട്ടിമുട്ടുന്നതും ഏതോ അപരിചിതഭാഷയിൽ(ഒരു പക്ഷേ കാൽമിക്ക് ഭാഷയായിരിക്കും) ആളുകൾ ആർത്തുവിളിക്കുന്നതും അയാൾ കണ്ടു. തീയിൽ മഞ്ഞളിച്ചിരുന്ന പൊടിമഞ്ഞുകൊണ്ടു മൂടിയ ചുറ്റുമുള്ള വനങ്ങൾ, ഓരോ കൊച്ചു ഫെർമരവും വെവ്വേറെ കാണത്തക്കവണ്ണം, അത്ര വ്യക്തമായി കാണപ്പെട്ടു. ക്രൗര്യം നിറഞ്ഞയാളുകൾ കുതിരപ്പുറത്തും അല്ലാതെയും ആ ഗ്രാമത്തിലൂടെ പാഞ്ഞു നടന്നു. ആളുകളുടേയും കുതിരകളുടേയും നിറം ആകാശം പോലെതന്നെ മഞ്ഞളിച്ചിരുന്നു.

"പോളൊവ്ത്സി[11]യായിരിക്കും," യാർത്സെവ് വിചാരിച്ചു.

ഭയാനകവും രക്തരൂക്ഷിതവുമായ മുഖത്തോടും പൊള്ളലേറ്റ ശരീരത്തോടും കൂടിയ ഒരു വൃദ്ധനായിരുന്നു അവരിലൊരാൾ. അയാൾ വെളുത്ത റഷ്യൻമുഖമുള്ള ഒരു യുവതിയെ തന്റെ കുതിരപ്പുറത്തു വച്ചു കെട്ടുകയായിരുന്നു. വൃദ്ധൻ എന്തെല്ലാമോ ഉറക്കെ വിളിച്ചു പറയുന്നുണ്ടായിരുന്നു. ആ യുവതിയാകട്ടെ വിഷാദപൂർണ്ണവും ചിന്താമഗ്നവുമായ കണ്ണുകളോടെ മുമ്പിലേക്കു തുറിച്ചു നോക്കിക്കൊണ്ടിരുന്നു.... യാർത്സെവ് ഉറക്കത്തിൽനിന്നും ഉണർന്നു.

"എന്റെ ഓമനേ, ഏറ്റവും പ്രിയപ്പെട്ട ഓമനേ, ഏറ്റവും പ്രിയപ്പെട്ട ഓമനേ,' "അയാൾ മൂളിപ്പാട്ടു പാടി.

വണ്ടിക്കാരനു പണം കൊടുത്തശേഷം അയാൾ മുകളിലുള്ള തന്റെ

11 പോളൊവ്ത്സി - 11-13 നൂറ്റാണ്ടുകളിൽ പ്രാചീന റഷ്യയുടെ സമീപപ്രദേശങ്ങളിൽ നിവസിച്ചിരുന്ന നാടോടിവർഗ്ഗങ്ങൾ-എഡിറ്റർ.

മുറികളിലേക്കു കയറിപ്പോയി. പക്ഷേ അയാൾക്ക് അപ്പോഴും മുമ്പു കണ്ട സ്വപ്നം ആട്ടിപ്പായിക്കാൻ കഴിഞ്ഞില്ല. തീജ്വാലകൾ ഗ്രാമം മുഴുവനും പടർന്നു പിടിക്കുന്നതും കാട് പുകഞ്ഞു ചീറിക്കത്തുന്നതും ഒരു കൂറ്റൻ കാട്ടുപന്നി പേടിച്ചു വിരണ്ട് ഗ്രാമത്തിലൂടെ പാഞ്ഞുപോകുന്നതും അയാൾ കണ്ടു. ... കുതിരപ്പുറത്തു ബന്ധിച്ചിരുന്ന ആ പെൺകിടാവാകട്ടെ മുമ്പോട്ടുതന്നെ നോക്കിക്കൊണ്ടിരുന്നു.

അയാൾ മുറിയിൽ പ്രവേശിച്ചപ്പോൾ നേരം നല്ലവണ്ണം വെളുത്തിരുന്നു. മേശപ്പുറത്ത് തുറന്നുവച്ച ഒരു സംഗീതപുസ്തകത്തിനടുത്ത് കത്തിച്ചുവച്ചിരുന്ന രണ്ടു മെഴുകുതിരികൾ കെടാറായി. കറുത്ത വസ്ത്രം ധരിച്ചിരുന്ന റസ്സദിന കയ്യിൽ ഒരു പത്രം പിടിച്ചുകൊണ്ട് സോഫയിൽ ഗാഢനിദ്രയിലാണ്ടു കിടക്കുകയാണ്. അവൾ അയാളെ കാത്ത് ദീർഘനേരം പിയാനൊ വായിച്ചുകൊണ്ടിരുന്ന് ഉറങ്ങിപ്പോയതാണെന്നു വ്യക്തമായിരുന്നു.

"പാവം, ക്ഷീണിച്ചിരിക്കും," അയാൾ വിചാരിച്ചു.

പത്രം പതുക്കെ അവളുടെ കയ്യിൽനിന്നു മാറ്റി അയാൾ അവളെ ഒരു കമ്പിളിപ്പുതപ്പുകൊണ്ടു പുതപ്പിച്ചു. മെഴുകുതിരി ഊതിക്കെടുത്തിയതിനുശേഷം തന്റെ ശയനമുറിയിലേക്കു പോയി. ഉറങ്ങാൻ കിടക്കുമ്പോഴും ചരിത്രനാടകത്തെപ്പറ്റിയായിരുന്നു അയാളുടെ ചിന്ത. "എന്റെ ഓമനേ, എത്രയും പ്രിയപ്പെട്ട ഓമനേ" എന്ന ഗാനം അയാളുടെ കാതിൽ മുഴങ്ങിക്കൊണ്ടിരുന്നു.

രണ്ടു ദിവസം കഴിഞ്ഞ് ലാപ്തെവ് ഏതാനും മിനിട്ടു നേരത്തേക്ക് അവിടെ വരികയുണ്ടായി. ലീദയ്ക്കു ഡിഫ്തീരിയ പിടിപെട്ടെന്നും അവളിൽനിന്ന് അത് യൂലിയ സെർഗേയെവ്നയ്ക്കും കുഞ്ഞിനും പകർന്നുവെന്നും അയാൾ പറഞ്ഞു. ലീദയും യൂലിയയും സുഖം പ്രാപിച്ചുവരുന്നുണ്ടെങ്കിലും കുഞ്ഞു മരിച്ചുപോയെന്നും ലാപ്തെവും കുടുംബവും പട്ടണത്തിലേക്കു തിടുക്കത്തിൽ മടങ്ങിയെന്നും അഞ്ചുദിവസംകൂടി കഴിഞ്ഞ് യാർത്സെവ് കേട്ടു.

XIV

അടുപ്പിച്ചു കുറെനേരം വീട്ടിലിരിക്കുകയെന്നത് ലാപ്തെവിന് അസഹ്യമായിത്തോന്നി. കുട്ടികളെ പഠിപ്പിക്കണമെന്ന കാരണം പറഞ്ഞുകൊണ്ട് അയാളുടെ ഭാര്യ പലപ്പോഴും വീടിന്റെ മറ്റേ വശത്തേക്കു പോകുമായിരുന്നു. പക്ഷേ കോസ്ത്യയുടെ മുറിയിൽ പ്പോയിരുന്നു കരയാനാണ് അവൾ പോകുന്നതെന്ന് അയാൾക്കറിയാമായിരുന്നു. കുഞ്ഞു മരിച്ച ഒമ്പതാം പക്കവും ഇരുപതാംപക്കവും നാല്പതാംപക്കവും അവർക്ക് സ്മാരകച്ചടങ്ങിൽ പങ്കുകൊള്ളാൻവേണ്ടി അലെക്സേയെവ്സ്കിയ് സെമിത്തേരിയിൽ പോകേണ്ടി വന്നു. ലാപ്തെവിനെ സംബന്ധിച്ചിടത്തോളം ശോകപ്രകടനത്തിന്റെ നീണ്ട ദിവസങ്ങളാണ് ആ പിന്നീടങ്ങോട്ടുണ്ടായിരുന്നത്. ആ ദിവസങ്ങളിൽ ഒരേയൊരു ചിന്ത അയാളുടെ നിർഭാഗ്യശിശുവിനെക്കുറിച്ചായിരുന്നു. നിരർത്ഥകമായ എന്തെല്ലാം കാര്യങ്ങൾ ഭാര്യയെ സമാശ്വസിപ്പിക്കാൻവേണ്ടി അയാൾക്കു പറയേണ്ടി വന്നു. അയാളിപ്പോൾ അപൂർവ്വമായി മാത്രമേ പണ്ടകശാലയിൽ പോയിരുന്നുള്ളൂ. അയാൾക്കിപ്പോൾ താല്പര്യം പരോപകാരം ചെയ്യുന്നതിലായിരുന്നു. സമയം പോകാൻ അയാൾ പല പണികളും കണ്ടുപിടിച്ചു. എന്തെങ്കിലും ഒരു നിസ്സാര ആവശ്യത്തിനുവേണ്ടി ദിവസം മുഴുവൻ വണ്ടിയോടിച്ചു നടക്കാൻ ഏത് ഒഴികഴിവും അയാൾ സ്വാഗതം ചെയ്തു. സത്രങ്ങളെക്കുറിച്ച് ഒരു പഠനം നടത്താൻവേണ്ടി അയാൾ വിദേശത്തു പോകുന്നതിനെക്കുറിച്ച് പ്ലാനിടുകയായിരുന്നു. ഇപ്പോൾ

അതായിരുന്നു അയാളുടെ മനസ്സിൽ ഏറ്റവും മുന്നിട്ടുനിന്ന ചിന്ത.

അന്നൊരു ശരൽക്കാലദിവസം ആയിരുന്നു. യൂലിയ കരയാൻ വേണ്ടി വീടിന്റെ മറ്റേ ഭാഗത്തേക്ക് ഇപ്പോൾ പോയതേയുള്ളൂ. എങ്ങോട്ടു പോകണമെന്നാലോചിച്ചുകൊണ്ട് ലാപ്തെവ് പഠനമുറിയിലെ സോഫയിൽ കിടക്കുകയായിരുന്നു. അപ്പോഴാണ് റസ്സൂദിന വന്ന വിവരം പ്യോത്തർ അറിയിച്ചത്. ലാപ്തെവ് സന്തുഷ്ടനായി. അയാൾ ചാടിയെഴുന്നേറ്റ് പ്രതീക്ഷിക്കാതെ വന്ന സന്ദർശകയെ കാണാൻ തിടുക്കത്തിൽ പോയി. തന്റെ മുമ്പിലത്തെ കാമുകിയെപ്പറ്റി അയാൾ ഈയിടെ ചിന്തിക്കാറേയുണ്ടായിരുന്നില്ല. അവർ തമ്മിൽ അവസാനത്തെ രാത്രി പിരിഞ്ഞപ്പോഴത്തെപ്പോലെതന്നെയാണ് അവളിപ്പോഴും ഇരുന്നിരുന്നത്.

"പൊലീന!" അവളുടെ നേർക്കു കൈ നീട്ടിക്കൊണ്ട് അയാൾ പറഞ്ഞു. "കണ്ടിട്ട് കാലം കുറെയായല്ലൊ! നിന്നെ കണ്ടതിൽ എനിക്കെത്രമാത്രം സന്തോഷമുണ്ടെന്നു നിനക്കൂഹിക്കാൻ വയ്യ! അകത്തു വാ!"

റസ്സൂദിന അയാളുടെ കൈ ഒരു നിമിഷം പിടിച്ചുകുലുക്കിയശേഷം കോട്ടോ തൊപ്പിയോ മാറ്റാതെ നേരെ അയാളുടെ പഠനമുറിയിൽച്ചെന്ന് ഇരിപ്പുറപ്പിച്ചു.

"നിങ്ങളുടെ കുറച്ചു സമയം മാത്രമേ ഞാനെടുക്കുകയുള്ളൂ," അവൾ പറഞ്ഞു. നിങ്ങളോടു വർത്തമാനം പറഞ്ഞിരിക്കാൻ എനിക്കു നേരമില്ല. പക്ഷേ ദയവായി അവിടെയിരുന്ന് ഞാൻ പറയുന്നതൊന്നു ശ്രദ്ധിക്കൂ. നിങ്ങൾക്കെന്നെ കണ്ടതിൽ സന്തോഷമുണ്ടെങ്കിലും ഇല്ലെങ്കിലും എനിക്കൊരു ചുക്കുമില്ല. കാരണം, പുരുഷന്മാരുടെ ദയാദാക്ഷിണ്യങ്ങൾക്കു ഞാൻ യാതൊരു വിലയും കല്പിക്കുന്നില്ല. ഞാൻ അഞ്ചിടത്തു കയറി, ഒരിടത്തും ഒരു പ്രയോജനവുമുണ്ടായില്ല, കാര്യം അടിയന്തിരമാണുതാനും. അതുകൊണ്ടു മാത്രമാണ് ഞാൻ നിങ്ങളുടെയടുത്തേക്കു വന്നത്. ഇതു കേൾക്കൂ," അയാളുടെ കണ്ണിലേക്കുതന്നെ നോക്കിക്കൊണ്ട് അവൾ തുടർന്നു. "എന്റെ പരിചയത്തിൽ അഞ്ചു വിദ്യാർത്ഥികളുണ്ട്. അവർ വിവേകശൂന്യരും പിടിപ്പില്ലാത്തവരുമായിരിക്കാം. പക്ഷേ പാവങ്ങളാണെന്നതിനു സംശയമില്ല. ഇതേവരെ ഫീസു കൊടുക്കാത്തതുകൊണ്ട് അവരെ പുറത്താക്കാൻ പോവുകയാണ്. നിങ്ങൾ ധനികനായതുകൊണ്ട്

സർവ്വകലാശാലയിൽ ഉടൻ പോയി അവരുടെ ഫീസു കൊടുക്കാൻ ബാദ്ധ്യസ്ഥനാണ്."

"ഞാൻ സസന്തോഷം അതു ചെയ്യാം, പൊലീന."

"ഇതാണവരുടെ പേരുകൾ," ഒരു തുണ്ടു കടലാസ് അയാളുടെ നേരെ നീട്ടിക്കൊണ്ട് അവൾ പറഞ്ഞു. 'ഉടനെ പോകൂ. ഗാർഹിക സുഖം നിങ്ങൾക്കു പിന്നീടാസ്വദിക്കാം."

ആ നിമിഷത്തിൽ വിരുന്നുമുറിയിലേക്കുള്ള കതകിന്റെ പിന്നിൽ നേരിയൊരു മർമ്മരശബ്ദം കേട്ടു. ഒരു പക്ഷേ ഒരു പട്ടി ദേഹം ചൊറിഞ്ഞതായിരിക്കാം. റസ്സുദിന തുടുത്ത മുഖത്തോടെ ചാടിയെഴുന്നേറ്റു.

"നിങ്ങളുടെ ഭാര്യ ഒളിച്ചിരുന്നു കേൾക്കുകയാണ്," അവൾ പറഞ്ഞു. "എത്ര ജുഗുപ്സാവഹം!"

യൂലിയയെ ഇങ്ങനെ അധിക്ഷേപിക്കുന്നതു ലാപ്തെവിനു സഹിച്ചില്ല.

"അവളിവിടെയില്ല." അയാൾ പറഞ്ഞു.

"അവൾ വീടിന്റെ മറ്റേ വശത്താണ്. ദയവായി അവളെപ്പറ്റി ഇതുപോലെ സംസാരിക്കരുത്. ഈയിടെ മാത്രമാണു ഞങ്ങളുടെ കുട്ടി മരിച്ചത്. അവൾ വളരെ വ്യസനിച്ചിരിക്കുകയാണ്."

"നിങ്ങൾക്കവളെ സമാധാനിപ്പിക്കാമല്ലൊ," വീണ്ടുമിരുന്നുകൊണ്ട് റസ്സുദിന പരിഹാസപൂർവ്വം പറഞ്ഞു. "അവൾക്കൊരു ഡസൻ കുട്ടികൾ കൂടിയുണ്ടാവും. പ്രസവിക്കാൻ ബുദ്ധിയുടെ ആവശ്യമില്ല."

വളരെവളരെക്കാലം മുമ്പ് ഇങ്ങനെയേതോ ഒന്ന് പലവുരു കേട്ടിട്ടുള്ളതായി ലാപ്തെവ് ഓർമ്മിച്ചു. ഒരു നിമിഷനേരത്തേക്ക് കഴിഞ്ഞ കാലത്തെക്കുറിച്ചുള്ള - തനിക്കു ചെറുപ്പമാണെന്നും തനിക്കു ചെയ്യാൻ വയ്യാത്തതായിട്ടൊന്നുമില്ലെന്നും അയാൾക്കു തോന്നിയിരുന്നു. ഭാര്യയോടുള്ള സ്നേഹമോ കുട്ടിയെക്കുറിച്ചുള്ള ഓർമ്മകളോ ഇല്ലാതിരുന്ന, ആ അവിവാഹിതജീവിതത്തിന്റെ സ്വച്ഛന്ദകാലത്തെക്കുറിച്ചുള്ള- മധുരസ്മരണകൾ അയാളിൽ തിങ്ങിവന്നു.

"നമുക്കൊന്നിച്ചിറങ്ങാം," കൈകാലുകൾ നിവർത്തിക്കൊണ്ട് അയാൾ പറഞ്ഞു.

ലാപ്തെവ് സർവ്വകലാശാലയുടെ ആഫീസിൽപ്പോയ സമയം. റസ്സുദിന വെളിയിൽ കാത്തുനിന്നു.

“ഇനിയെങ്ങോട്ടാണ്?” തിരിച്ചുവന്ന് അഞ്ചു രസീതുകൾ അവളെ ഏല്പിച്ചുകൊണ്ട് അയാൾ ചോദിച്ചു.

“യാർത്സെവിന്റെ അടുത്തേക്ക്.”

“ഞാനും കൂടെ വരാം.”

“അദ്ദേഹം ജോലി ചെയ്യുകയാണ്. നിങ്ങൾ അദ്ദേഹത്തെ ശല്യപ്പെടുത്തുകയില്ലെന്നു വാക്കു തരാം!” അവളെ അപേക്ഷാഭാവത്തിൽ നോക്കിക്കൊണ്ട് അയാൾ പറഞ്ഞു.

വിലാപസൂചകമെന്നപോലെ ക്രേപ്പ് പിടിപ്പിച്ച ഒരു കറുത്ത തൊപ്പിയും തുറന്നുകിടക്കുന്ന പോക്കറ്റുകളോടുകൂടിയ വൃത്തിഹീനമായ ഒരു ചെറിയ കോട്ടുമാണ് അവൾ ധരിച്ചിരുന്നത്. അവളുടെ മൂക്കിന് മുമ്പിലത്തെക്കാളെല്ലാം നീളം വച്ചതായി അയാൾക്കു തോന്നി. കഠിനമായ തണുപ്പുണ്ടായിട്ടും അവളുടെ മുഖം ഒട്ടും ചുവന്നിരുന്നില്ല. അവൾ പറയുന്നത് അനുസരിക്കുകയും അവളുടെ പരാതികൾ കേൾക്കുകയും ചെയ്തുകൊണ്ട് അവളുടെ പിന്നാലെ വിനീതനായി നടക്കുന്നതിൽ ലാപ്തെവിന് സന്തോഷം തോന്നി. ഇത്രയേറെ അനാകർഷകയും അസ്ഥിമാത്രയും അസ്വസ്ഥയുമായിരുന്നിട്ടും, ചേർച്ചയില്ലാത്ത വസ്ത്രങ്ങളും കോതിയോതുക്കാത്ത തലമുടിയും ചന്തം കെട്ട രൂപവുമെല്ലാമുണ്ടായിരുന്നിട്ടും ഒരു പ്രത്യേകാവശ്യതയുണ്ടായിരുന്ന ഈ സ്ത്രീയുടെ ആത്മബലത്തെപ്പറ്റി അത്ഭുതപ്പെട്ടുകൊണ്ടാണ് അയാൾ നടന്നത്.

അവർ യാർത്സെവിന്റെ വസതിയിൽ പ്രവേശിച്ചത് അടുക്കളയിലേക്കുള്ള പിൻവാതിലിൽക്കൂടിയാണ്. പാചകക്കാരി അവിടെ വച്ച് അവരെ കണ്ടു. ശുചിയായ വസ്ത്രവും നരച്ച തലമുടിച്ചുരുളുകളുമുള്ള ഒരു ചെറിയ വൃദ്ധയായിരുന്നു അവർ. സന്ദർശകരെ കണ്ട മാത്രയിൽ അവരാകെ കുഴങ്ങി.

“ദയവായി ഇതിലെ വരൂ.” മധുരമായ പുഞ്ചിരിയോടെ അവർ പറഞ്ഞു. ആ പുഞ്ചിരി അവരുടെ കൊച്ചുമുഖത്തിന് ഒരു മധുരപലഹാരത്തിന്റെ പ്രതീതി ഉളവാക്കി.

യാർത്സെവ് വീട്ടിലുണ്ടായിരുന്നില്ല. റസ്സൂദിന പിയാനൊയുടെ അടുത്തു ചെന്നിരുന്ന് വിരസവും വിഷമകരവുമായ അഭ്യാസങ്ങൾ ശീലിക്കാൻ തുടങ്ങി. തന്നെ ശല്യപ്പെടുത്തരുതെന്ന് അവൾ ലാപ്തെവിന് മുന്നറിയിപ്പു നൽകി. അയാൾ അവളോടു

സംസാരിക്കാൻ യാതൊരു ശ്രമവും നടത്തിയില്ല. പകരം ഒരു കോണിൽ പോയിരുന്ന് "യൂറോപ്യൻ ഹെറാൾഡ്" മറിച്ചുനോക്കിക്കൊണ്ടിരുന്നു. രണ്ടു മണിക്കൂർ നേരത്തെ അഭ്യാസത്തിനുശേഷം- അവൾക്ക് ഒരു ദിവസം ചെയ്യേണ്ടത് അത്രയാണ്- അവൾ അടുക്കളയിൽ ചെന്നിരുന്നു വേഗം ഭക്ഷണം കഴിച്ച് ട്യൂഷൻ കൊടുക്കാൻ വേണ്ടി ഇറങ്ങി. ലാപ്തെവ് ഏതോ ഒരു നോവലിന്റെ തുടർച്ച വായിച്ചുകൊണ്ടിരുന്നു. പിന്നീടു ദീർഘനേരം ഒന്നും വായിച്ചില്ല. അയാൾക്ക് അല്പവും മടുപ്പു തോന്നിയില്ല. ഭക്ഷണത്തിനുവേണ്ടി വീട്ടിൽ പോകാൻ നേരം വൈകിയതിൽ അയാൾക്കു സന്തോഷമേ തോന്നിയുള്ളൂ.

യാർത്സെവിന്റെ ഉച്ചത്തിലുള്ള 'ഹോ ഹോ' ശബ്ദം ഹാളിൽ കേട്ടു. തുടുത്ത കവിളുകളോടുകൂടി, നല്ല ആരോഗ്യവും ഊർജ്ജസ്വലതയും ദ്യോതിപ്പിച്ചുകൊണ്ടാണ് അയാൾ കയറി വന്നത്. തിളങ്ങുന്ന ബട്ടനുകളുള്ള, പുതിയൊരു ഫ്രോക്ക് കോട്ട് അയാൾ ധരിച്ചിരുന്നു. "ഹോ! ഹോ! ഹോ!"

രണ്ടു സ്നേഹിതന്മാരും ഒന്നിച്ചു ഭക്ഷണം കഴിച്ചു. ഭക്ഷണത്തിനുശേഷം ലാപ്തെവ് സോഫയിൽ നീണ്ടുനിവർന്നു കിടന്നു. യാർത്സെവ് അയാളുടെയടുത്തിരുന്ന് ഒരു സിഗരറ്റു കൊളുത്തി. നേരം ഇരുട്ടിത്തുടങ്ങിയിരുന്നു.

"എനിക്കു വയസ്സായി വരികയാണെന്നു തോന്നുന്നു." ലാപ്തെവ് പറഞ്ഞു. "എന്റെ സഹോദരി നീന മരിച്ചതുമുതൽ പലപ്പോഴും മരണത്തെക്കുറിച്ചുള്ള ചിന്ത എന്റെ മനസ്സിൽ കടന്നുകൂടാറുണ്ട്."

അവർ മരണത്തെക്കുറിച്ചും ആത്മാവിന്റെ അനശ്വരതയെക്കുറിച്ചും സംസാരിച്ചു. വീണ്ടും ജീവൻ വച്ച് ചൊവ്വയിലേക്കോ മറ്റോ പോയി അലസമായും സന്തോഷമായും എന്നെന്നേക്കും കഴിയുകയും ഏതെങ്കിലും അഭൗമരൂപത്തിൽ ചിന്തിക്കാനുള്ള സ്വാതന്ത്ര്യം ലഭിക്കുകയും ചെയ്താൽ അതെത്രമാത്രം അഭികാമ്യമായിരിക്കുമെന്നതിനെപ്പറ്റി അവർ സംസാരിച്ചു.

"എന്നാലും ഞാൻ മരിക്കാനിഷ്ടപ്പെടുന്നില്ല," യാർത്സെവ് സൗമ്യമായി പറഞ്ഞു.

"മരണം അഭികാമ്യമാണെന്ന് ഒരു തത്വശാസ്ത്രത്തിനും എന്നെ ബോദ്ധ്യപ്പെടുത്താനാവില്ല. സർവ്വതിന്റെയും അവസാനമായിട്ടാണ്

ഞാനതിനെ കാണുന്നത്. ഞാൻ ജീവിക്കാനാഗ്രഹിക്കുന്നു."

"നിങ്ങൾ ജീവിതത്തെ സ്നേഹിക്കുന്നുണ്ടോ?"

"ഉവ്വ്, സ്നേഹിക്കുന്നുണ്ട്."

"എന്റെ കാര്യം പറഞ്ഞാൽ, അതെനിക്കു തന്നെ മനസ്സിലാകുന്നില്ല. കടുത്ത നൈരാശ്യവും തികഞ്ഞ ഉദാസീനതയും എന്നെ നിരന്തരമായി അങ്ങോട്ടുമിങ്ങോട്ടും പിടിച്ചു വലിക്കുകയാണ്. ഞാനൊരു ഭീരുവാണ്. എനിക്ക് എന്നെപ്പറ്റിത്തന്നെ വിശ്വാസമില്ല. എന്റെ മനസ്സാക്ഷിക്ക് ഉറപ്പില്ല. ജീവിതവുമായി പൊരുത്തപ്പെട്ടുപോവുകയും എന്റെ സ്വന്തം ഭാഗധേയത്തിന്റെ നാഥനാവുകയും ചെയ്യാൻ ഞാൻ തീരെ അശക്തനാണ്. മറ്റുള്ളവർ വിഡ്ഢിത്തം പുലമ്പുകയോ അന്യോന്യം വഞ്ചിക്കുകയോ ചെയ്യുകയും അതിൽ ആനന്ദം കൊള്ളുകയും ചെയ്യുന്നു. എന്നാൽ ഞാൻ ബോധപൂർവ്വം നന്മ ചെയ്യുമ്പോൾപ്പോലും എനിക്കതിൽ അസ്വാസ്ഥ്യമോ അശ്രദ്ധയോ ആണു തോന്നുന്നത്. ഞാനൊരു അടിമയായതാണ്, എന്റെ മുത്തച്ഛൻ ഒരടിയാളനായിരുന്നതാണ്, ഇതിനൊക്കെ കാരണമെന്ന് എനിക്കു തോന്നുന്നു. ഞങ്ങൾ സാധാരണക്കാർ പലരും സ്വന്തം മോചനത്തിനുള്ള വഴി കണ്ടെത്തുന്നതിനു മുമ്പ് നാശമടയും!"

"അതെല്ലാം നല്ല കാര്യങ്ങളാണ്, സ്നേഹിതാ," യാർത്സെവ് നെടുവീർപ്പോടെ പറഞ്ഞു. "റഷ്യയിലെ ജീവിതം എത്രമാത്രം സമ്പന്നവും വൈവിധ്യം നിറഞ്ഞതുമാണെന്ന് അതു തെളിയിക്കുന്നു. ഹാ! എത്ര സമ്പന്നമാണത്! മഹത്തായ ഏതോ വിജയത്തിന്റെ വക്കത്താണു നാം നിൽക്കുന്നതെന്ന് ഓരോ ദിവസം കഴിയുന്തോറും എനിക്കു കൂടുതൽ ബോദ്ധ്യമായി വരികയാണ്. അതിൽ പങ്കുകൊള്ളാൻ വേണ്ടി ജീവിച്ചിരിക്കണമെന്നാണ് എന്റെ ആശ. നിങ്ങൾ വിശ്വസിച്ചാലും ഇല്ലെങ്കിലും കൊള്ളാം. അസാമാന്യമായ ഒരു തലമുറയാണിപ്പോൾ വളർന്നുവരുന്നതെന്ന് എനിക്കു തോന്നുന്നു. കുട്ടികളെ, വിശേഷിച്ച് കൊച്ചു പെൺകുട്ടികളെ പഠിപ്പിക്കുമ്പോൾ, എനിക്ക് അതിയായ സന്തോഷം തോന്നുന്നു. എത്രനല്ല കുട്ടികൾ!"

യാർത്സെവ് പിയാനൊയുടെ അടുത്തേക്കു നടന്നിട്ട് ഒരു കട്ടയിലൊന്നു തട്ടി.

"ഞാനൊരു രസതന്ത്രജ്ഞനാണ്, രസതന്ത്രത്തിന്റെ ശൈലിയിലാണു ഞാൻ ചിന്തിക്കുന്നത്. ഞാനൊരു

രസതന്ത്രജ്ഞനായിട്ടായിരിക്കും മരിക്കുക," അയാൾ തുടർന്നു പറഞ്ഞു.

"പക്ഷേ ഞാൻ ഒന്നുകൊണ്ടും തൃപ്തിപ്പെടുന്നില്ല. എനിക്കു വേണ്ടുവോളം ലഭിക്കുന്നതിനുമുമ്പ് ഞാൻ മരിച്ചുപോവുമോ എന്നാണെന്റെ ഭയം; എനിക്കു രസതന്ത്രം മാത്രം പോരാ. റഷ്യൻ ചരിത്രവും കലകളുടെ ചരിത്രവും അദ്ധ്യയനശാസ്ത്രവും സംഗീതവുമെല്ലാം എനിക്കു പഠിക്കണം....കഴിഞ്ഞ വേനലിൽ ഒരു ദിവസം നിങ്ങളുടെ ഭാര്യ ഞാനൊരു ചരിത്രനാടകമെഴുതണമെന്ന് അഭിപ്രായപ്പെടുകയുണ്ടായി. തുടർച്ചയായി മൂന്നു രാവും പകലും ഒറ്റയിരിപ്പിനിരുന്ന് അതെഴുതി തീർക്കാനൊക്കുമെന്ന് എനിക്കിപ്പോൾ തോന്നുന്നു. എൻരെ തല നിറയെ ആശയങ്ങളാണ്. ആശയങ്ങൾ നിറഞ്ഞ് അതേതുനിമിഷവും പൊട്ടുമെന്ന സ്ഥിതിയാണ്. അതിന്റെ സ്പന്ദനം എനിക്കനുഭവപ്പെടുന്നുണ്ട്. സാദാരണയിൽ കവിഞ്ഞ എന്തെങ്കിലുമാകാൻ എനിക്കുദ്ദേശമില്ല. ഒരു ഉൽകൃഷ്ടകൃതി രചിക്കാൻ കഴിയുമെന്ന് എനിക്കു പ്രതീക്ഷയില്ല. ജീവിക്കുക, മനോരാജ്യം കാണുക, ആശിക്കുക, യാതൊരു സന്ദർഭവും നഷ്ടപ്പെടുത്താതിരിക്കുക- അതു മാത്രമാണ് എന്റെ ആഗ്രഹം....എന്റെ പ്രിയപ്പെട്ട ചങ്ങാതി, ജീവിതം വളരെ ഹ്രസ്വമാണ്. നാമതിനെ പരമാവധി പ്രയോജനപ്പെടുത്തണം."

രാത്രി വളരെ വൈകുന്നതുവരെ നീണ്ടുനിന്ന ആ സുഹൃൽസംഭാഷണത്തിനുശേഷം ലാപ്തെവ് മിക്കവാറും എല്ലാ ദിവസവും യാർത്സെവിനെ കാണാൻ പോയിത്തുടങ്ങി. അയാൾ യാർത്സെവിലേക്ക് ആകൃഷ്ടനായി. അയാൾ സാധാരണ വൈകുന്നേരം വരും. സോഫയിൽ കിടക്കും, യാർത്സെവ് വരുന്നതുവരെ ക്ഷമയോടെ കാത്തിരിക്കും. ഭക്ഷണം കഴിഞ്ഞ് യാർത്സെവ് ജോലി ചെയ്യാനാരംഭിക്കും. പക്ഷേ അല്പം കഴിയുമ്പോഴേക്ക് ലാപ്തെവ് അയാളോടെന്തെങ്കിലും ചോദിക്കും. അതോടെ അവർ തമ്മിൽ സംഭാഷണം തുടങ്ങുകയായി. ജോലി വിസ്മരിക്കപ്പെടും. തികച്ചും സന്തുഷ്ടരായി പാതിരാക്ക് അവർ പിരിയുകയും ചെയ്യും.

പക്ഷേ ഇതധികം നാൾ തുടർന്നില്ല. ഒരിക്കൽ യാർത്സെവിന്റെ വീട്ടിൽ വന്നപ്പോൾ റസ്സുദിന പിയോനോയിൽ അഭ്യസിച്ചുകൊണ്ടിരിക്കുന്നതു ലാപ്തെവ് കണ്ടു.

"ഇതെന്നാണ് അവസാനിക്കാൻ പോകുന്നതെന്നു ദയവായി

പറയാമോ?" അയാൾക്കു കൈകൊടുക്കാതെ, ഏതാണ്ടു വിദ്വേഷ ഭാവത്തിൽത്തന്നെ അയാളെ നോക്കിക്കൊണ്ട്, അവൾ ചോദിച്ചു.

"നിങ്ങൾ എന്താണുദ്ദേശിക്കുന്നത്?" അവൾ എന്തിനെപ്പറ്റിയാണു പറയുന്നതെന്നു പിടി കിട്ടാതെ ലാപ്തെവ് ചോദിച്ചു.

"നിങ്ങൾ ഇവിടെ ദിവസവും വന്ന് യാർത്സെവിന്റെ ജോലി മുടക്കുകയാണ്. യാർത്സെവൊരു വ്യാപാരിയല്ല, ഒരു ശാസ്ത്രജ്ഞനാണ്. അദ്ദേഹത്തിന്റെ ജീവിതത്തിലെ ഓരോ നിമിഷവും വിലപ്പെട്ടതാണ്. അതു മനസ്സിലാക്കി കുറച്ചുകൂടി ഔചിത്യത്തോടെ പെരുമാറേണ്ടതാണ്."

ലാപ്തെവ് അതു കേട്ട് അത്ഭുതപ്പെട്ടു.

"ഞാൻ വരുന്നത് ഒരു തടസ്സമാണെന്ന് നിങ്ങൾ വാസ്തവത്തിൽ കരുതുന്നുണ്ടെങ്കിൽ ഞാൻ മേലിൽ വരികയില്ല." അയാൾ ശങ്കിച്ചു പറഞ്ഞു.

"വളരെ നല്ലത്. ഇപ്പോൾ ദയവുചെയ്തു പോകൂ. അല്ലെങ്കിൽ അദ്ദേഹമിപ്പോൾ വന്ന് നിങ്ങളിവിടെ ഇരിക്കുന്നതു കാണും."

അവളിതു പറഞ്ഞ സ്വരവും അവളുടെ കണ്ണുകളിൽ കണ്ട തികഞ്ഞ ഉദാസീനതയും അയാളെ അതിയായി വിഷമിപ്പിച്ചു. തന്നെപ്പറ്റി അവൾക്കു യാതൊരു ചിന്തയുമില്ലെന്നും താൻ പോകണമെന്നാണ് അവളുടെ ആഗ്രഹമെന്നും അയാൾക്കു മനസ്സിലായി. മുമ്പ് സ്ഥിതി എത്ര വ്യത്യസ്തമായിരുന്നു! അയാൾ കൈകൊടുക്കാതെ ഇറങ്ങിപ്പോയി. തന്നെ അവൾ തിരിച്ചു വിളിക്കുമെന്ന് അയാൾ പ്രതീക്ഷിച്ചു. പക്ഷേ ഉടനടി അഭ്യാസം തുടരുകയാണ് അവൾ ചെയ്തത്. സാവധാനത്തിൽ കോവണിയിറങ്ങുമ്പോൾ അയാൾക്കു തോന്നി താൻ ഇതിനകം തന്നെ അവൾക്ക് ഒരു അപരിചിതനായിക്കഴിഞ്ഞിരിക്കുന്നുവെന്ന്.

മൂന്നു ദിവസം കഴിഞ്ഞ് വൈകിട്ട് യാർത്സെവ് അയാളെ കാണാൻ വന്നു.

"എനിക്കു നിങ്ങളെ ഒരു വാർത്ത അറിയിക്കാനുണ്ട്." ഒരു ചെറിയ ചിരിയോടെ അയാൾ പറഞ്ഞു. "പൊലീന നിക്കൊലായെവ്ന എന്നോടൊത്തു താമസം തുടങ്ങി." അയാൾക്ക് ചെറിയൊരു പരിഭ്രമം ബാധിച്ചതുപോലെ തോന്നി. കുറേക്കൂടി താഴ്ന്ന സ്വരത്തിൽ അയാൾ തുടർന്നു:

"ഞങ്ങൾ അന്യോന്യം പ്രേമത്തിലൊന്നുമല്ല. പക്ഷേ അതത്ര സാരമാക്കാനുണ്ടെന്നു തോന്നുന്നില്ല. ഒരു വീടും രോഗം പിടിപ്പെട്ടാൽ ജോലിക്കു പോകണ്ടാത്ത സ്ഥിതിയും അവൾക്കുണ്ടാക്കിക്കൊടുക്കാൻ കഴിയുന്നതിൽ എനിക്കു സന്തോഷമാണുള്ളത്. അവളെന്റെ കൂടെ വന്നു താമസിച്ചാൽ എന്റെ ജീവിതത്തിനു കുറേക്കൂടി ചിട്ട വരുമെന്നും അവളുടെ സ്വാധീനത്തിൻകീഴിൽ ഞാനൊരു വലിയ ശാസ്ത്രജ്ഞനാകുമെന്നും അവൾ വിശ്വസിക്കുന്നു. അതാണവളുടെ വിചാരം. അവളങ്ങിനെ വിചാരിച്ചുകൊള്ളട്ടെ. തെക്കുള്ളവർ പറയുന്നതുപോലെ 'ഒരു മണ്ടന് എന്തും വിചാരിക്കാം, 'ഹോ! ഹോ!"

ലാപ്തെവ് ഒന്നും പറഞ്ഞില്ല. യാർത്സെവ് മുറിയിൽ അങ്ങോട്ടുമിങ്ങോട്ടും ഉലാത്താൻ തുടങ്ങി. ചിത്രങ്ങളുടെ മുമ്പിൽ മാത്രം നിന്നു. മുമ്പു പലതവണ കണ്ടിട്ടുള്ളതാണെങ്കിലും അയാൾ അവയെ സൂക്ഷിച്ചുനോക്കി.

"അതെ, സ്നേഹിതാ," നെടുവീർപ്പിട്ടുകൊണ്ട് അയാൾ പറഞ്ഞു. "എനിക്കു നിങ്ങളേക്കാൾ മൂന്നു വയസ്സു കൂടുതലാണ്. യഥാർത്ഥ പ്രേമത്തെപ്പറ്റി ഞാനിനി ആലോചിച്ചിട്ടു കാര്യമില്ല. നേരു പറഞ്ഞാൽ പൊലീന നിക്കൊലായെവ്നയെപ്പോലുള്ള ഒരു സ്ത്രീ എന്നെ സംബന്ധിച്ചിടത്തോളം ഒരു ദൈവാനുഗ്രഹമാണ്. വയസ്സുകാലംവരെ ഞാൻ അവളൊന്നിച്ചു സമാധാനമായി കഴിയുമെന്നതിനു സംശയമില്ല. എന്നാലും എന്തോ ഒന്നു നഷ്ടപ്പെട്ടുപോയതുപോലെ എനിക്കു തോന്നുന്നു. ഞാൻ എന്തിനോ വേണ്ടി ഇപ്പോഴും കൊതിക്കുന്നു. എന്റെ ഭാവനയിൽ ഞാൻ 'ദഗെസ്താനിലെ താഴ്വരയിൽ കിടന്നുകൊണ്ട് കെങ്കേമമായ ഒരു നൃത്തത്തെപ്പറ്റി സ്വപ്നം കണ്ടുകൊണ്ടിരിക്കുക[12]യാണ്. മറ്റൊരു രീതിയിൽ പറഞ്ഞാൽ, ഉള്ളതുകൊണ്ട് ഒരിക്കലും തൃപ്തിപ്പെടുന്നവനല്ല മനുഷ്യൻ."

അയാൾ പിന്നീട് വിരുന്നുമുറിയിൽ പോയി യാതൊന്നും സംഭവിക്കാത്ത മട്ടിൽ കുറെ പ്രേമഗാനങ്ങൾ പാടി. ലാപ്തെവ് കണ്ണടച്ച് അയാളുടെ പഠനമുറിയിലിരുന്നു. റസ്സുദിന എന്തുകൊണ്ടാണ് യാർത്സെവിന്റെ കൂടെ പോയി താമസിക്കുന്നതെന്ന് അയാൾ ചിന്തിക്കുകയായിരുന്നു. ദൃഢവും ശാശ്വതവുമായ സ്നേഹമെന്നൊന്ന് ഇല്ലെന്നാലോചിച്ചപ്പോൾ അയാൾക്കു ഖേദം തോന്നി. യാർത്സെവിന്റെ

12 റഷ്യൻ മഹാകവി ലെർമൊന്തോവിന്റെ "സ്വപ്നം" എന്ന കവിതയിലെ വരികളെയാണ് ഇവിടെ പരാമർശിക്കുന്നത്-എഡിറ്റർ

കൂടെപ്പോയി താമസിക്കുന്നതിന് പൊലീന നിക്കോലായെവ്നയോടും തന്റെ ഭാര്യയോട് മുമ്പത്തെപ്പോലെ സ്നേഹം തോന്നാത്തതിന് തന്നോടുതന്നെയും അയാൾക്കു ദേഷ്യം തോന്നി.

XV

ലാപ്തെവ് വായിച്ചുകൊണ്ട് തന്റെ ചാരുകസേരയിലിരുന്ന് ചിന്താമഗ്നനായി അങ്ങോട്ടുമിങ്ങോട്ടും ആടിക്കൊണ്ടിരുന്നു. യൂലിയയും വായിച്ചുകൊണ്ടിരിക്കുകയായിരുന്നു. രാവിലെ മുതൽ ഒരക്ഷരവും പരസ്പരം പറഞ്ഞിട്ടില്ല. പറയാനൊന്നുമുള്ളതായി അവർ കണ്ടില്ല. “വിവാഹം ചെയ്യുന്നതു പ്രേമിച്ചായാലും അല്ലെങ്കിലും എന്തു വ്യത്യാസം വരാനാണ്!” പുസ്തകത്തിന്റെ മുകളിലൂടെ ഇടയ്ക്കിടെ അവളെ നോക്കിക്കൊണ്ട് അയാൾ ചിന്തിച്ചു. തനിക്ക് അസൂയ തോന്നിയിരുന്ന കാലം, ഉൽക്കണ്ഠയുടേയും മനോവേദനയുടേയും ആ കാലം, എത്രയോ വിദൂരമാണെന്ന് അയാൾക്ക് തോന്നി. അതിനുശേഷം അയാൾ വിദേശത്തു പോയിരുന്നു. യാത്ര കഴിഞ്ഞ് ഇപ്പോൾ വിശ്രമിക്കുകയാണ്; അയാൾക്ക് ഇംഗ്ലണ്ട് പിടിച്ചു. വസന്തത്തിൽ അങ്ങോട്ടു വീണ്ടും പോകണമെന്ന് ഉദ്ദേശിച്ചിരിക്കുകയാണ്.

യൂലിയ അവളുടെ ദുഃഖവുമായി ഇതിനകം പഴകിക്കഴിഞ്ഞിരുന്നു. ഇപ്പോൾ അവൾ കരയാൻവേണ്ടി അകത്തേക്കു പോകാറില്ല. ശീതകാലത്ത് അവൾ വലിയ കടകളിൽ പോയി സാധനങ്ങൾ വാങ്ങുകയോ നാടകങ്ങൾക്കും പാട്ടുകച്ചേരികൾക്കും പോവുകയോ ചെയ്തിരുന്നില്ല. വലിയ മുറികൾ ഇഷ്ടമല്ലാതിരുന്നതിനാൽ അവൾ ഒന്നുകിൽ ഭർത്താവിന്റെ പഠനമുറിയിലോ അല്ലെങ്കിൽ സ്വന്തം മുറിയിലോ ഇരുന്നാണ് സമയം ചിലവഴിച്ചത്. സ്ത്രീധനത്തിന്റെ ഭാഗമായി കിട്ടിയ വിശുദ്ധരൂപങ്ങളും പ്രദർശനത്തിൽവച്ച്

അവൾക്കിഷ്ടപ്പെട്ട പ്രകൃതിചിത്രവും അവളുടെ മുറിയിൽ വച്ചിട്ടുണ്ടാ യിരുന്നു. അവൾ സ്വന്തമാവശ്യത്തിനുവേണ്ടി വളരെക്കുറച്ചേ പണം ചെലവുചെയ്യുള്ളൂ. അച്ഛന്റെ കൂടെ താമസിച്ചിരുന്നതിലും ഒട്ടും അധികം വന്നിരുന്നില്ല അത്.

വളരെ വിരസമായ ഒരു ശീതകാലമായിരുന്നു അത്. അക്കാ ലത്ത് മോസ്കോയിലെ സകലപേരും ചീട്ടുകളിച്ചു. പാട്ടുപാടിയോ വായിച്ചോ പടം വരച്ചോ നേരം പോക്കാൻ അവർ ശ്രമിച്ചപ്പോൾ ഫലം അതിലും മട്ടപ്പുളവാക്കുന്നതായിരുന്നു. മോസ്കോയിൽ കഴിവുള്ള കലാകാരന്മാരുടെ എണ്ണം വിരളമായിരുന്നതിനാലും ഒരേ പാട്ടുകാരും വാഗ്മികളും എല്ലായിടത്തും പോയിരുന്നതിനാലും കലയ്ക്കു തന്നെ മാന്ദ്യം സംഭവിച്ചു. പലർക്കും അത് വിരസവും ബുദ്ധിമുട്ടുള്ളതുമായ ഒരു കർത്തവ്യമായിത്തീർന്നു.

അതിനും പുറമെ, ഓരോ ദിവസവും ഓരോ പുതിയ കഷ്ടതകൾ ലാപ്തെവ് കുടുംബത്തിനു കാഴ്ചവച്ചു. വൃദ്ധനായ ഫ്യോദൊർ സ്തെപ്പാനിച്ചിന്റെ കാഴ്ച വളരെ മോശമായിരുന്നു. അദ്ദേഹമിപ്പോൾ പണ്ടകശാലയിൽ പോകാറുണ്ടായിരുന്നില്ല. അടുത്തുതന്നെ കാഴ്ച തീരെ ഇല്ലാതാകുമെന്ന് അദ്ദേഹത്തിന്റെ ഡോക്ടർ മുൻകൂട്ടി പറഞ്ഞിട്ടുണ്ട്. ഫ്രോദൊറും എന്തുകൊണ്ടോ പണ്ടകശാലയിൽ പോകുന്നതു നിർത്തി. വീട്ടിലിരുന്ന് എഴുതി അയാൾ സമയം മുഴുവൻ ചെലവഴിച്ചു. മറ്റൊരു പട്ടണത്തിലേക്കു സ്ഥലംമാറ്റവും സ്റ്റേറ്റ് കൗണ്ടസിലർ[13] സ്ഥാനത്തേക്കും ഉദ്യോഗകയറ്റവും കിട്ടുന്നതിൽ വിജയിച്ച പനൗറവ് ഇപ്പോൾ "ഡ്രെസ്ഡെൻ" ഹോട്ടലിൽ താമസിച്ചുകൊണ്ട് പണം കടം വാങ്ങാൻ മിക്കവാറും എല്ലാ ദിവസവും ലാപ്തെവിന്റെ യടുത്തു വരുമായിരുന്നു. അവസാനം സർവ്വകലാശാലാബിരുദം കരസ്ഥമാക്കിയ കിഷ്, അയാൾക്കു പറ്റിയ ജോലി ലാപ്തെവ് കണ്ടുപിടിച്ചുകൊടുക്കുന്നതുവരെ, അയാളുടെ അവസാനമില്ലാത്ത കഥകളുമായി അവിടെ തുടർച്ചയായി വന്നുകൊണ്ടിരുന്നു. ഇതെല്ലാം ലാപ്തെവിനെ ശല്യപ്പെടുത്തുകയും സഹികെടുത്തുകയും അയാളുടെ ജീവിതത്തെ അങ്ങേയറ്റം അരോചകമാക്കുകയും ചെയ്തു.

പ്യോത്തർ പഠനമുറിയിൽ വന്ന് ഒരു സ്ത്രീ കാണാൻ വന്നിട്ടുണ്ടെന്ന് അറിയിച്ചു. "ജോസഫീന ഇയോസിഫൊവ്ന മിലാൻ" എന്നെഴുതിയ

---

13 സ്റ്റേറ്റ് കൗൺസിലർ-സാറിസ്റ്റ് റഷ്യയിലെ ഉയർന്ന ഉദ്യോഗങ്ങളിലൊന്ന്-എഡിറ്റർ

ഒരു കാർഡ് അയാൾ ലാപ്തെവിന്റെ കയ്യിൽ കൊടുത്തു.

യൂലിയ സെർഗേയെവ്ന സാവധാനത്തിൽ എഴുന്നേറ്റ്, കാൽ മരവിച്ചതിനാൽ അല്പം മുടന്തിക്കൊണ്ട്, പുറത്തേക്കു പോയി. മുഴുവനും കറുത്ത വസ്ത്രം ധരിച്ച ഒരു സ്ത്രീ വാതുക്കൽ പ്രത്യക്ഷപ്പെട്ടു; വിളറിയ മുഖത്തിൽ തെളിഞ്ഞുനിന്നിരുന്ന കറുത്ത പുരികങ്ങളോടുകൂടിയ ഒരു മെലിഞ്ഞ സ്ത്രീയായിരുന്നു അവർ.

"മി. ലാപ്തെവ്, എന്റെ കുഞ്ഞുങ്ങളെ രക്ഷിക്കണേ!" കൈ രണ്ടും മാറോടുചേർത്തു പിടിച്ചുകൊണ്ട് അവർ പറഞ്ഞു.

ആ കിലുങ്ങുന്ന വളകളും കട്ടിയിൽ പൗഡർതേച്ച മുഖവും ലാപ്തെവ് മുമ്പു കണ്ടിട്ടുള്ളതാണ്; അയാൾ വിവാഹത്തിനു തൊട്ടു മുമ്പ് തീരെ ഔചിത്യബോധമില്ലാതെ പോയി ഭക്ഷണം കഴിച്ചത് ഇവരുടെ വീട്ടിലായിരുന്നു. പനൗറൊവിന്റെ രണ്ടാം ഭാര്യയായിരുന്നു അവർ.

"എന്റെ കുഞ്ഞുങ്ങളെ രക്ഷിക്കൂ!" അവർ ആവർത്തിച്ചു. അവരുടെ മുഖം പിടയുകയും കണ്ണു ചുവക്കുകയും ചെയ്തു. പെട്ടെന്ന് അവർക്കു പ്രായം തോന്നിക്കുകയും ഒരു ദയനീയഭാവം കൈവരുകയും ചെയ്തു. "അങ്ങേയ്ക്കു മാത്രമേ ഞങ്ങളെ രക്ഷിക്കാൻ കഴിയൂ. എന്റെ പക്കലുണ്ടായിരുന്ന അവസാനത്തെ പണം ചെലവഴിച്ചാണ് ഞാനിവിടെ എത്തിയത്. എന്റെ കുഞ്ഞുങ്ങൾ പട്ടിണി കിടന്നു മരിച്ചുപോകും."

അവർ മുട്ടുകുത്താൻ ഭാവിക്കുന്നതു കണ്ടിട്ട് ലാപ്തെവ് സംഭ്രമിച്ച് അവരുടെ കയ്യു പിടിച്ചു.

"ഇരിക്കൂ, ദയവുചെയ്ത് ഇരിക്കൂ," ഒരു കസേരയുടെയടുത്തേക്കു കൂട്ടിക്കൊണ്ടുപോയി അയാൾ പതുക്കെ പറഞ്ഞു. "ഞാൻ അപേക്ഷിക്കുകയാണ്."

"ഞങ്ങൾക്കു റൊട്ടി വാങ്ങാൻപോലും പണമില്ല." അവർ പറഞ്ഞു. "ഗ്രിഗോരിയ്നിക്കൊലായെവിച്ച് പുതിയൊരു ജോലി കിട്ടി പോവുകയാണ്. പക്ഷേ അദ്ദേഹം എന്നേയും കുഞ്ഞുങ്ങളേയും കൊണ്ടുപോകാൻ ഉദ്ദേശിക്കുന്നില്ല. അങ്ങ് വളരെ ഉദാരമായി അയയ്ക്കുന്ന പണം മുഴുവൻ അദ്ദേഹം സ്വന്തം ആവശ്യങ്ങൾക്കായി ചെലവാക്കുകയാണ്. ഞങ്ങൾ എന്താണു ചെയ്യേണ്ടത്? എന്റെ പാവപ്പെട്ട ഭാഗ്യംകെട്ട കുട്ടികൾ!"

"ശാന്തമായിരിക്കു, ഞാനപേക്ഷിക്കുന്നു. നിങ്ങൾക്കു നേരിട്ട് പണമയച്ചുതരാൻ ഞാൻ ക്ലാർക്കന്മാരെ ഏർപ്പാടുചെയ്യാം."

അവർ ഉറക്കെ വിലപിച്ചെങ്കിലും ക്രമേണ ശാന്തയായി. അവരുടെ കണ്ണുനീര് കവിളുകളിൽ കട്ടിയായി പൂശിയിരുന്ന പൗഡറിലൂടെ ചാലുകളുണ്ടാക്കിയതായും അവർക്കൊരു മീശയുള്ളതായും അയാൾ കണ്ടു.

"അങ്ങയുടെ ഔദാര്യത്തിന് അതിരില്ല,

മി. ലാപ്തെവ്. ദയവായി അങ്ങ് ഞങ്ങളുടെ കാവൽമാലാഖയും പരദേവതയുമായിരിക്കു. എന്നെ കൈവെടിയരുതെന്ന് ഗ്രിഗോരിയ് നിക്കൊലായെവിച്ചിനോടു പറയൂ. എന്നെ കൂടെ കൊണ്ടുപോകാൻ പറയൂ. ഞാനദ്ദേഹത്തെ സ്നേഹിക്കുന്നു. ക്രമാധികമായി സ്നേഹിക്കുന്നു. അദ്ദേഹമാണ് എന്റെ ഏക ആശ്വാസം."

ലാപ്തെവ് അവർക്കു നൂറു റൂബിൾ കൊടുക്കുകയും പനൗറൊവിനോടു സംസാരിക്കാമെന്നു പറയുകയും ചെയ്തു. അയാൾ അവരെ കതകുവരെ അനുഗമിച്ചു. അവരേതുനിമിഷവും പൊട്ടിക്കരയുകയോ മുട്ടുകുത്തുകയോ ചെയ്യുമെന്നായിരുന്നു അയാളുടെ ഭയം.

അവർ പോയതിനുശേഷം കിഷ് അവിടെ എത്തി. പിന്നീട് കോസ്ത്യ ക്യാമറയുമായി വന്നു. അയാൾ അടുത്തകാലത്തായി ഫോട്ടോ എടുക്കുന്നതിൽ വ്യാപൃതനായിരുന്നു. വീട്ടിലുള്ള സകലരുടെ പടവും ദിവസത്തിൽ പലതവണ അയാളെടുത്തു. ഈ പുതിയ വിനോദം അയാൾക്കു വരുത്തിവച്ച ബുദ്ധിമുട്ട് കുറച്ചൊന്നുമായിരുന്നില്ല. അതു കാരണം അയാളുടെ തൂക്കം കുറയുകപോലും ചെയ്തു.

ചായ കുടിക്കുന്നതിനു തൊട്ടുമുമ്പ് ഫ്യോദൊർ വന്നു. പഠനമുറിയുടെ ഒരു കോണിൽപ്പോയി ഇരിപ്പുറപ്പിച്ചുകൊണ്ട് അയാൾ ഒരു പുസ്തകം തുറന്ന് അതിലേക്കു ദീർഘനേരം തുറിച്ചുനോക്കിക്കൊണ്ടിരുന്നു. അയാളൊന്നും വായിക്കുകയായിരുന്നില്ലെന്നു സ്പഷ്ടമായിരുന്നു. ചായ കുടിക്കാൻ അയാൾ വളരെ സമയമെടുത്തു.അവസാനം അയാളുടെ മുഖം ചുവന്നു. അയാളുടെ സാന്നിദ്ധ്യം ലാപ്തെവിന് വേദനാകരവും നിരുന്മേഷജനകവുമായിരുന്നു. അയാളുടെ മൗനം പോലും അസുഖകരമായിരുന്നു.

"പുതിയൊരു പത്രപ്രവർത്തകനെ ലഭിച്ചതിൽ റഷ്യയെ അഭിനന്ദിക്കു," ഫ്യോദൊർ പറഞ്ഞു. "തമാശ പോകട്ടെ, അലക്സേയ്, ഞാനൊരു ലേഖനം എഴുതിയിട്ടുണ്ട്. ഒരു ഗുളികാപരീക്ഷണം എന്നു

വേണമെങ്കിൽ പറയാം. ഞാനതു ചേട്ടനെ കാണിക്കാൻ കൊണ്ടു വന്നിട്ടുണ്ട്. നല്ല കുട്ടിയല്ലേ, അതൊന്നു വായിച്ചിട്ട് എന്തു തോന്നുന്നു വെന്നു പറയൂ. പക്ഷേ ഒരു കാര്യം. ചേട്ടന്റെ തുറന്ന അഭിപ്രായമാണ് എനിക്കാവശ്യം."

അയാളൊരു നോട്ടുബുക്ക് പോക്കറ്റിൽനിന്നെടുത്ത് സഹോദരനെ ഏല്പിച്ചു. "റഷ്യൻ ആത്മാവ്" എന്നായിരുന്നു ലേഖനത്തിന്റെ ശീർഷകം; കഴിവില്ലാത്തവരും ഉള്ളിൽ ഡംഭുള്ളവരുമായ ആളുകൾ ഉപയോഗിക്കാറുള്ള മുഷിപ്പനും വർണ്ണരഹിതവുമായ ഭാഷയിലാണ് അതെഴുതിയിരുന്നത്. പ്രകൃത്യതീതമായ കാര്യങ്ങളിൽ വിശ്വസിക്കാതിരിക്കാൻ ഒരു ബുദ്ധിജീവിക്ക് അവകാശമുണ്ട്; പക്ഷേ മറ്റുള്ളവരെ വഴി തെറ്റിക്കാതിരിക്കാനും ആളുകളുടെ വിശ്വാസം നശിപ്പിക്കാതിരിക്കാതിരിക്കാനും വേണ്ടി അയാൾ തന്റെ അവിശ്വാസം മൂടിവയ്ക്കണം; വിശ്വാസമെന്നൊന്നില്ലാതെ ആദർശങ്ങളുണ്ടാകാൻ നിർവ്വാഹമില്ല. യൂറോപ്പിനെ രക്ഷിക്കാനും മനുഷ്യരാശിയെ നേരായ മാർഗ്ഗത്തിലൂടെ നയിക്കാനും വിധിക്കപ്പെട്ടിരിക്കുന്നത് ആദർശവാദമാണ്- ഇതായിരുന്നു അതിലെ മുഖ്യ ആശയം.

"പക്ഷേ യൂറോപ്പിനെ എന്തിൽനിന്നാണു രക്ഷിക്കേണ്ടതെന്നു നീ പറയുന്നില്ലല്ലോ," ലാപ്തെവ് പറഞ്ഞു.

"അതു വ്യക്തമാണ്."

"ഹേ! അല്ല," ലാപ്തെവ് പറഞ്ഞു. അയാൾ എഴുന്നേറ്റ് അങ്ങോട്ടുമിങ്ങോട്ടും നടക്കാൻ തുടങ്ങി. "നീ എന്തിനാണ് ഈ ലേഖനമെഴുതിയതെന്നും വ്യക്തമല്ല. പക്ഷേ അതു നിന്റെ കാര്യമാണ്."

"ഞാൻ ഇതൊരു ലഘുലേഖയായി അടിച്ചിറക്കാൻ ഉദ്ദേശിക്കുന്നു."

"അതു നിന്റെ കാര്യം."

കുറേ നിമിഷത്തേക്ക് രണ്ടുപേരും സംസാരിച്ചില്ല.

"നമ്മൾ രണ്ടുപേർക്കും ഒരേ അഭിപ്രായമില്ലാത്തതിൽ ഞാൻ ആത്മാർത്ഥമായി, അതിയായി ഖേദിക്കുന്നു. ഹാ! അലെക്സേയ്! എന്റെ പ്രിയപ്പെട്ട സഹോദരാ! നമ്മൾ റഷ്യക്കാരാണ്. ദൈവവിശ്വാസികളും വിശാലഹൃദയരുമാണ്. ഈ ജർമ്മൻകാരുടേയും യഹൂദന്മാരുടേയും വൃത്തികെട്ട ആശയങ്ങളുമായി നമുക്കെന്തു കാര്യം? എന്തായാലും നമ്മൾ ഒരു തരം പോക്കിരികളല്ല, ഒരു ഉൽകൃഷ്ടവ്യാപാരകുടുംബത്തിലെ അംഗങ്ങളാണ്."

"ഏത് ഉൽകൃഷ്ടകുടുംബമാണ്? ദേഷ്യമടക്കിക്കൊണ്ട് ലാപ്തെവ് തിരിച്ചടിച്ചു.

"ഉൽകൃഷ്ടകുടുംബം പോലും! ഹും! നമ്മുടെ മുത്തച്ഛനെ ഭ്രവ്യടമകൾ ചാട്ടകൊണ്ടടിച്ചിട്ടുണ്ട്. ഓരോ നിസ്സാരനായ ഉദ്യോഗസ്ഥനും മുത്തച്ഛന്റെ മുഖത്തു തുപ്പിയിട്ടുണ്ട്. മുത്തച്ഛൻ അച്ഛനെ അടിച്ചു. അച്ഛൻ നമ്മളെ അടിച്ചു. നമ്മുടെ ഉൽകൃഷ്ടകുടുംബം നമുക്കു രണ്ടുപേർക്കും തന്നതെന്താണ്? എന്തു സിരാബലമാണ്, ഏതു രക്തമാണ്, നമുക്കു പൈതൃകമായി കിട്ടിയിരിക്കുന്നത്? മൂന്നു വർഷമായി നീ ഓരോ വിഡ്ഢിത്തം പുലമ്പിക്കൊണ്ട് ഒരു കുട്ടിപ്പാതിരിയെപ്പോലെ വാചകമടിച്ചു നടക്കുന്നു. ഇപ്പോൾ ഇതാ ഈ... ഈ നികൃഷ്ടമായ അസംബന്ധം എഴുതിക്കൂട്ടിയിരിക്കുന്നു! ഇനി എന്റെ കാര്യമോ? എന്നെ നോക്ക്... എനിക്കു സംഗതികളുമായി പൊരുത്തപ്പെട്ടുപോകാനുള്ള കഴിവില്ല, ധൈര്യമില്ല, സ്വഭാവബലമില്ല; ആരെങ്കിലുമെന്നെ അടിക്കുമോ എന്ന ഭയന്നിട്ടെന്നപോലാണ് ഞാനോരോ ചുവടും വയ്ക്കുന്നത്. മാനസികമായും ധാർമ്മികമായും എന്നെക്കാളെത്രയോ താണ നിലവാരത്തിലുള്ള എല്ലാത്തരം നിസ്സാരന്മാരുടേയും വിഡ്ഢികളുടേയും ആഭാസന്മാരുടേയും മുമ്പിൽ ഞാൻ ഭയന്നു വിറയ്ക്കുന്നു; തെരുവുതൂപ്പുകാരേയും വാതിൽകാവൽക്കാരേയും പോലീസുകാരേയുമെല്ലാം എനിക്കു ഭയമാണ്. ഞാൻ സകലരേയും പേടിക്കുന്നു. കാരണം പേടിച്ചു വിറച്ചു കഴിഞ്ഞിരുന്ന ഒരു സ്ത്രീയാണ് എന്നെ പ്രസവിച്ചത്. കുട്ടിക്കാലം മുതൽക്കേ ക്രൂരമായ പെരുമാറ്റവും ദണ്ഡനവും സഹിച്ചാണു ഞാൻ വളർന്നത്! നമുക്കു കുട്ടികളില്ലാതിരിക്കുന്നതാണു നല്ലത്. നമ്മുടെ ഉൽകൃഷ്ടവ്യാപാരകുടുംബം നമ്മോടുകൂടി അവസാനിക്കണമെന്നാണ് ദൈവത്തോടുള്ള എന്റെ പ്രാർത്ഥന!"

യൂലിയ സെർഗേയവ്ന മുറിയിൽ കടന്നു വന്ന് മേശയ്ക്കരികിലിരുന്നു.

"നിങ്ങൾ വല്ലതിനെക്കുറിച്ചും തർക്കിക്കുകയായിരുന്നോ?" അവൾ ചോദിച്ചു. "ഞാൻ വന്നത് ഒരു തടസ്സമാകുകയില്ലെന്നു വിശ്വസിക്കുന്നു."

"ഹേ, ഇല്ല, സഹോദരി," ഫ്യോദൊർ പറഞ്ഞു. "ഞങ്ങൾ ഒരു തത്വത്തിന്റെ പ്രശ്നം ചർച്ച ചെയ്യുകയാണ്. ചേട്ടൻ കുടുംബത്തെ ഭത്സിക്കുകയാണ്," സഹോദരന്റെ നേരെ തിരിഞ്ഞ് അയാൾ പറഞ്ഞു. "എങ്കിലും ഈ കുടുംബം കോടിക്കണക്കിനു വില വരുന്ന

ഒരു ബിസിനസ്സ് പടുത്തുയർത്തിയിട്ടുണ്ട്. അതു തീർച്ചയായും ഒരു നേട്ടമാണ്!"

"എന്തൊരു നേട്ടമാണ്! കോടിക്കണക്കിനു വില വരുന്ന ബിസിനസ്സത്രെ! പ്രത്യേകിച്ചെന്തെങ്കിലും കഴിവുകളോ ബുദ്ധിയോ ഇല്ലാത്ത ഒരാൾ ഒരു ഷോപ്പുടമയാകാൻ ഇടയാകുന്നു. പണക്കാര നാകുന്നു. ദിവസംതോറും ചരക്കുകൾ വിറ്റഴിക്കുന്നു. ഒരു വ്യവസ്ഥയോ ഉദ്ദേശമോ ഇല്ല. പണം സമ്പാദിക്കാൻ പോലുമുള്ള ഉദ്യമമില്ല. വെറും യാന്ത്രികമായിട്ടാണ് വില്പന നട്ത്തുന്നത്. പ്രത്യേകിച്ചൊരു ശ്രമവും കൂടാതെ പണം പ്രവഹിച്ചുകൊണ്ടിരിക്കുന്നു. അയാൾ ജീവിതം മുഴുവൻ ബിസിനസ്സിനുവേണ്ടി ചെലവഴിക്കുന്നു. തന്റെ കീഴ്ജീവന ക്കാരെ ഭരിക്കാനും ചരക്കു വാങ്ങാൻ വരുന്നവരെ കബളിപ്പിക്കാനും അവസരം നൽകുന്നതുകൊണ്ടു മാത്രമാണ് അയാൾ ആ ബിസിനസ്സ് ഇഷ്ടപ്പെടുന്നത്. പാട്ടുകാരെ ഭരിക്കാനും അവരോട് ആജ്ഞാപിക്കാ നും സാധിക്കുമെന്നതുകൊണ്ട് അയാൾ പള്ളിയിലെ ഒരു പ്രമാ ണിയാണ്; സ്കൂളിലെ അധ്യാപകൻ തനിക്കു വിധേയനാണെന്ന തോന്നൽ സുഖകരമായതുകൊണ്ട് അയാൾ ആ സ്കൂളിന്റെ രക്ഷാ ധികാരിയാണ്. ആ വ്യാപാരി ഇഷ്ടപ്പെടുന്നതു ബിസിനസ്സല്ല. അതു മൂലം മറ്റുള്ളവരുടെമേൽ അയാൾക്കു സിദ്ധിക്കുന്ന അധികാരമാണ്. നിങ്ങളുടെ പണ്ടകശാല ഒരു ബിസിനസ്സ് സ്ഥാപനമല്ല, അതൊരു ഇരുട്ടറയാണ്! അതെ, നിങ്ങൾ നടത്തുന്നതുപോലുള്ള ബിസിനസ്സിന് ആവശ്യം ഭയന്നുവിറച്ച് മൂകരായിക്കഴിയുന്ന ക്ലാർക്കന്മാരെയാണ്. കുട്ടിക്കാലം മുതലേ ഓരോ കഷണം റൊട്ടിക്കുംവേണ്ടി നിങ്ങളുടെ മുമ്പിൽ കമ്പിടാൻ നിർബന്ധിച്ചുകൊണ്ട് അത്തരം ആളുകളെയാണ് നിങ്ങൾ പരിശീലിപ്പിച്ചെടുക്കുന്നത്. നിങ്ങളെ അവരുടെ രക്ഷിതാക്ക ളായി കാണാനാണ് കുട്ടിക്കാലം മുതലേ അവരെ പഠിപ്പിക്കുന്നത്. നിങ്ങൾ ആ പണ്ടകശാലയിൽ ഒരു സർവ്വകലാശാലാ ബിരുദധാ രിയെ ജോലിക്കെടുക്കുകയില്ല, തീർച്ച."

"സർവ്വകലാശാലാബിരുദധാരികൾ നമ്മുടെ ബിസിനസ്സിനു പറ്റിയവരല്ല."

"അതു ശരിയല്ല!" ലാപ്തെവ് പറഞ്ഞു.

"അതു കള്ളമാണ്."

"ക്ഷമിക്കണം, പക്ഷേ ഇരിക്കുന്ന കമ്പു മുറിക്കുകയാണല്ലോ ചേട്ടൻ

ചെയ്യുന്നത്." ഇരുന്നിടത്തുനിന്ന് എഴുന്നേറ്റുകൊണ്ട് ഫ്യോദൊർ പറഞ്ഞു. "ചേട്ടൻ നമ്മുടെ ബിസിനസ്സ് വെറുക്കുന്നു. പക്ഷേ അതിന്റെ ആദായം കൊണ്ടാണു ജീവിക്കുന്നത്."

"അതു തന്നെയാണു കാര്യം!" ലാപ്തെവ് പറഞ്ഞു. അയാൾ വിരസമായി ചിരിച്ചു. അയാളുടെ കണ്ണുകൾ തിളങ്ങി. "ശരിയാണ്. ഞാൻ നിങ്ങളുടെ ഉൽകൃഷ്ടകുടുംബത്തിലെ ഒരംഗമല്ലായിരുന്നെങ്കിൽ, ഒരു കോപ്പക്കിനുള്ള ഇച്ഛാശക്തിയും ധൈര്യവും എനിക്കുണ്ടായിരുന്നെങ്കിൽ, ഞാനെന്നേ ആ വരുമാനം വലിച്ചെറിഞ്ഞുകൊണ്ട് സ്വന്തം ഉപജീവനം തേടി പോകുമായിരുന്നു. പക്ഷേ നിങ്ങളുടെ ആ പണ്ടകശാലയുണ്ടല്ലോ, അത് എന്റെ ഇച്ഛാശക്തിയും ധൈര്യവും അപഹരിച്ചു! ഞാൻ നിങ്ങളുടെ കൂട്ടത്തിൽപ്പെട്ടവനാണ്!"

ഫ്യോദൊർ വാച്ചു നോക്കി തിടുക്കത്തിൽ പോകാനൊരുങ്ങി. അയാൾ യൂലിയയുടെ കൈ ചുംബിച്ചതിനുശേഷം പുറത്തേക്കിറങ്ങി. പക്ഷേ ഹാളിലേക്കു പോകേണ്ടതിനു പകരം അയാൾ വിരുന്നുമുറിയിലേക്കും അവിടന്ന് ശയനമുറിയിലേക്കുമാണു പോയത്.

"എനിക്കു വഴി തെറ്റി," അയാൾ നിസ്സഹായനായി പറഞ്ഞു. "എന്തു വിചിത്രമായ വീട്! ഇതൊരു വിചിത്രമായ വീടാണ്, അല്ലേ?"

കോട്ടിടുമ്പോൾ അയാളുടെ മുഖത്ത് അമ്പരപ്പും വേദനയും ദൃശ്യമായിരുന്നു. ലാപ്തെവിന്റെ ദേഷ്യം അപ്രത്യക്ഷമായി. അയാൾക്കിപ്പോൾ ഭയമാണു തോന്നിയത്. അതേ സമയം ഫ്യോദൊറിനോടു സഹതാപവും തോന്നി. തന്റെ സഹോദരനോടുള്ള ആത്മാർത്ഥമായ സ്നേഹം കഴിഞ്ഞ മൂന്നു വർഷത്തിനുള്ളിൽ അണഞ്ഞുപോയി എന്നാണയാൾ വിശ്വസിച്ചിരുന്നത്. എന്നാലിപ്പോൾ അത് അയാളിൽ വീണ്ടും പ്രത്യക്ഷപ്പെട്ടു. ഏതെങ്കിലും വിധത്തിൽ ആ സ്നേഹം പ്രകടിപ്പിക്കണമെന്ന ഉൽക്കടമായ ആഗ്രഹം അയാൾക്കുണ്ടായി.

"ഫ്യോദൊർ, നീ നാളെ വന്നു ഞങ്ങളൊന്നിച്ചു ഭക്ഷണം കഴിക്കണം," തന്റെ സഹോദരന്റെ ചുമൽ തടവിക്കൊണ്ട് അയാൾ പറഞ്ഞു. "നീ വരുമോ?"

"വരാം, വരാം. പക്ഷേ ദയവുചെയ്ത് എനിക്കു കുറച്ചു വെള്ളം തരൂ."

ലാപ്തെവ് തീനുമുറിയിലേക്കോടി. ജിയർ കുടിക്കാനുള്ള പൊക്കം കൂടിയ പാത്രമാണ് അയാളുടെ കണ്ണിൽ ആദ്യം പെട്ടത്, അയാൾ അതെടുത്തു വെള്ളം നിറച്ച് സഹോദരനു കൊണ്ടുകൊടുത്തു.

ഫ്യോദൊർആർത്തിയോടെ കുടിച്ചു. പെട്ടെന്നയാൾ പാത്രത്തിന്റെ വക്കു കടിച്ചു. പല്ലു കൂട്ടിയുരുമ്മുന്ന ശബ്ദവും പിന്നീടൊരു തേങ്ങലും കേട്ടു. വെള്ളവും തുളുമ്പി അയാളുടെ ഓവർകോട്ടിലും അകത്തെ കോട്ടിലും വീണു. ഒരു പുരുഷൻ കരയുന്നത് ഇതിനു മുമ്പു കണ്ടിട്ടി ല്ലാത്ത ലാപ്തെവ് ഭയന്നു പരിഭ്രമിച്ചു മാറിനിന്നു. യൂലിയയും പരി ചാരികയും കൂടി ഫ്യോദൊറിന്റെ കോട്ടൂരി അയാളെ താങ്ങിപ്പിടിച്ചു വീണ്ടും വിരുന്നുമുറിയിലേക്കു കൊണ്ടുവന്നു. ലാപ്തെവ് അപരാധ ബോധത്തോടെ അവരെ അനുഗമിച്ചു.

യൂലിയ ഫ്യോദൊറെ സോഫയിൽ കിടത്തി അയാൾക്കു സമീപം മുട്ടുകുത്തിനിന്നു.

“സാരമില്ല,” അവൾ സമാശ്വസിപ്പിച്ചു.

“ഞരമ്പുകൾ പെട്ടെന്നൊന്നു ക്ഷോഭിച്ചെന്നേയുള്ളു....”

“ഞരമ്പുകൾ പെട്ടെന്നൊന്നു ക്ഷോഭിച്ചെന്നേയുള്ളു...”

“എനിക്കൊരു സുഖവുമില്ല.'' അയാൾ പറഞ്ഞു. “ഞാൻ വളരെയേറെ ദുഃഖിക്കുന്നു....പക്ഷേ ഞാനത് ഇക്കാലമത്രയും ഒളിച്ചു വച്ചിരിക്കുകയായിരുന്നു!”

അയാൾ അവളുടെ കഴുത്തിൽ കൈ ചുറ്റിക്കൊണ്ട് ചെവിയിൽ മന്ത്രിച്ചു: “ഞാൻ എന്നും രാത്രി എന്റെ സഹോദരിയായ നീനയെ സ്വപ്നം കാണും. ചേച്ചി വന്ന് എന്റെ മെത്തയുടെ അടുത്തുള്ള ചാരു കസാലയിൽ ഇരിക്കും....”

ഒരു മണിക്കൂർ കഴിഞ്ഞ് അയാൾ പൂമുഖത്തുവച്ച് വീണ്ടും കോട്ടിട്ടു. അയാൾ ഇപ്പോൾ പുഞ്ചിരിക്കുന്നുണ്ടായിരുന്നു. പരിചാരികയെ കണ്ടപ്പോൾ അയാൾ ലജ്ജിച്ചു. ലാപ്തെവ് അയാളെ വീട്ടുവരെ കൊണ്ടാക്കി.

“നീ നാളെ ഭക്ഷണത്തിനു വരണം,” പ്യാത്നിത്സ്കയയിലുള്ള ഫ്യോദൊറിന്റെ വീട്ടിലേക്കു വണ്ടിയോടിച്ചുപോകുമ്പോൾ അയാൾ പറഞ്ഞു. “ഈസ്റ്റർ സമയത്ത് നമുക്കൊന്നിച്ച് വിദേശത്തു പോകാം. നിനക്കൊരു മാറ്റം ആവശ്യമാണ്. നീ വല്ലാതെ തളർന്നിരിക്കുന്നു.”

“ശരിയാണ്, ശരിയാണ്. ഞാൻ വരാം. ഞാൻ വരാം... നമുക്കു സഹോദരിയെക്കൂടെ കൊണ്ടുപോകണം.”

വീട്ടിൽ മടങ്ങിയെത്തിയപ്പോൾ ഭാര്യ ആകെ പരിഭ്രമിച്ചിരിക്കു ന്നതായി ലാപ്തെവ് കണ്ടു. ഫ്യോദൊറിനു പിടിപെട്ട ആക്രമണം

അവളെ വല്ലാതെ പിടിച്ചുകുലുക്കുകയുണ്ടായി. അവൾ കരഞ്ഞില്ല. പക്ഷേ അവളുടെ മുഖം വളരെ വളരെ വിളറിയിരുന്നു. അവൾ കിടക്കയിൽ അങ്ങോട്ടുമിങ്ങോട്ടും ഉരുണ്ടു. മഞ്ഞപോലെ തണുത്ത വിരലുകൾ കൊണ്ട് പുതപ്പും തലയിണയും ഭർത്താവിന്റെ കൈകളും അള്ളിപ്പിടിച്ചു. അവളുടെ കണ്ണുകൾ ഭയംകൊണ്ടു വികസിച്ചിരുന്നു.

"എന്നെ വിട്ടുപോകരുത്, എന്നെ വിട്ടു പോകരുത്," അവൾ യാചിച്ചു. എന്നോടു പറയൂ, അലെക്സേയ്, ഞാൻ പ്രാർത്ഥന മുടക്കിയിരിക്കുന്നത് എന്തുകൊണ്ടാണ്? എന്റെ വിശ്വാസത്തിന് എന്തു പറ്റി? എന്തിനാണ് നിങ്ങൾ എന്റെ സാന്നിദ്ധ്യത്തിൽ മതത്തെപ്പറ്റി ഇത്രയേറെ സംസാരിച്ചത്? നിങ്ങളും നിങ്ങളുടെ കൂട്ടുകാരും കാരണം ഞാനാകെ കുഴങ്ങി. ഞാൻ പ്രാർത്ഥിക്കുന്ന പതിവ് നിർത്തിയിരിക്കുകയാണ്."

അയാൾ നനഞ്ഞ തുണി അവളുടെ നെറ്റിയിൽ വയ്ക്കുകയും അവളുടെ തണുത്ത കൈകൾ തിരുമ്മി ചൂടാക്കുകയും കുടിക്കാൻ ചായ കൊടുക്കുകയും ചെയ്തു. അവൾ ഭീതിയോടെ അയാളെ മുറുകെ പിടിച്ചു.

ഏതാണ്ട് പ്രഭാതമടുത്തപ്പോൾ അവൾ തളർന്നുറങ്ങി. ലാപ്തെവ് അവളുടെ കൈ പിടിച്ചുകൊണ്ട് അടുത്തിരുന്നു. അയാൾ അന്നു രാത്രി മുഴുവൻ ഉറങ്ങിയതേയില്ല. പിറ്റേന്നു മുഴുവൻ അയാൾക്കു മനസ്സിനും ശരീരത്തിനും ക്ഷീണം തോന്നി. ചിന്താശക്തി നശിച്ച് അയാൾ പ്രത്യേകിച്ചു ലക്ഷ്യമൊന്നുമില്ലാതെ വീട്ടിൽ ചുറ്റി നടന്നു.

XVI

ഫ്യോദൊറിനു ചിത്തഭ്രമം പിടിപ്പെട്ടിരിക്കുകയാണെന്ന് ഡോക്ടറന്മാർ പറഞ്ഞു. പ്യാത്നിത്സ്കയയിൽ എന്താണു നടക്കുന്നതെന്ന് ലാപ്തെവിനു അറിഞ്ഞുകൂടായിരുന്നു. അച്ഛനും ഫ്യോദൊറുമില്ലാത്ത ആ ഇരുളടഞ്ഞ പണ്ടകശാല ഒരു ശവകുടീരത്തെയാണ് അയാളെ അനുസ്മരിപ്പിച്ചത്. പണ്ടകശാലയിലും പ്യാത്നിത്സ്കയയിലുള്ള വീട്ടിലും ദിവസവും പോകണമെന്നു ഭാര്യ പറയുമ്പോഴെല്ലാം അയാൾ ഒന്നുകിൽ മറുപടി പറയുകയില്ല, അല്ലെങ്കിൽ അയാളുടെ കുട്ടിക്കാലത്തെക്കുറിച്ച് ഈർഷ്യയോടെ സംസാരിക്കും. കഴിഞ്ഞകാലത്ത് അച്ഛൻ ചെയ്ത കാര്യങ്ങൾ തനിക്ക് പൊറുക്കാൻ കഴിയുകയില്ലെന്നും പ്യാത്നിത്സ്കയയും പണ്ടകശാലയും രണ്ടും താൻ വെറുക്കുന്നുവെന്നും മറ്റും അയാൾ പറയും.

ഒരു ഞായറാഴ്ച രാവിലെ യൂലിയ തന്നെ ഒരു വണ്ടി പിടിച്ച് പ്യാത്നിത്സ്കയയിലേക്കു പോയി. തന്റെ ആഗമനവേളയിൽ പ്രാർത്ഥന നടത്തിയ അതേ വിരുന്നുമുറിയിൽ വൃദ്ധനായ ഫ്യോദൊർ സ്തെപ്പാനിച്ച് ഇരിക്കുന്നത് അവൾ കണ്ടു. അദ്ദേഹം പഴയ ക്യാൻവാസ് ജാക്കറ്റാണു ധരിച്ചിരുന്നത്. ടൈ കെട്ടിയിരുന്നില്ല. കാഴ്ച നശിച്ച കണ്ണുകൾ ചിമ്മിക്കൊണ്ട് അ#ദദേഹം നിശ്ചലനായി ചാരുകസാലയിൽ ഇരിപ്പുണ്ടായിരുന്നു.

"ഞാനാണ്, അങ്ങയുടെ മരുമകൾ." അദ്ദേഹത്തിന്റെ അടുത്തേക്കു

ചെന്ന് അവൾ പറഞ്ഞു. "ഞാൻ അങ്ങയെ കാണാൻ വന്നതാണ്."

അദ്ദേഹം മനഃക്ഷോഭംകൊണ്ടു വിഷമിച്ച് ശ്വാസം വിടാൻ തുടങ്ങി. അദ്ദേഹമനുഭവിക്കുന്ന കഷ്ടതയും ഏകാന്തതയും കണ്ട് മനസ്സലിഞ്ഞ് അവൾ അദ്ദേഹത്തിന്റെ കയ്യിൽ ചുംബിച്ചു. അവൾ തന്നെയാണതെന്നു തീർച്ച വരുത്താനെന്നപോലെ അദ്ദേഹം അവളുടെ മുഖവും തലയും തപ്പിനോക്കി. അതിനുശേഷം അവളുടെ നേരെ കുരിശു വരച്ചു.

"നീ വന്നതിനു നന്ദി." അദ്ദേഹം പറഞ്ഞു. "നിനക്കറിയാമല്ലോ, എന്റെ കാഴ്ച നഷ്ടപ്പെട്ടിരിക്കുകയാണ്. എനിക്കൊന്നും കാണാൻ വയ്യ...വളരെ അവ്യക്തമായി ജനലും തീയും കാണാം. പക്ഷേ ആളുകളേയോ സാധനങ്ങളോ കാണാൻ കഴിയുന്നില്ല. അതെ, ഞാൻ അന്ധനായിത്തീരുകയാണ്. ഫ്യോദൊറിനു സുഖമില്ല. കാര്യങ്ങൾ നോക്കാൻ ആരുമില്ല. എന്തെങ്കിലും കുഴപ്പം സംഭവിച്ചാൽ ആരാണു കുറ്റവാളിയെ ശിക്ഷിക്കുക? ആളുകൾ എല്ലാവരും പിടിവിട്ടുപോകും. ഫ്യോദൊറിന് എന്തു പറ്റി? അവനു ജലദോഷം പിടിച്ചോ? എനിക്കു ജീവിതത്തിൽ ഒരിക്കലും രോഗം പിടിപ്പെട്ടിട്ടില്ല, മരുന്നു കഴിച്ചിട്ടുമില്ല. ഡോക്ടർമാരുമായി എനിക്കു യാതൊരു ബന്ധവുമില്ലായിരുന്നു."

പതിവുപോലെ വൃദ്ധൻ വീരവാദം മുഴക്കിത്തുടങ്ങി. അതിനിടെ വേലക്കാർ ധൃതിയിൽ മേശയൊരുക്കി. പലതരം ഭക്ഷണങ്ങളും പാനീയങ്ങളും മേളപ്പുറത്തു നിരത്തി. ഏതാണ്ടു പത്തു കുപ്പികൾ മേശപ്പുറത്തുണ്ടായിരുന്നു. അവയിലൊന്ന് എയ്ഫൽ ഗോപുരത്തെപ്പോലെയാണിന്നത്. ചോറിന്റെയും മീനിന്റേയും മണമുള്ള ചൂടാറാത്ത പലഹാരങ്ങൾ ഒരു പാത്രം നിറയെ വിളമ്പി.

"നീ എന്റെ കൂടെ അല്പമെന്തെങ്കിലും കഴിക്കണം," വൃദ്ധൻ പറഞ്ഞു.

അവൾ അദ്ദേഹത്തിന്റെ കയ്യു പിടിച്ച് മേശയുടെയടുത്തേക്കു കൊണ്ടു പോയി കുറച്ചു വോഡ്ക്ക പകർന്നുകൊടുത്തു.

"ഞാൻ നാളെ വീണ്ടും വരാം," അവൾ പറഞ്ഞു. "അങ്ങയുടെ മകളുടെ കുട്ടികളായ സാഷയേയും ലീദയേയും കൂടെ കൊണ്ടുവരികയും ചെയ്യാം. അവർക്ക് അവരുടെ പ്രിയപ്പെട്ട മുത്തച്ഛനെ കാണാൻ സന്തോഷമായിരിക്കും."

"വേണ്ട. അവരെ കൊണ്ടു വരണ്ട. അവർ നിയമാനുസൃതമായുണ്ടായ കുട്ടികളല്ല."

"എന്താണങ്ങനെ പറയുന്നത്? അവരുടെ അച്ഛനും അമ്മയും വിവാഹിതരായിരുന്നല്ലോ."

"ശരി തന്നെ, പക്ഷേ അതെന്റെ സമ്മതം കൂടാതായിരുന്നു. ഞാനവർക്ക് ആശീർവാദം നൽകിയില്ല. എനിക്കവരുമായി യാതൊരു ബന്ധവും വേണ്ട. ദൈവം അവരെ അനുഗ്രഹിക്കട്ടെ."

"അങ്ങനെ പറയുന്നതു വിചിത്രമായിരിക്കുന്നു, ഫ്യോദൊർ സ്തെപ്പാനിച്ച്", യൂലിയ ദീർഘനിശ്വാസത്തോടെ പറഞ്ഞു.

"കുട്ടികൾക്കു മാതാപിതാക്കന്മാരോട് ആദരവും ദയവും വേണമെന്ന് ബൈബിളിൽ പറയുന്നുണ്ട്."

"ഇല്ല, അങ്ങനെ പറയുന്നില്ല. നാം നമ്മുടെ ശത്രുക്കൾക്കു മാപ്പു കൊടുക്കണമെന്നാണ് ബൈബിളിൽ പറഞ്ഞിരിക്കുന്നത്."

"ഞങ്ങളുടേതുപോലുള്ള ഒരു ബിസിനസ്സിൽ മാപ്പു കൊടുക്കാൻ നിർവ്വാഹമില്ല. എല്ലാവർക്കും മാപ്പു കൊടുത്താൽ മൂന്നു വർഷത്തിനകം പാപ്പരാകും."

"പക്ഷേ മാപ്പു കൊടുക്കുകയെന്നത്, നിങ്ങൾക്ക് ഉപദ്രവം വരുത്തിയിട്ടുള്ള ഒരാളോടുപോലും സൗമ്യമായും ദയയോടും ഒരു വാക്കു പറയുകയെന്നത്, ബിസിനസ്സിനേക്കാളും പണത്തേക്കാളും എത്രയോ കൂടുതൽ പ്രധാനമാണ്.!"

വൃദ്ധന്റെ ഹൃദയത്തിന് തെല്ലൊരു മാർദ്ദവം വരുത്താനും അനുകമ്പയും പശ്ചാത്താപവും അദ്ദേഹത്തിൽ തട്ടിയുണർത്താനും യൂലിയ ആഗ്രഹിച്ചു. പക്ഷേ കുട്ടികളുടെ ജല്പനങ്ങൾ പ്രായം ചെന്നവർ ശ്രദ്ധിക്കുന്നതുപോലെയാണ് അവൾ പറഞ്ഞ കാര്യങ്ങൾ മുഴുവൻ അദ്ദേഹം കേട്ടത്.

"ഫ്യോദൊർ സ്തെപ്പാനിച്ച്", അവൾ ഉറപ്പിച്ചു പറഞ്ഞു. "അങ്ങേക്കു വയസ്സായി. ദൈവം താമസിയാതെ അങ്ങയെ കൂട്ടിക്കൊണ്ടുപോകും; അങ്ങ് ബിസിനസ്സ് എങ്ങിനെ നടത്തി, അങ്ങയുടെ കമ്പനി പൊളിഞ്ഞോ ഇല്ലയോ എന്നൊന്നും ദൈവം ചോദിക്കുകയില്ല. അങ്ങു മറ്റുള്ളവരോട് ഔദാര്യപൂർവ്വം പെരുമാറിയോ, അങ്ങയെക്കാൾ ബലം കുറഞ്ഞവരോട്, ഉദാഹരണത്തിന് ഭൃത്യന്മാരോടും ക്ലാർക്കന്മാരോടും, ക്രൂരമായിട്ടല്ലേ പെരുമാറിയത് എന്നായിരിക്കും ദൈവം ചോദിക്കുക."

"ഞാൻ എന്റെ കീഴ്ജീവനക്കാർക്ക് എന്നും ഉപകാരം ചെയ്തിട്ടുണ്ട്.

എന്നെപ്പോലുള്ള ഒരു മുതലാളിയെ കിട്ടിയതിൽ അവർ എക്കാലത്തും കൃതജ്ഞരായിരിക്കുകയാണു വേണ്ടത്," വൃദ്ധൻ തികഞ്ഞ ബോദ്ധ്യത്തോടെ പറഞ്ഞു. എങ്കിലും യൂലിയയുടെ ആത്മാർത്ഥത നിറഞ്ഞ സംസാരം അദ്ദേഹത്തിന്റെ ഹൃദയത്തെ സ്പർശിച്ചു. അവളെ സന്തോഷിപ്പിക്കാൻ വേണ്ടി അദ്ദേഹം പറഞ്ഞു: "ശരി, നീ നാളെ ആ കുട്ടികളെക്കൂടി കൊണ്ടു വന്നോളൂ. അവർക്കു കൊടുക്കാൻവേണ്ടി ചില സമ്മാനങ്ങൾ ഞാൻ ഏർപ്പാടു ചെയ്യാം."

വൃദ്ധൻ വൃത്തിഹീനമായിട്ടാണ് വസ്ത്രധാരണം ചെയ്തിരുന്നത്. ചുരുട്ടിന്റെ ചാരം മാറത്തും മുട്ടിലും വീണു കിടന്നിരുന്നു; അദ്ദേഹത്തിന്റെ ചെരിപ്പു തുടയ്ക്കാനോ വസ്ത്രത്തിൽനിന്നു പൊടി തൂത്തുകളയാനോ ആരും മിനക്കെട്ടില്ലെന്നതു സ്പഷ്ടമായിരുന്നു. പലഹാരത്തിനകത്തെ അരി വേണ്ടത്ര വെന്തിരുന്നില്ല. മേശവിരിപ്പിന് സോപ്പിന്റെ മണമുണ്ടായിരുന്നു. വേലക്കാർ ഒച്ചകേൾപ്പിച്ചാണു നടന്നത്. വൃദ്ധനും പ്യാത്നിത്സ്കയയിലെ വീടാകെത്തന്നെയും ഉളവാക്കിയത് അവഗണനയുടെ ഒരു പ്രതീതിയാണ്. യൂലിയയ്ക്ക് അവളെക്കുറിച്ചും ഭർത്താവിനെക്കുറിച്ചും ലജ്ജ തോന്നി.

"ഞാൻ നാളെ തീർച്ചയായും വരാം." അവൾ പറഞ്ഞു.

അവൾ മുറികളെല്ലാം പരിശോധിച്ചു. വൃദ്ധന്റെ കിടക്ക വിരിക്കാനും അദ്ദേഹത്തിന്റെ പ്രാർത്ഥനാദീപം കൊളുത്താനും ഏർപ്പാടു ചെയ്തു. ഒരു തുറന്ന പുസ്തകത്തിൽ ദൃഷ്ടി ഉറപ്പിച്ചു കൊണ്ട് ഫ്യോദൊർ അയാളുടെ മുറിയിൽ ഇരിപ്പുണ്ടായിരുന്നു. യൂലിയ അയാളോടു സംസാരിക്കുകയും അയാളുടെ മുറി ശുചിയാക്കാൻ വേലക്കാരെ ഏർപ്പെടുത്തുകയും ചെയ്തു. അതിനുശേഷം അവൾ ക്ലാർക്കന്മാർ താമസിക്കുന്നിടത്തേക്കു പോയി. ക്ലാർക്കന്മാർ ഭക്ഷണം കഴിച്ചിരുന്ന മുറിയുടെ ഉയരം കുറഞ്ഞ മുറിയുടെ മച്ചിനു താങ്ങായി ചായമടിക്കാത്ത ഒരു മരത്തൂണ് നടുവിൽ നിന്നിരുന്നു. വില കുറഞ്ഞ ചുമർക്കടലാസ് ഭിത്തിയിൽ ഒട്ടിച്ചിരുന്നു. പാചകം ചെയ്യുന്നതിന്റെ വീർപ്പു മുട്ടിക്കുന്ന മണം അവിടെ തങ്ങിനിന്നു. അന്നു ഞായറാഴ്ചയായിരുന്നതുകൊണ്ട് ക്ലാർക്കന്മാരെല്ലാം ഭക്ഷണം കാത്ത് വീട്ടിൽ അവരവരുടെ മെത്തകളിൽ ഇരിപ്പുണ്ടായിരുന്നു. യൂലിയ പ്രവേശിച്ചപ്പോൾ അവർ ചാടിയെഴുന്നേറ്റു. തടവുകാരെപ്പോലെ നിരുന്മേഷമായി അവളെ നോക്കിക്കൊണ്ട് ഭയാശങ്കകളോടെ അവർ അവളുടെ ചോദ്യങ്ങൾക്ക് മറുപടി പറഞ്ഞു.

“ദൈവമേ, എന്തൊരു ചീത്ത സ്ഥലമാണിത്!” കൈ വീശിക്കൊണ്ട് അവൾ പറഞ്ഞു. “നിങ്ങൾക്കിവിടെ തീരെ ഇടമില്ലല്ലൊ.”

“ഞങ്ങൾക്ക് ഒരു പരാതിയുമില്ല,” മക്കെയിച്ചെവ് പറഞ്ഞു. “ഞങ്ങൾ നിങ്ങളോടു നന്ദിയുള്ളവരാണ്. ദയാപരനായ ദൈവം നിങ്ങളെ അനുഗ്രഹിക്കട്ടെ എന്നാണു ഞങ്ങളുടെ പ്രാർത്ഥന.”

“ജീവിതവും വ്യക്തിപരമായ അഭിലാഷവും ഐകരൂപ്യം പ്രാപിച്ചിരിക്കുന്നു,” പൊച്ചാത്ക്കിൻ സൂക്തരൂപത്തിൽ പറഞ്ഞു.

“ഞങ്ങൾ സാധുക്കളാണ്. ഞങ്ങളുടെ നിലയനുസരിച്ചാണു ഞങ്ങൾ കഴിയുന്നത്,” മക്കെയിച്ചെവ് ബദ്ധപ്പെട്ടു വിശദീകരിച്ചു.

അപ്രണ്ടീസുകളുടെ പാർപ്പിടവും അടുക്കളയും പരിശോധിക്കുകയും വീട്ടു സൂക്ഷിപ്പുകാരനെ കണ്ടു സംസാരിക്കുകയും ചെയ്തശേഷം അവൾ പോയി. താൻ കണ്ട സർവ്വതും അവളെ വളരെയേറെ അസന്തുഷ്ടയാക്കി.

“കഴിയുന്നത്ര വേഗത്തിൽ നമുക്ക് പ്യാത്നിത്സ്കയയിലേക്കു താമസം മാറ്റണം.” വീട്ടിൽ തിരിച്ചെത്തിയതിനുശേഷം അവൾ ഭർത്താവിനോടു പറഞ്ഞു. “നിങ്ങൾ ദിവസവും പണ്ടകശാലയിൽ പോകേണ്ടതാണ്.”

അവർ പഠനമുറിയിൽ അടുത്തടുത്ത് ഇരിക്കുകയായിരുന്നു. കുറേയധികം സമയത്തേക്ക് രണ്ടുപേരും സംസാരിച്ചില്ല. അയാളുടെ ഹൃദയം ഭാരിച്ചതായിരുന്നു; പ്യാത്നിത്സ്കയയിലോ പണ്ടകശാലയിലോ പോകാൻ ആഗ്രഹിച്ചില്ല. പക്ഷേ തന്റെ ഭാര്യ എന്തുദ്ദേശിച്ചാണതു പറഞ്ഞതെന്ന് അയാളൂഹിച്ചു. അവളെ എതിർക്കാനുള്ള കരുത്ത് അയാൾക്കില്ലായിരുന്നു

“നമ്മുടെ ജീവിതം കഴിഞ്ഞെന്നും പകുതി ജീവിച്ചുകൊണ്ടുള്ള ഒരുതരം അവസ്ഥയാണ് ഇനിയങ്ങോട്ടുള്ളതെന്നും എനിക്കു തോന്നുന്നു,” അവളുടെ കവിൾ തടവിക്കൊണ്ട് അയാൾ പറഞ്ഞു. “ഫ്യോദൊറിനു മാറാരോഗം പിടിപ്പെട്ടിരിക്കുകയാണെന്നറിഞ്ഞപ്പോൾ ഞാൻ കരഞ്ഞു. കുട്ടിക്കാലവും ചെറുപ്പവും ഞങ്ങൾ ഒന്നിച്ചാണു കഴിച്ചത്. ഒരു കാലത്ത് ഞാനവനെ വളരെയധികം സ്നേഹിച്ചിരുന്നു. ഇപ്പോഴിതാ ഈ ഭയങ്കരരോഗം. എന്റെ ഭൂതകാലത്തെ ഞാൻ എന്നെന്നേക്കുമായി വിട്ടുപിരിയുകയാണെന്ന് എനിക്ക് തോന്നുന്നു. ഞാൻ ഇനി പ്യാത്നിത്സ്കയയിലേയ്ക്ക്, ഈ കാരാഗൃഹത്തിലേക്ക്,

താമസം മാറ്റണമെന്നു നീ പറയുമ്പോൾ എനിക്കു ഭാവിയും ഇല്ലെന്നു തോന്നിത്തുടങ്ങുന്നു."

അയാൾ എഴുന്നേറ്റു ജനാലയ്ക്കടുത്തേക്കു നടന്നു.

"അതെ, സുഖത്തെക്കുറിച്ചുള്ള എല്ലാ ചിന്തയും കളയേണ്ടിയിരിക്കുന്നു," തെരുവിലേക്കു നോക്കിക്കൊണ്ട് അയാൾ പറഞ്ഞു. "അങ്ങിനെയൊന്നില്ല. ഞാനതറിഞ്ഞിട്ടില്ല. അങ്ങിനെയൊന്നു സ്ഥിതി ചെയ്യുന്നുണ്ടോ എന്നു തന്നെ ഞാൻ സംശയിക്കുന്നു. എന്റെ ജീവിതത്തിൽ ഒരിക്കൽ മാത്രമാണ് എനിക്കു സുഖം തോന്നിയിട്ടുള്ളത്- നിന്റെ കുട പിടിച്ചുകൊണ്ട് ഞാനിരുന്ന രാത്രിയിൽ. എന്റെ സഹോദരി നീനയുടെ വീട്ടിൽ നീ ഒരു കുട മറന്നുവച്ചത് ഓർക്കുന്നുണ്ടോ?" ഭാര്യയുടെ നേർക്കു തിരിഞ്ഞുകൊണ്ട് അയാൾ ചോദിച്ചു. "ഞാൻ അന്ന് നീയുമായി പ്രേമത്തിലായിരുന്നു. ആ കുടയും പിടിച്ചുകൊണ്ട് രാത്രി മുഴുവൻ തികഞ്ഞ നിർവൃതി പൂണ്ട് ഞാനിരുന്നത് ഞാനോർക്കുന്നു."

പഠനമുറിയിൽ പുസ്തകഷെൽഫിനടുത്ത് കരിമരവും വെള്ളോട്ടും കൊണ്ടുണ്ടാക്കിയ ഒരലമാരിയുണ്ടായിരുന്നു. അതിനകത്താണ് ലാപ്തെവ് ഉപയോഗശൂന്യമായ പല സാധനങ്ങളും വച്ചിരുന്നത്, ആ കുട അക്കൂട്ടത്തിലുണ്ടായിരുന്നു. അയാളതു പുറത്തെടുത്ത് ഭാര്യയെ ഏല്പിച്ചു.

"ഇതാ എടുത്തുകൊള്ളൂ," അയാൾ പറഞ്ഞു.

യൂലിയ ഒരു നിമിഷത്തേക്ക് ആ കുട നോക്കി. തിരിച്ചറിഞ്ഞപ്പോൾ അവൾ വിഷാദപൂർവ്വം പുഞ്ചിരിച്ചു.

"ഉവ്വ്, ഞാനിപ്പോൾ ഓർക്കുന്നു," അവൾ പറഞ്ഞു. "നിങ്ങൾ വിവാഹാഭ്യർത്ഥന നടത്തുമ്പോൾ ഈ കുട കയ്യിൽ പിടിച്ചിരുന്നു."

അയാൾ മുറി വിട്ടിറങ്ങാൻ തുടങ്ങിയപ്പോൾ അവൾ പറഞ്ഞു: "ദയവുചെയ്ത് വീട്ടിൽ കുറച്ചുകൂടി നേരത്തേ വരാൻ നോക്കൂ. നിങ്ങളടുത്തില്ലാത്തപ്പോൾ എനിക്ക് ഏകാന്തത തോന്നുന്നു."

അവൾ മുറിയിൽ പോയി ആ കുടയിലേക്ക് ഏറെനേരം നോക്കിനിന്നു.

XVII

ലാപ്തെവ് കുടുംബത്തിന്റെ ബിസിനസ്സ് വളരെ വല്ലതും സങ്കീർണ്ണവുമായിരുന്നെങ്കിലും അവരൊരു അക്കൗണ്ടന്റിനെ നിയമിച്ചിരുന്നില്ല. ആഫീസ് ക്ലാർക്ക് സൂക്ഷിച്ചിരുന്ന കണക്കുബുക്കുകൾ തികച്ചും ദുർഗ്രഹങ്ങളായിരുന്നു. പണ്ടകശാലയിൽ ദിവസവും വന്നിരുന്ന ജർമ്മനിയിലേയും ഇംഗ്ലണ്ടിലേയും ബിസിനസ്സ് ഏജന്റന്മാർ ക്ലാർക്കന്മാരുമായി രാഷ്ട്രീയവും മതകാര്യങ്ങളും ചർച്ച ചെയ്യും. മദ്യപാനിയായ ഒരു പ്രഭുവായിരുന്നു അവിടത്തെ മറ്റൊരു സ്ഥിരം സന്ദർശകൻ. അയാളുടെ ആരോഗ്യം തകർന്നിരുന്നു. കണ്ടാൽ കഷ്ടം തോന്നും. കമ്പനിയുടെ വിദേശ കത്തിടപാടുകൾ തർജ്ജമ ചെയ്യുകയെന്നതായിരുന്നു അയാളുടെ ജോലി. ക്ലാർക്കന്മാർ അയാളെ "പഴങ്കഞ്ഞി" എന്നാണു വിളിച്ചുപോന്നത്. അവർ അയാളുടെ ചായയിൽ ഉപ്പിട്ടുമായിരുന്നു. ആ സ്ഥാപനമാകെ അർത്ഥശൂന്യമായിട്ടാണ് ലാപ്തെവിന് തോന്നിയത്.

ഇപ്പോൾ അയാൾ എല്ലാ ദിവസവും പണ്ടകശാലയിൽ പോകും. സംഗതികൾക്ക് ഒരു മാറ്റം വരുത്താൻ അയാൾ പരമാവധി ശ്രമിച്ചു. അപ്രണ്ടീസുകളെ മർദ്ദിക്കുന്നതും ചരക്കു വാങ്ങാൻ വരുന്നവരെ കബളിപ്പിക്കുന്നതും അയാൾ വിലക്കി. വിറ്റഴിക്കാൻ വയ്യാതെ കിടക്കുന്ന പഴയ ചരക്കുകൾ കമ്പോളത്തിലിറങ്ങിയിട്ടുള്ള ഏറ്റവും പുതിയ സാധനമാണെന്നു പറഞ്ഞുകൊണ്ട് ഉൾനാട്ടിൽനിന്നു വരുന്ന വല്ലയാളിന്റേയും തലയിൽ ക്ലാർക്കന്മാർ വച്ചുകെട്ടുന്നതു കാണുമ്പോൾ

അയാൾക്കു കലി കയറും. പണ്ടകശാലയുടെ മേൽനോട്ടം ഇപ്പോൾ അയാൾക്കായിരുന്നുവെങ്കിൽപ്പോലും തന്റെ മുതലെല്ലാം കൂടി എത്രയുണ്ട്, ബിസിനസ്സ് നന്നായി നടക്കുന്നുണ്ടോ, സീനിയർ ക്ലാർക്കന്മാരുടെ വരുമാനമെത്ര എന്നൊന്നും അയാൾക്കിപ്പോഴും നിശ്ചയമില്ലായിരുന്നു. കമ്പനിയുടെ രഹസ്യങ്ങൾ മാത്രം പ്രായമോ പരിചയമോ അയാൾക്കില്ലെന്നായിരുന്നു പൊച്ചാത്ക്കിന്റേയും മക്കെയിച്ചെവിന്റേയും അഭിപ്രായം. അന്ധനായ പഴയ യജമാനനുമായി അവർ എന്നും വൈകിട്ട് ദീർഘനേരം രഹസ്യമായി കൂടിയാലോചനകൾ നടത്തുമായിരുന്നു.

ജൂൺ ആദ്യത്തിൽ ഒരു ദിവസം ലാപ്തെവും പൊച്ചാത്ക്കിനും ലഘുഭക്ഷണം കഴിക്കാനും ബിസിനസ്സുകാര്യങ്ങൾ സംസാരിക്കാനും വേണ്ടി ബുബ്നോവ് മദ്യശാലയിൽ പോയി. പൊച്ചാത്ക്കിൻ എട്ടു വയസ്സു മുതൽ ലാപ്തെവ് കുടുംബത്തിന്റെകൂടെ പണിയെടുക്കുകയാണ്. കുടുംബത്തിലെ ഒരംഗമായിട്ടാണ് അയാളെ കരുതിപ്പോന്നത്. അയാളെ പൂർണ്ണമായി വിശ്വസിക്കുകയും ചെയ്തിരുന്നു. പണ്ടകശാലയിൽനിന്നിറങ്ങുമ്പോൾ അയാൾ അന്നന്നു പിരിഞ്ഞുകിട്ടിയ പണം പെട്ടിയിൽ നിന്നെടുത്തു പോക്കറ്റുകളിൽ കുത്തിനിറയ്ക്കും. പണ്ടകശാലയിലും വീട്ടിലും പള്ളിയിൽപ്പോലും അയാളായിരുന്നു പ്രധാനി. പള്ളിയിൽ വൃദ്ധനു പകരം പ്രമാണിയുടെ ചുമതലകൾ വഹിച്ചിരുന്നത് അയാളാണ്. അപ്രണ്ടീസുകളോടുള്ള അയാളുടെ ക്രൂരമായ പെരുമാറ്റം മല്യൂത്ത സ്കറാത്തൊവ്[14]എന്ന പരിഹാസപ്പേര് അയാൾക്കു സമ്പാദിച്ചുകൊടുത്തിരുന്നു.

മദ്യശാലയിൽ കയറിയയുടൻ അയാൾ വെയിറ്ററെ വിളിച്ചു പറഞ്ഞു. "പകുതി നിധിയും ഇരുപത്തിനാലും തൊന്തരവും കൊണ്ടുവരൂ."

അല്പനേരം കഴിഞ്ഞ് വെയിറ്റർ ഒരു ട്രേയ്ക്കകത്ത് അരക്കുപ്പി വോഡ്ക്കയും പലതരം തണുത്ത ഭക്ഷണസാധനങ്ങളും കൊണ്ടുവന്നു.

---

14 മല്യൂത്ത സ്കറാത്തൊവ്(1572 - ൽ അന്തരിച്ചു)- ഭീകരനായ ഇവാൻ നാലാമൻ എന്ന റഷ്യൻ സാർ ചക്രവർത്തിയുടെ അംഗരക്ഷാസേനയിലെ ഒരു പ്രമുഖനും സാറിന്റെ ഒരു ഉറ്റ സഹായിയും, സാറിന്റെ എതിരാളികളെ ക്രൂരമായി മർദ്ദിച്ചു. ഇവിടെ സ്കറാത്തൊവിനെ പരാമർശിക്കുന്നത് ക്രൂരതയുടെ പ്രതീകമെന്ന നിലയ്ക്കാണ്.- എഡിറ്റർ.

"അടുത്തതായി, ഒരു കഷണം അപവാദവും നുണപ്രചരണവും കുറേ ഉടച്ച ഉരുളക്കിഴങ്ങും കൊണ്ടു വരൂ," പൊച്ചാത്ക്കിൻ അയാളോടു പറഞ്ഞു.

വെയിറ്റർക്ക് അയാൾ പറഞ്ഞതു പിടികിട്ടിയില്ലെന്ന് അയാളുടെ മുഖഭാവം തെളിയിച്ചു. അയാളെന്തോ പറയാൻ ഭാവിച്ചപ്പോഴേക്ക് പൊച്ചാത്ക്കിൻ അയാളെ തുറിച്ചുനോക്കിക്കൊണ്ട് പറഞ്ഞു: "മാത്രമല്ല!"

വെയിറ്റർ ഒരു നിമിഷത്തേക്ക് കഠിനമായി ചിന്തിച്ചു. പിന്നീട് തന്റെ സഹപ്രവർത്തകരുമായി കൂടിയാലോചിക്കാൻ പോയി. അവസാനം അയാൾ കടംകഥയുടെ ഉത്തരം കണ്ടുപിടിച്ചു. ഒരു കഷ്ണം കാളനാക്ക് കൊണ്ടുവന്നു കൊടുത്തു.

"ഇവിടെ നോക്കു," രണ്ടു ചെറിയ ഗ്ലാസ് വോഡ്ക്കയും അല്പം ഭക്ഷണവും കഴിച്ചതിനുശേഷം ലാപ്തെവ് പറഞ്ഞു. "കഴിഞ്ഞ ഏതാനും വർഷങ്ങളായി നമ്മുടെ ബിസിനസ്സ് അധഃപതിച്ചു തുടങ്ങിയെന്നതു നേരാണോ?"

"ഏതു വിധത്തിലും അല്ല."

"ദയവു ചെയ്ത് എന്നോട് ഹൃദയം തുറന്ന് നേരു പറയൂ. എത്ര പണമാണു വന്നുകൊണ്ടിരിക്കുന്നത്? നമുക്കിപ്പോൾ ആകെ മുതലെന്തുണ്ട്? നമുക്ക് ഇങ്ങനെ ഇരുട്ടിൽ തപ്പിത്തടഞ്ഞുകൊണ്ട് അധികം പോവാൻ സാദ്ധ്യമല്ല. പണ്ടകശാലയുടെ കണക്കുകൾ ഞാൻ അടുത്തു തന്നെ കാണുകയുണ്ടായി. പക്ഷേ, ഞാനതു വിശ്വസിക്കുന്നില്ല എന്നു പറയേണ്ടി വന്നതിൽ ഖേദമുണ്ട്. എന്തുകൊണ്ടോ കാര്യങ്ങൾ എന്നിൽനിന്നു മറച്ചുവയ്ക്കണമെന്നും അച്ഛനോടു മാത്രം സത്യം പറഞ്ഞാൽ മതിയെന്നും നിങ്ങൾ കരുതുന്നു. നിങ്ങളുടെ കുട്ടിക്കാലം മുതലേ ഇതായിരുന്നു നയം. അതില്ലാതെ നിങ്ങൾക്കു ജീവി#കകാൻ വയ്യ. എന്നാൽ അതു കൈവിടേണ്ട കാലമായിരിക്കുന്നു. എന്നോടു കാര്യങ്ങൾ തുറന്നു പറയൂ. നമ്മുടെ കണക്കുകളുടെ സ്ഥിതി എന്താണ്?"

"അതെല്ലാം വായ്പാജ്വരത്തെ ആശ്രയിച്ചിരിക്കും," ഒരു നിമിഷത്തെ ആലോചനയ്ക്കുശേഷം പൊച്ചാത്ക്കിൻ പറഞ്ഞു.

"വായ്പാജ്വരമെന്നതുകൊണ്ട് നിങ്ങൾ എന്താണുദ്ദേശിക്കുന്നത്?"

പൊച്ചാത്ക്കിൻ വിശദീകരിക്കാൻ തുടങ്ങിയെങ്കിലും

ലാപ്തെവിന് അയാൾ പറഞ്ഞത് അശേഷം മനസ്സിലായില്ല. അയാൾ മെക്കയിച്ചെവിന് ആളയച്ചു. അയാളുടൻ വന്നു. കുരിശു വരച്ചതിനുശേഷം അയാൾ അല്പം ഭക്ഷണം കഴിച്ചു. ഇത്രയും നല്ല ദാതാക്കളെ ലഭിച്ചതിൽ നന്ദി പ്രകടിപ്പിച്ചുകൊണ്ട് ക്ലാർക്കന്മാർ രാവും പകലും ദൈവത്തോടു പ്രാർത്ഥിക്കേണ്ടതാണെന്ന് അയാൾ തൊള്ള തുറന്ന് പ്രഖ്യാപിച്ചു.

"അതു കൊള്ളാം. പക്ഷേ ഞാൻ നിങ്ങളുടെ ഒരു ദാതാവാണെന്നു സ്വയം കരുതുന്നില്ല." ലാപ്തെവ് പറഞ്ഞു

"താനാരാണെന്നും തന്റെ നില എന്താണെന്നും ഓരോരുത്തരും അറിഞ്ഞിരിക്കണം. ദൈവാനുഗ്രഹത്താൽ അങ്ങു ഞങ്ങളുടെ പിതാവും ദാതാവുമാണ്. ഞങ്ങൾ അങ്ങയുടെ അടിമകളാണ്."

"ഇങ്ങോട്ടു നോക്കൂ, ഞാനിതൊക്കെ കേട്ടു മടുത്തു!" ലാപ്തെവ് ദേഷ്യത്തിൽ പറഞ്ഞു.

"ഒരു പക്ഷേ നിങ്ങൾ എന്റെ ദാതാവായി നമ്മുടെ ബിസിനസ്സിന്റെ സ്ഥിതിയെപ്പറ്റി എനിക്കൊന്നു പറഞ്ഞുതരുമോ? നിങ്ങൾ എന്നോട് ഒരു കുഞ്ഞിനോടെന്നപോലെ പെരുമാറുന്നതു നിർത്തിയില്ലെങ്കിൽ ഞാൻ നാളെ ഈ പണ്ടകശാല അടച്ചുപൂട്ടും. എന്റെ അച്ഛനു കണ്ണു കണ്ടുകൂടാ, എന്റെ സഹോദരൻ ഭ്രാന്താശുപത്രിയിലാണ്. എന്റെ സഹോദരിയുടെ പുത്രിമാർക്കു പ്രായപൂർത്തിയായിട്ടില്ല. ഞാൻ ഈ ബിസിനസ്സ് ഹൃദയംഗമമായി വെറുക്കുന്നു. ഞാനതു സന്തോഷത്തോടെ ഉപേക്ഷിക്കാൻ തയ്യാറാണ്. പക്ഷേ എന്റെ സ്ഥാനമേറ്റെടുക്കാൻ ആരുമില്ലെന്നു നിങ്ങൾക്കറിയാമല്ലോ. അതുകൊണ്ട് ദൈവത്തെ ഓർത്ത് നിങ്ങളുടെ ഈ ബുദ്ധിശൂന്യമായ നയം ഉപേക്ഷിക്കുക."

അവർ പണ്ടകശാലയിൽപ്പോയി കണക്കു പരിശോധിക്കാൻ തുടങ്ങി. രാത്രി അവർ വീട്ടിൽവച്ചു കണക്കുകൂട്ടൽ തുടർന്നു. വൃദ്ധനും സഹായിച്ചു. വൃദ്ധൻ തന്റെ വ്യാപാരരഹസ്യങ്ങൾ മകനു പറഞ്ഞുകൊടുക്കുന്ന സ്വരം കേട്ടാൽ തോന്നും ബിസിനസ്സിലല്ല, ഏതോ കൂടോത്രത്തിലാണ് അദ്ദേഹം ഏർപ്പെട്ടിരുന്നതെന്ന്. വാർഷികവരുമാനം ഉദ്ദേശം പത്തിലൊന്നു വർദ്ധിച്ചിട്ടുണ്ടെന്നും രൊക്കം പണമായിട്ടും ഈടുകളായിട്ടും മാത്രം ലാപ്തെവ് കുടുംബത്തിന്റെ സ്വത്ത് അറുപതുലക്ഷം റൂബിൾ വരുമെന്നും തെളിഞ്ഞു.

ശുദ്ധവായു ശ്വസിക്കാൻ വേണ്ടി ലാപ്തെവ് പുറത്തിറങ്ങിയപ്പോൾ നേരം പാതിരാ കഴിഞ്ഞിരുന്നു; അയാളിപ്പോഴും ആ കണക്കുകളുടെ മാസ്മര സ്വാധീനത്തിലായിരുന്നു. പ്രശാന്തവും ചന്ദ്രികാചർച്ചിതവുമായ ഒരു രാത്രിയായിരുന്നു അത്. സർവ്വവും നിശ്ചലമായിരുന്നു. മോസ്കോ ഗൃഹങ്ങളുടെ വെളുത്ത ചുമരുകളും കട്ടിയുള്ള അഴിയിട്ട ഗേറ്റുകളും നിശ്ശബ്ദതയും ഇരുണ്ട നിഴലുകളും ഒരു കോട്ടയുടെ പ്രതീതി ഉളവാക്കി; തോക്കേന്തിയ കാവൽക്കാരൻ മാത്രമേ ഇല്ലാതിരുന്നുള്ളൂ. ലാപ്തെവ് ചെറിയ ഉദ്യാനത്തിൽപ്പോയി അയൽപക്കത്തെ പറമ്പുമായി വേർതിരിക്കുന്ന വേലിക്കു സമീപമുള്ള ഒരു ബഞ്ചിലിരുന്നു. ആ ഉദ്യാനത്തിൽ ഒരിനം കാട്ടുമരം പൂത്തുനിന്നിരുന്നു; കുട്ടിക്കാലം മുതൽക്കേ ലാപ്തെവിന് ഓർമ്മയുള്ള ഒരു മരമായിരുന്നു അത്. അന്നത്തെപ്പോലെതന്നെ മുട്ടും മുഴയുമായിട്ടാണ് അതു നിന്നിരുന്നത്. ഒരിഞ്ചുപോലും ഉയരം കൂടിയിട്ടില്ല. ആ ഉദ്യാനത്തിലേയും മുറ്റത്തേയും ഓരോ കോണും വിദൂരഭൂതകാലത്തെ കറുത്തിരുണ്ട സ്മരണകളെ തട്ടിയുണർത്തി. ഇന്നത്തെപ്പോലെ അന്നും, ഇടതിങ്ങി വളരാത്ത വൃക്ഷങ്ങളുടെയിടയിൽക്കൂടി നിലാവു വീശുന്ന മുറ്റം ദൃശ്യമായിരുന്നു. ഇന്നത്തെപ്പോലെ അന്നും നിഴലുകൾ കറുത്തിരുണ്ട് നിഗൂഢമായിരിക്കുകയും ഒരു കറുത്ത പട്ടി മുറ്റത്തിന്റെ നടുവിൽ നീണ്ടുനിവർന്നു കിടക്കുകയും ക്ലാർക്കന്മാരുടെ പാർപ്പിടത്തിന്റെ ജനലുകൾ മലർക്കെ തുറന്നു കിടക്കുകയും ചെയ്തിരുന്നു. അയാളതെല്ലാം ഓർമ്മിച്ചു. ആ ഓർമ്മകൾ ഒന്നും തന്നെ സുഖകരമായിരുന്നില്ല.

അയാൾ തൊട്ടപ്പുറത്തുള്ള മുറ്റത്ത് പതിഞ്ഞ കാലൊച്ച കേട്ടു.

"എന്റെ പൊന്നേ, എന്റെ ഓമനേ," ഒരു പുരുഷശബ്ദം വേലിക്കരികിൽ മന്ത്രിച്ചു. ലാപ്തെവ് ഇരുന്നതിന്റെ വളരെയടുത്താണ് അതു കേട്ടത്. അവരുടെ ശ്വാസോച്ഛ്വാസം പോലും അയാൾക്കു കേൾക്കാമായിരുന്നു. അവർ ചുംബിച്ചു.

ആ ലക്ഷകണക്കിനു റൂബിളുകളും താൻ അങ്ങേയറ്റം വെറുത്തിരുന്ന ബിസിനസ്സും തന്റെ ജീവിതം നശിപ്പിക്കുമെന്നും തന്നെയൊരു തികഞ്ഞ അടിമയാക്കി മാറ്റുമെന്നും ലാപ്തെവിന് തീർച്ചയുണ്ടായിരുന്നു. താൻ കുറേശ്ശക്കുറേശ്ശയായി തന്റെ നിലയുമായി പഴകുന്നതും ക്രമേണ ഒരു ബിസിനസ്സ് സ്ഥാപനത്തിന്റെ തലവനായിത്തീരുന്നതും വാർദ്ധക്യവും ജരാനരകളും ബാധിച്ച് അവസാനം എല്ലാ നിസ്സാരന്മാരേയും പോലെ നികൃഷ്ടമായും ദാരുണമായും ചുറ്റുമുള്ളവർക്കെല്ലാം

ഒരു ഭാരമായും മരണമടയുന്നതും അയാൾ ഭാവനയിൽ കണ്ടു. പക്ഷേ ബിസിനസ്സ് ഉപേക്ഷിച്ച് താൻ കുട്ടിക്കാലം മുതലേ വെറുത്തിരുന്ന ഈ ഉദ്യാനത്തിൽനിന്നും മുറ്റത്തുനിന്നും ഇറങ്ങിപ്പോകാൻ അയാൾക്കെന്തു തടസ്സമാണുണ്ടായിരുന്നത്?

വേലിക്കപ്പുറത്തു നടന്ന നർമ്മസംഭാഷണവും ചുംബനങ്ങളും അയാളുടെ ഹൃദയത്തെ സ്പർശിച്ചു. അയാൾ മുറ്റത്തിന്റെ നടുവിലേക്കു നടന്ന് ഷർട്ടിന്റെ കഴുത്തിലെ ബട്ടനൂരി ചന്ദ്രനെ നോക്കി നിന്നു. ഒരു നിമിഷം കൂടിക്കഴിഞ്ഞാൽ അയാൾ ഗേറ്റ് തുറക്കാനാവശ്യപ്പെടും, ഈ മുറ്റത്തുനിന്നിറങ്ങിപ്പോകും. പിന്നീടൊരിക്കലും തിരിച്ചുവരികയില്ല; താൻ സ്വതന്ത്രനാവുമല്ലോ എന്നു ചിന്തിച്ചപ്പോൾ അയാളുടെ ഹൃദയം സന്തോഷം കൊണ്ട് തുള്ളിച്ചാടി. ജീവിതം എത്രത്തോളം ഉൽകൃഷ്ടവും സുന്ദരവും ഒരു പക്ഷേ ദിവ്യമാകാൻ തന്നെയും സാധ്യതയുണ്ടെന്നോർത്ത് അയാൾ ഉച്ചത്തിൽ ചിരിച്ചു....

പക്ഷേ അയാൾ നിന്നിടത്തുനിന്ന് അനങ്ങിയില്ല. "എന്താണ് എന്നെ ഇവിടെ പിടിച്ചു നിർത്തുന്നത്?" അയാൾ സ്വയം ചോദിച്ചു. അയാൾക്കു തന്നോടുതന്നെയും, സന്തോഷമായും സ്വതന്ത്രമായും വയലുകളിലും കാടുകളിലും ഓടിനടക്കുന്നതിനു പകരം കല്ലിൻപുറത്ത് ചടഞ്ഞുകൂടിക്കിടക്കുന്ന ആ കറുത്ത പട്ടിയോടും വെറുപ്പു തോന്നി. തനിക്കും ആ പട്ടിക്കും അവിടം വിട്ടുപോകാൻ നിർവ്വാഹമില്ലാതിരുന്നത് ഒരേ കാരണത്താലാണ്: വിധേയത്വവും അടിമത്തവും ഒരു ശീലമായിക്കഴിഞ്ഞിരുന്നു. പിറ്റേന്ന് ഉച്ചയ്ക്ക് അയാൾ ബൂത്തൊവൊയിലേക്കു പോയി. അവർ വേനൽ ചെലവഴിക്കുന്നതവിടെയായിരുന്നു. കൂട്ടിനുവേണ്ടി യാർത്സെവിനേയും കൂടെ കൊണ്ടുപോയി. ലാപ്തെവ് ഭാര്യയെ കണ്ടിട്ട് അഞ്ചുദിവസമായി. അവർ സ്റ്റേഷനിൽവച്ച് ഒരു വണ്ടി പിടിച്ചു. യാർത്സെവ് വഴിനീളെ പാടുകയും നല്ല കാലാവസ്ഥയെ പ്രകീർത്തിക്കുകയും ചെയ്തു. ഒരു വലിയ ഉദ്യാനത്തിന്റെ നടുവിലായിരുന്നു വീട്. ഗേറ്റിനടുത്തുവച്ച് പ്രധാനവീഥി തുടങ്ങുന്നിടത്ത് പന്തലിച്ചു നിൽക്കുന്ന ഒരു പഴയ പോപ്ലാർ വൃക്ഷത്തിന്റെ ചുവട്ടിൽ യൂലിയ സെർഗേയെവ്ന ഇരിക്കുന്നതവർ കണ്ടു. ഇളംമഞ്ഞ നിറത്തിൽ, ലേസു പിടിപ്പിച്ച ചന്തമുള്ള ഒരു വേനൽക്കാലവസ്ത്രമാണവൾ ധരിച്ചിരുന്നത്, അവളുടെ പഴയ സുപരിചിതമായ കുടയും കയ്യിൽ പിടിച്ചിരുന്നു. അഭിവാദനങ്ങൾ കൈമാറിയതിനുശേഷം യാർത്സെവ് വീട്ടിനുള്ളിലേക്കു നടന്നു. അവിടെ സാഷയുടേയും

ലീദയുടേയും ശബ്ദം കേൾക്കാമായിരുന്നു. ലാപ്തെവ് ഭാര്യയോടു സംസാരിക്കാൻ ഇരുന്നു.

"വരാനെന്താണ് ഇത്ര താമസിച്ചത്?" അയാളുടെ കൈ വിടാതെ അവൾ ചോദിച്ചു. "ഞാനെത്രദിവസമായി കാത്തിരിക്കുന്നു. നിങ്ങളില്ലാതെ എനിക്കു വല്ലാത്ത ഏകാന്തത തോന്നുന്നു!"

അവൾ എഴുന്നേറ്റ് അയാളുടെ തലമുടി തടവി. അയാളുടെ മുഖവും ചുമലും തൊപ്പിയും അവൾ സശ്രദ്ധം നോക്കുകയായിരുന്നു.

"നിങ്ങൾക്കറിയാമോ," അവൾ പറഞ്ഞു. "ഞാൻ നിങ്ങളുമായി പ്രേമത്തിലാണ്." അവളുടെ മുഖം തുടുത്തു. "നിങ്ങളെനിക്കു വളരെ പ്രിയപ്പെട്ടവനാണ്. നിങ്ങൾ വരികയും ഞാൻ നിങ്ങളെ കാണുകയും ചെയ്യുമ്പോൾ എനിക്കു തികച്ചും സന്തോഷം തോന്നുന്നു. നമുക്കിനി അല്പം സംസാരിക്കാം. ഒരു കാര്യം പറയൂ."

അവളുടെ പ്രേമപ്രഖ്യാപനം കേട്ടപ്പോൾ അവർ വിവാഹിതരായിട്ടു പത്തു വർഷമായി എന്നയാൾക്കു തോന്നി. അയാൾ ഭക്ഷണം കഴിക്കാനാഗ്രഹിച്ചു. അവൾ കൈ രണ്ടും അയാളുടെ കഴുത്തിൽ ചുറ്റി. അവളുടെ പട്ടുവസ്ത്രം അയാളുടെ കവിളിനെ കിക്കിളിപ്പെടുത്തി. അവളുടെ കൈ പതുക്കെ വിടുവിച്ച് അയാൾ എഴുന്നേറ്റ് വീട്ടിലേക്കു നടന്നു. കുട്ടികൾ അയാളുടെയടുത്തേക്ക് ഓടിവന്നു.

"അവരെത്ര വലുതായി!" അയാൾ വിചാരിച്ചു. "ഈ കഴിഞ്ഞ മൂന്നു വർഷത്തിനിടയിൽ എന്തെല്ലാം മാറ്റങ്ങളുണ്ടായിരിക്കുന്നു. ഇനിയൊരു പതിമൂന്നു കൊല്ലമോ ഒരു പക്ഷേ മുപ്പതു കൊല്ലമോകൂടി ജീവിച്ചിരിക്കേണ്ടിവരുമെന്ന് ഒന്നോർത്തുനോക്കു. അതിനിടയിൽ എന്തെല്ലാം സംഭവിക്കുമെന്നാരു കണ്ടു. വരുന്നതു വരട്ടെ എന്നു കരുതി കാത്തിരിക്കാനേ നമുക്കു നിർവ്വാഹമുള്ളു."

അയാൾ സാഷയേയും ലീദയേയും കെട്ടിപ്പുണർന്നു, അവർ അയാളുടെ ചുമലിൽ തൂങ്ങി.

"മുത്തച്ഛൻ നിങ്ങളെ അന്വേഷിച്ചു," അയാൾ പറഞ്ഞു. "ഫ്യോദൊർ അമ്മാവൻ മരിക്കാറായി കിടക്കുകയാണ്. അമേരിക്കയിൽനിന്ന് കോസ്ത്യ അമ്മാവന്റെ ഒരു കത്ത് എനിക്കു വന്നിരുന്നു. അമ്മാവൻ നിങ്ങൾക്ക് ആശംസകൾ അയച്ചിരിക്കുന്നു. അയാൾ പ്രദർശനങ്ങൾ കണ്ടു മടുത്തുവെന്നും താമസിയാതെ ഇങ്ങോട്ടു തിരിക്കുമെന്നും എഴുതിയിട്ടുണ്ട്. ഇപ്പോൾ അലെക്സേയ് അമ്മാവനു വിശക്കുന്നു.

പിന്നീട് അയാൾ ടെറസ്സിൽപ്പോയി ഇരുന്നു. ഭാര്യ സാവധാനത്തിൽ വീട്ടിലേക്കു നടന്നു വരുന്നത് അയാൾ കണ്ടു. അവൾ ഗാഢമായി എന്തോ ആലോചിക്കുന്നതുപോലെ തോന്നി. അവളുടെ മുഖം ഹൃദയാവർജ്ജകമാംവണ്ണം വിഷാദാത്മകമായി കാണപ്പെട്ടു. അവളുടെ കണ്ണുകളിൽ കണ്ണുനീർ നിറഞ്ഞുനിന്നു. അവളിപ്പോൾ മെലിഞ്ഞ് വിളറിയ മുഖമുള്ള പേശലാംഗിയായ ഒരു പെൺകിടാവായിരുന്നില്ല. പാകതയും കരുത്തുമാർജ്ജിച്ച സുന്ദരിയായ ഒരു സ്ത്രീയായിരുന്നു. തന്റെ ഭാര്യയെ കാണാൻവേണ്ടി ഇറങ്ങിച്ചെന്നയാർത്സെവിന്റെ മുഖത്ത് ലാപ്തെവ് അവളുടെ പുതിയ സൗന്ദര്യം നിഴലിച്ചു കണ്ടു. ജീവിതത്തിൽ ആദ്യമായി അവളെ കാണുന്നതുപോലെ ആഹ്ലാദഭരിതവും വിഷാദപൂർവ്വവുമായ ഒരു നോട്ടമാണ് ആ മുഖത്തുണ്ടായിരുന്നത്. അവർ ടെറസ്സിലിരുന്നു ഭക്ഷണം കഴിച്ചുകൊണ്ടിരിക്കുമ്പോൾ യാർത്സെവ് ലജ്ജാസമന്വിതവും ആനന്ദനിർഭരവുമായ പുഞ്ചിരിയോടെ യൂലിയയേയും അവളുടെ അഴകേറിയ കണ്ഠത്തിന്റെ വടിവിനേയും നോക്കിക്കൊണ്ടിരുന്നു. ലാപ്തെവിന് അയാളെ നോക്കാതിരിക്കാൻ കഴിഞ്ഞില്ല. ഇനിയങ്ങോട്ടുള്ള പതിമൂന്നോ ഒരു പക്ഷേ മുപ്പതോ വർഷത്തെപ്പറ്റി ചിന്തിക്കുകയായിരുന്നു അയാൾ. അതിനിടയിൽ എന്തെല്ലാം സംഭവിക്കാം? വരാനിരിക്കുന്നത് എന്താണെന്ന് ആരറിഞ്ഞു?

"എല്ലാം കണ്ടറിയാം," അയാൾ വിചാരിച്ചു.

●

www.ingramcontent.com/pod-product-compliance
Lightning Source LLC
LaVergne TN
LVHW102104041026
849558LV00002B/52
* 9 7 8 9 3 8 9 8 0 4 2 0 1 *